श्री संत तुकारामांच्या
गाथ्याचा अभ्यास

रा. शं. नगरकर

डायमंड पब्लिकेशन्स

श्री संत तुकारामांच्या गाथ्याचा अभ्यास
रा. शं. नगरकर

Shri Sant Tukaramanchya Gatthyacha Abhyas
Ra. Sham. Nagarkar

प्रथम आवृत्ती : मार्च २०१६

ISBN : 978-81-8483-672-1

© डायमंड पब्लिकेशन्स

मुखपृष्ठ
शाम भालेकर

मुद्रक
Repro India Ltd, Mumbai.

प्रकाशक
डायमंड पब्लिकेशन्स
२६४/३ शनिवार पेठ, ३०२ अनुग्रह अपार्टमेंट
ओंकारेश्वर मंदिराजवळ, पुणे–४११ ०३०
☎ ०२०-२४४५२३८७, २४४६६६४२

info@diamondbookspune.com

ऑनलाईन पुस्तक खरेदीसाठी भेट द्या
www.diamondbookspune.com

प्रमुख वितरक
डायमंड बुक डेपो
६६१ नारायण पेठ, अप्पा बळवंत चौक
पुणे–४११ ०३० ☎ ०२०-२४४८०६७७

मला भेटलेल्या माणसातले
देवमाणूस प्रख्यात शल्यविशारद

डॉ. मुकुंद मनोहर जोशी

आणि

आत बाहेरी निर्मळ ।
चित्त जैसे गंगाजळ ।।

डॉ. कल्याण काळे

या दोहोंना कृतज्ञतापूर्वक अर्पण

मनोगत

आजवर तुकारामांच्या अभंगांची चर्चा बऱ्याच अभ्यासकांनी अभंगातील तत्त्वज्ञान, अभंगातून दिसणारे तुकारामांचे चरित्र इ. रसग्रहणात्मक बाबींवर खूप केली आहे. पण क्षेपक अभंग, दुबार अभंग, संपादन पद्धती यावर शास्त्रशुद्ध चर्चा झालेली नाही. एकच नाममुद्रा धारी अभंगांचे वर्गीकरण झालेले दिसत नाही. या सर्व गोष्टींचा साकल्याने विचार करण्यासाठी प्रस्तुत ग्रंथाची निर्मिती केली आहे.

क्षेपक अभंग देणारे संत विद्यापीठातील अनेक अभ्यासक दिसून येतात. त्यात श्री. वा. ल. पणशीकर, विष्णूबुवा जोग महाराज, गंगूतात्या शिरवळकर, देशमुख, प्राचार्य मामा दांडेकर यांचा विचार करावा लागतो. या मंडळींची क्षेपक अभंगांची संख्या समान येत नाही. या वरुन ही महाराज मंडळी या विचारांचा अभ्यास करीत होती असे दिसून येते. ही भिन्नतेची संख्या खूप मोठी नसली तरी त्यांचे विचार एका विशिष्ठ मार्गाने जाताना दिसतात. या अभ्यासकांनी हा अभ्यास केला असला तरी त्याची कारणमीमांसा केलेली नाही. ती मीमांसा इथे केली आहे. अर्थात इथे व्यक्तिगत अभ्यासाची मर्यादा आहे, हे प्रथमच कबूल केले पाहिजे. ग्रंथ लिखाणाचा हा दुसरा उद्देश आहे.

या बरोबरच दुबार अभंगांची संख्या, त्यांची कारणे इ. बाबींची चर्चा ही समीक्षेच्या दृष्टीकोनातून प्रथमच केलेली आहे. दुबार अभंगांची सांगितली जाणारी पारंपरीक संख्या आणि प्रत्यक्ष मोजदाद करून दिलेली संख्या हे या विचारांचे तिसरे वैशिष्ट्य आहे.

हे लिखाण जणू आपलेच आहे असे समजून त्यात शिस्तबद्धता आणण्यासाठी प्रत्येक लेखाचे काळजीपूर्वक वाचन करणारे माझे स्नेही डॉ. कल्याण काळे यांचे आभार मानायला संकोच करू नये असे वाटते. त्याच बरोबर डॉ. सु. रा. चुनेकर, डॉ. द. दी. पुंडे, डॉ. वैजयंती बेलसरे आणि माझ्या सुविद्य कन्या प्रा. सौ. विद्या गारखेडकर, सौ. वैशाली देशपांडे यांनी खूप आग्रह केला हे आवर्जून सांगितले पाहिजे. तसेच माझ्या कुटुंबाशी एकरूप झालेली वैशाली पुरंदरे यांचे आभार मानले पाहिजेत. या मंडळींची आग्रहाची पद्धत मार्तंडासारखी असली तरी ती तापहीन मार्तंडासारखी आहे हे लक्षात घेतले पाहीजे.

माझी सुविद्य सून सौ. सुप्रिया नगरकर, चिरंजीव विवेक नगरकर व माझा नातू चि. संकेत नगरकर यांनाही मी धन्यवाद देतो. चि. विवेकचे मामा व मामी यांचाही मी आभारी आहे. माझी पत्नी यांचे सहकार्य मी व्यक्त केले नाही तर ती कृतघ्नता ठरेल. माझे मध्यंतरीचे जीव घेणे आजारपण प्रेमळपणे सांभाळून मला मानसिक बळ देणारे माझे जेष्ठ बंधू आणि माझे व्याही श्री. सुधाकर भाटे, तसेच माझे सर्व पुतणे यांचे आभार मानले पाहीजेत.

या विषयावरचे दहा लेखांक मोठ्या प्रेमाने छापले म्हणून 'मराठी संशोधन पत्रिके'चे जाणकार संपादक डॉ. प्रदीप कर्णिक आणि त्यांचे सहकारी यांचे आभार मानावे तितके थोडे आहेत. ग्रंथ लिखाणाच्या संदर्भात ग्रंथालय प्रमुखांची मदत हा मोठा वाटा असतो. माझे स्नेही भांडारकर प्राच्य विद्या संशोधन मंदिराचे ग्रंथपाल श्री. सतिश सांगळे, भारत इतिहास संशोधन मंडळातील श्रीमती बागाईतकर यांच्या मदती शिवाय हा ग्रंथ पुरा झाला नसता. ग्रंथ पूर्णतेच्या निमित्ताने मी त्यांचे आभार मानतो. ग्रंथाच्या प्रकाशनाची व्यवस्था सांभाळणारे डायमंड पब्लिकेशन्सचे श्री. दत्तात्रेय पाष्टे यांचेही मी आभार मानतो.

माझ्या पाठीवरून प्रेमळ हात फिरवून माझा जगण्याचा उत्साह द्विगुणीत करणाऱ्या या सर्वांचे मी मनापासून आभार मानतो.

देशात असो वा देशाबाहेर असोत कुठूनही माझ्या तब्येतीची आणि ग्रंथ प्रगतीची विचारपूस करणारे आचार्य श्री. गोविंदगिरी तथा श्री. किशोरजी व्यास, डॉ. प्रकाश सोमण यांचा मी मनापासून कृतज्ञ आहे. ही कृतज्ञता व्यक्त करतो आणि मनोगतही पुरे करतो.

प्रस्तावना

काही शिस्त

प्राचीन संपादकांनी संहितेचे संपादन करताना काही शिस्त घालून दिली आहे. ती शिस्त म्हणजे संहितेचा कोणताही भाग संपादकांनी गाळू नये. हा पहिला पाठ होय. ऋग्वेद संहितेपासून हा भाग आपल्याला आढळतो. जागतिक वाङ्मयातील हा पहिला ग्रंथ म्हणून ग्रंथाला मोठा मान आहे. या ग्रंथात काही खिलसूक्ते आहेत. खिलसूक्ते म्हणजे नंतर जोडलेली सूक्ते किंवा मंत्र होय. (पहा : भा.सं.को.खंड-१, आ. २ री, पृष्ठ-७१२) प्राचीन अभ्यासकांनी ही सूक्ते काढून टाकली नाहीत किंवा गाळली नाहीत. अशा सूक्तांची संख्या सुमारे ८० पर्यंत मिळते. ही सूक्ते खिलसूक्ते का, तर शाकल्य पाठात ती मिळत नाहीत असे स्पष्टीकरण प्राध्यापक कै. मा. ना. आचार्य यांनी दिले आहे. (मराठी संशोधन पत्रिका. ऑ. नो. डि. इ.स. २०१५, अं. ७ वा पृष्ठ-५०)

शुक्ल यजुर्वेदात अथर्ववेदातील काही मंत्र घेतले आहेत. (भा. सं. को. खं.७ यजुर्वेद, पृष्ठ-५७०) असे असूनही हा भाग संपादकांनी गाळला नाही.

अथर्ववेदातही खिलकांडे आहेत. शिवाय या वेदातील खूपसा भाग ऋग्वेदात येऊन गेला आहे. (पाहा : भा.सं.को.खंड-१, आवृत्ती-२ री, पृष्ठ-१२०) असे असूनही या कांडाच्या संपादकांनी संहितेतील एकही अक्षर गाळले नाही. हा लक्षात ठेवण्यासारखा घडा आहे. पण अर्वाचीन अभ्यासकांनी ही शिस्त मोडली आहे.

शिस्त मोडली

हा संहितेचा भाग असो वा भाषांतराचा असो. ग्रंथ संस्कृत असो वा मराठी असो. डॉ. रा. शं. वाळिंबे यांनी महाभारताच्या आदिपर्वाचा मराठी अनुवाद करीत असताना अध्याय २२ मधील ६ ते १२ या श्लोकांचे भाषांतर द्विरुक्त होईल म्हणून गाळले आहे. (पाहा : आदिपर्व, अध्याय-२२, पृष्ठ-१०५) प्रकाशक-विदर्भ मराठवाडा) अभिलषितार्थ चिंतामणी या ग्रंथाचे भाषांतर नीलकण्ठ फडके यांनी केले असून त्यातील ४३७ श्लोकांचे भाषांतर गाळले आहे. हे भाषांतर का गाळले याचे स्पष्टीकरण

त्यांनी पुढच्या टीपेत दिले आहे. संपादक म्हणतात, ''अशा प्रकारे शरीराच्या वेगवेगळ्या अवयवांची मापे सांगणारे श्लोक असले तरी ते अत्यंत नीरस आणि कंटाळवाणे आहेत. सर्वसामान्य वाचकाला त्यातून उपयुक्त असे काहीही मिळण्याची शक्यता नसल्याने या श्लोकांचे भाषांतर येथे छापलेले नाही.'' (मानसोल्लास, मराठी अनुवाद-नीलकण्ठ फडके, पहिली, आ. २०१४, प्रकाशक-निपुण प्रकाशन, कांचन गल्ली, पुणे-१४, पृष्ठ-१७८)

असाच भाग 'हितोपदेशा'च्या संपादकांनी (पाहा : प्रस्तवाना) म्हणजे बोरवणकरांनी केला आहे. हे संस्कृत ग्रंथासंबंधी असले तरी मराठी अभ्यासकही मागे नाहीत. डॉ. मोरे यांनी तुकारामांचा एक गाथा संपादीत केला आहे. त्या ग्रंथाच्या प्रस्तावनेत त्यांनी अभंगांचे केवळ संदर्भ देऊन ते अभंग कौशल्याने गाळले आहेत. हे कौशल्य दिसत असले तरी संहिता शिस्त मोडली हे नाकारता येत नाही.

यापेक्षा आणखी एक बोलके उदाहरण सांगतो. १९६८ साली 'निर्णयसागरच्या' शताब्दी निमित्ताने पणशिकरांची एक गाथा प्रकाशित झाली. या गाथ्याचे संपादक श्री. का. रा. यादव होते. त्यांनी लिहिलेल्या प्रस्तावनेत ते म्हणतात, की, ''हा गाथा तयार करताना वारकरी संप्रदायात प्रचलित असलेल्या गाथेच्या बहुतेक प्रती १०० वर्षांपासून उपलब्ध असलेल्या सरकारी प्रती सह तुलनेसाठी घेतल्या. प्रत्येक अभंगाचा प्रत्येक चरण पारखून सर्वमान्य अशी ही गाथा सिद्ध केली आहे, हे कोणाही अभ्यासूंच्या सहज ध्यानात येईल. ही तपासणी करताना श्री. तुकाराम महाराजांच्या मूळ अभिप्रेत अर्थावरच विशेष लक्ष केंद्रित केले. परंपरागत पाठातील जे जे काही ग्राह्य होते ते ते या आवृत्तीत आणण्याचा कसोशीने प्रयत्न केला. यासाठी संस्थेच्या मूळ आवृत्तीतील कित्येक अभंग अजिबात काढून टाकावे लागले. मूळातल्या कैक अभंगांच्या सुरवातीचे चरण बदलावे लागले. थोडक्यात सांगायचे म्हणजे ही गाथा आता मूळातील एका संस्थेची न राहता समग्र वारकरी संप्रदायाची व एकंदर बहुजन समाजाची प्रातिनिधिक गाथा झाली आहे.'' याच्या इतके शिस्त मोडणारे उदाहरण संत वाङ्मयात कदाचित आढळणार नाही.

एकंदरीत सुदूरच्या कालापासून विसाव्या शतकापर्यंतच्या संपादकीय शिस्तिचा विहंगम आढावा अभ्यासकांसमोर मांडला आहे.

मराठी संपादनासंबंधी म्हणजे संत साहित्यातील स्फुट कवितेसंबंधी काही विचार करणे आवश्यक आहे. ही कविता ज्ञानदायक असून ती स्फुट स्वरुपात असल्यामुळे तिचे विषयाच्या अनुरोधाने संकलन करणे, वर्गीकरण करणे हे ज्ञानवर्धक ठरते. प्राधान्याने तुकारामाची कविता मध्यवर्ती धरुन काही नियम सांगण्याचा प्रयत्न पुढे केला आहे.

संत तुकारामांच्या गाथेच्या प्रकाशनाचा प्रारंभ श्री. माधव चंद्रोबा डुकले यांनी केला. त्यानंतर गणपत कृष्णाजीचा गाथा प्रकाशित झाला. या गाथा संपादकांनी संपादनासाठी आवश्यक असणाऱ्या निकषांचा स्पष्ट विचार केला होता हे दिसत नाही. गणपत कृष्णाजी नंतर पंडितांचा गाथा प्रकाशित झाला. या गाथेच्या संपादकांनी खूप शास्त्रीय नियम सांभाळले आहेत. त्यांनी घेतलेल्या आधार ग्रंथांचा परिचय त्यांनी उत्तम प्रकारे करून दिला आहे. त्यातही त्रिंबक कासाराची प्रत महत्त्वाची आहे. हा तुकाराम भक्त होता आणि त्यांच्या १४ टाळकऱ्यांपैकी एक होता. संत तुकारामांच्या महानिर्वाणानंतर कासाराने चाळीस वर्षे भ्रमंती करून तुकारामांचे आणि विठ्ठल भक्तांचे अभंग एकत्रित केले. आणि ही प्रत तयार झाली. या वहीत इ.स. १७८७ अशी कालाची नोंद आहे. आधार प्रतीतील चार प्रतींच्या पाठभेदाची चर्चा त्यांनी प्रथमच मोठ्या प्रमाणावर केली आहे. हे भावी पिढ्यांच्या मार्गदर्शनासाठी उपकारक आहे. पण केवळ पाठभेदांची चर्चा म्हणजे संपूर्ण संपादनशास्त्र नव्हे, हे विसरून चालणार नाही. त्यामुळे अन्य निकषांचाही विचार करावा लागतो.

पंडितांच्या गाथानंतर तुकाराम तात्या पडवळांचा द्विखंडात्मक गाथा प्रकाशनात आला. या गाथेच्या प्रकाशनामुळे अनेक प्रश्नांचे वादळ सुरू झाले. केवळ मुद्रा हा प्रमुख निकष असू शकत नाही हे प्रकर्षाने जाणवले. तुकाराम नामधारी अनेक कवींची कविता या गाथ्यात समाविष्ट झाली आहे. केवळ मुद्रा 'तुका म्हणे' आहे पण संहिता भिन्न कवींची आहे हे दिसून येते. भाषेच्या आधारावर संहितेचा कालींक विचार करता येतो. आणि दोन भिन्न कवि वेगवेगळे करता येतात.

एकच नाव धारण करणाऱ्या कवींची कविता एकाच गाथ्यात बिलकूल असू नये, हे सहज सांगता येते. त्यामुळे त्या त्या कवींचा साकल्याने विचार करता येतो. तुकारामाच्या गाथ्यात तुकाराम बंधु कान्होबा यांची कविता सोळा ठिकाणी विखुरलेली आहे. ती कविता एकत्रित करणे हे संपादकांचे मोठे काम असते. संत तुकारामांचे कीर्तन विषयक बरेच अभंग आहेत. ते सारे अभंग एकत्रित मांडले म्हणजे तुकारामांचा कीर्तन विषयक दृष्टिकोन अभ्यासकांना परिचित होतो. 'शाक्त' या विषयावरही तुकारामांचे गाजलेले अभंग आहेत. हे सर्व अभंग एकत्रित करून अभ्यासकांपुढे ठेवले म्हणजे तुकोबाच्या निर्मळ भक्तीचा भाव समोर येतो. शिवाय अभंगातून तत्कालीन सामाजिक परिस्थितीची चाहूल लागते. आणि समाजाची वैचारिक वाटचाल कळते. या प्रकारच्या संपादन कामातून संपादन शास्त्राची माहिती कळते.

संपादनशास्त्रात आणखी काही महत्त्वाचे निकष आहेत. ते सांगितले पाहिजेत. मूळ हस्तलिखितात शब्द तोडून लिहिलेले नसले तर तोडून लिहिले पाहिजेत. त्यामुळे अभंगाचा अर्थ समजायला खूप मदत होते. अर्थ भरकटत जात नाही. आणि अभंगांची

उंची समजते. समाजातील विचारधारा समजतात. आणि सामाजिक इतिहास, सांस्कृतिक इतिहास समजतो. समाज इतिहासाचे एक उत्तम साधन आपल्या हाती येते. तसेच दोन अभंग एकत्रित होणे, एका अभंगाचे अनेक अभंगात वर्गीकरण होणे, अनेक संतांच्या अभंगातील चरण एकत्रित होऊन निराळाच अभंग समोर येणे असे कितीतरी प्रकार प्रस्तुतच्या लेखमालेतून नमुन्यासाठी दाखवून दिले आहेत. एकच अभंग भिन्न भिन्न संतांच्या गाथ्यात दिसून येतो. हे टाळण्यासाठी काळजी काट्याने संपादकाने काम केले पाहिजे. याचा एक साधा अर्थ असा की, संतांची वाणी निर्मळ स्वरूपात भक्तांपुढे आणणारे संपादक हे मोठे दुवे आहेत.

दुबार अभंग

एकच अभंग पुन्हा छापला गेला तर त्याला दुबार अभंग म्हणतात. या अभंगांमुळे मूळ अभंगांची संख्या वाढण्याचा दोष निर्माण होतो. या प्रकारचे अभंग का निर्माण होतात याची कारणं मीमांसा प्रस्तुतच्या लेखमालेच्या प्रत्येक लेखात केली आहे. चरण खाली वर होणे, पहिल्या अभंगाच्या चरणात फरक असणे हे दुबार अभंगाच्या निर्मितीचे प्रमुख मार्ग आहेत. सर्व गाथांच्या निर्मितीचे प्रमुख मार्ग आहेत. सर्व गाथांच्या दुबार अभंगांची संख्या एकच येईल असे सांगता येत नाही. कधी कधी या विचारांचा अतिरेक होतो आणि नाईलाजाने असे म्हणावे लागते की संपादकांनी कधी त्यांची मोजदाद केली नाही. पारंपारिक संस्काराने संख्या सांगितली जाते. श्री. पडवळांच्या गाथ्यात दीड ते दोन हजार अभंग दुबार दिसतात. ते प्रत्यक्ष शोधणे हे अति किचकट काम असते. काळ खाऊ काम ठरते. पण हे प्रत्यक्ष मोजून तो पट अभ्यासकांसमोर मांडून दाखविला आहे. तेव्हा असे लक्षात आले की, केवळ १८३ अभंग दुबार आहेत. १८३ ही संख्या मोठी दिसली तरी पारंपारिक संख्या खूपच मोठी आहे. याचा विचार करणे हे महत्त्वाचे संपादकांचे काम आहे असे दिसून येते. १८३ अभंगांचा पट पडवळांच्या लेखात मांडून दाखविला आहे. यामुळे भावी अभ्यासकांचे कष्ट कमी होतील. आजोबांनी आंब्यांचा वृक्ष लावायचा आणि त्याची फळे नातवंडांनी चाखायची असा पूर्वापार भाग आहे.

वि. ल. भावे यांच्या अस्सल गाथ्यातील दुबार अभंग हा काहीसा आग्रहाचा भाग वाटतो. पण ही वस्तुस्थिती आहे हे दाखविणे आवश्यक आहे. संपादकांच्या आग्रहामुळे काय काय प्रकार वाङ्मयात घडतात यावर नजर असणे आवश्यक आहे.

पुढे सप्तर्षींचा गाथा सरळ सरळ माडगांवकरांच्या गाथ्याच्या आधारे छापलेला आहे असे वाटते आणि माडगांवकरांचा गाथा पंडितांच्या गाथ्यावर विसंबून असल्याचे जाणवते. म्हणून त्याचा खोलवर विचार इथे न करावा हे बरे.

क्षेपक अभंग

क्षेपक अभंगांच्या संदर्भात प्राधान्याने कर्ता भिन्न असल्याचा संशय असतो. याच्या जोडीला अन्य ही काही कारणे असतात. पण या विषयाचा जेवढा तात्विक विचार व्हायला पाहिजे तेवढा झालेला दिसत नाही. क्षेपक अभंग म्हणजे कोणते अभंग? सर्व अभ्यासक क्षेपक अभंग सारखेच असल्याचे प्रतिपादन करतात का? त्यांच्यात सर्व अभंग समान असतात का? किती अभंगात भिन्नता आढळते याची पद्धतशीर चर्चा होणे आवश्यक आहे. या गोष्टींचा विचार करता असे दिसून येते की परमार्थ पिठातील अंतरंग अधिकाऱ्यांनी याकडे दुर्लक्ष केलेले नाही. त्यांनी याचा विचार केलेला आहे. त्यामुळेच त्यांच्या संख्येत भिन्नता दिसते. हि भिन्नता मोठ्या प्रमाणात दिसत नाही. भिन्न संख्येपेक्षा समान अभंगांची संख्याच जास्त आहे.

मूळ लेखकाच्या अनुज्ञेनेच जर लेखनात अन्य लेखकांकडून पूर्णता आली असली तरी ती रचना क्षेपक मानू नये असे वाटते. भावार्थ रामायणातील अखेरचा भाग गावबा या शिष्याचा आहे. तसेच कृष्णदयार्णव विरचित हरिवरदेचा काही भाग त्यांचे शिष्य उत्तमश्लोक यांनी रचला आहे. पण या रचना क्षेपक नव्हेत कारण त्या मूळ लेखकाच्या आज्ञेने झालेल्या रचना आहेत.

क्षेपक अभंगांच्या बळावर मात्र काही सिद्धान्त सांगितले जातात. मोठमोठे विचारवंत ही मांडणी करताना दिसतात. तुकारामांच्या स्वर्गारोहणातील अभंगातील भिन्न भिन्न विचारसरणीवरुन हे स्पष्ट होते. इतिहासाचार्य राजवाडे यांनी या संदर्भात असेच एक मत व्यक्त केले आहे. ज्या अभंगांच्या आधारावर हे मत ते मांडतात तो अभंगच मुळी क्षेपक मानला जातो. हे पंडितांवर लिहिलेल्या लेखात स्पष्टपणे सांगितले आहे. याशिवाय प्राध्यापक गं. बा. सरदार, श्री. तुकाराम दर्शनकार डॉ. सदानंद मोरे, प्रा. शं. दा. पेंडसे (साक्षात्कारी संत तुकाराम) इ. अभ्यासक याच मार्गाने जाताना दिसतात. जणू हि मळलेली पायवाटच आहे. अभंगांची कमालीची लोकप्रियता हे कारण त्या मागे असावे हे विसरू नये.

अकारण टीका नको

पंडितांवरच्या लेखाच्या अखेरीला रामदासांसंबंधीची टीका, गाथ्यावरील 'चोखोबा गणपती । राधाई महारीण सरस्वती'. (पृष्ठ १२९-१३०) या चरणावरील टीका अकारण आहे असे वाटते. ती अकारण का वाटते याची सोपपत्तिक मीमांसाही तिथे केली आहे. जोग गाथ्यावरील टीका अशीच अप्रस्तुत आणि झोंबरी वाटते. ही टीका तर 'अंगाजे घडलेची नाही' ते घडले आहे हे गृहीत धरुन केली आहे. "ओळीचे महत्त्व जोग महाराजांना समजले नाही. ते पहिल्यांदा

मांडून दाखवले ते बा. ग. परांजपे यांनी (पृ.३०७, आ.१ली) डॉ. मोरे याच ग्रंथात अन्यत्र म्हणतात की, ''दुर्दैवाने जोग महाराज प्रभृतींनी ज्ञानपर, वैराग्यपर, भक्तिपर, संतपर, नामपर अशी बाळबोध पण कीर्तनकारास उपयुक्त वर्गीकरण करून अभंगांची ओळ व गट यांची पार वाट लावली.'' (पृ. ४५८) डॉ. सदानंद मोरे यांच्या या मताचा स्वीकार करण्यापूर्वी अभ्यासकांनी अकरा वेळा निर्विकार मनाने विचार केला पाहिजे असे वाटते. हे मत ज्या अभंगांच्या बळावर मांडून दाखवले आहे त्या संबंधी एक कोष्टकच अभ्यासकांपुढे मांडले आहे.

समारोप

टीकाकारांची या मताची नोंद करण्यामागे तुकारामांची निर्मळवाणी शोधणे हा हेतू आहे. अभ्यासकांच्या हितासाठी हे सांगण्याची उठाठेव केली. त्यातील अर्थ जाणून घ्यावा आणि टीकेबद्दल मला क्षमा करावी. मार्ग दाखविणाऱ्यावर रुसायचे नसते, रागवायचे नसते. वैद्य कडूनिंबाच्या रसाचे औषध देतात कारण त्यांना पोटातील रोग नाहीसा करावयाचा असतो. पण हे औषध पोटात न घेता जखमेवर चोळले तर जखम चरत जाते हे ध्यानी असू द्यावे. तुकारामांनीच सांगितलेली ही वाणी आहे. त्यांचा आणखी एक अभंग देतो आणि प्रस्तावनेला पूर्णविराम ही देतो.

नका धरु कोणी ।
राग वचनाचा मनी ।
येथे बहुतांचे हित ।
शुद्ध करोनी राखा चित्त ।
नाही केली निंदा ।
आम्हीं दूषिलेंसे भेदा ।
तुका म्हणे मज ।
येणेंविण काय काज ।

(सरकारी गाथा अ.क्र.२१३९)

चंपाषष्ठी
शके १९३७ — रा. शं. नगरकर
डिसेंबर २०१५
गुरूवार दि. १७ डिसेंबर

अनुक्रम

१

तुकारामबावाच्या अभंगाची गाथा

संपादक : विष्णु परशुरामशास्त्री पंडित / शंकर पांडुरंग पंडित

सर अलेक्झांडर ग्रँट ऑक्स्फर्ड युनिव्हर्सिटीत प्रोफेसर म्हणून काम करीत होते. इ.स. १८६० मध्ये ते मुंबई युनिव्हर्सिटीत प्रोफेसर म्हणून दाखल झाले. ग्रँट मुळचे विद्वान, अभ्यासू असून उदारमतवादी होते. मुंबईत आल्यावर त्यांनी संत तुकारामांच्या अभंगांचा अभ्यास केला. तुकारामांच्या काव्याने आणि त्यांच्या तत्त्वज्ञानाने ते खूपच प्रभावित झाले. अशा या महामानवाचा इंग्रज लोकांना परिचय व्हावा म्हणून त्यांनी 'तुकाराम : ए स्टडी ऑफ हिंदूइझम्'' नावाचा लेख लिहून तो रॉयल एशियाटिक सोसायटीत वाचला. या निबंधात ग्रँट साहेबांनी तुकारामांच्या काही निवडक अभंगांचा इंग्रजीत पद्यमय अनुवादही केला आहे. या कवीचा गाथा इथल्या लोकांना शुद्ध स्वरूपात व अल्प किंमतीत इंग्रज सरकारने उपलब्ध करून द्यावा, असे ग्रँट यांना वाटले. सर बार्टल फ्रिअर हे त्यावेळी मुंबईचे गव्हर्नर होते. ग्रँटसाहेबांच्या प्रेरणेने त्यांनी हे काम तडीस नेले. इंदु प्रकाश छापखान्याच्या मालकांनी ही गाथा छापण्यासाठी सरकारकडे मदत मागितली आणि ती मदत देण्यासाठीही ग्रँटसाहेबांनी खूप खटपट केली. गाथा छपाईला रु. २४००० हजार इतका खर्च झाला. हा सर्व खर्च इंग्रज सरकारने केला.

गाथा संपादनाचे काम ग्रँटसाहेबांचे विद्यार्थी असलेले श्री. शंकर पांडुरंग पंडित यांनी करावे असे त्यांनी सुचविले. शिवाय त्यांना विष्णु परशुराम पंडित यांनी साहाय्य करावे असे ही सांगितले. विष्णुपंत पंडित हे इंदुप्रकाश वर्तमानपत्राच्या मराठी विभागाचे संपादक होते. छापखान्याचे भागीदार होते, नंतर ते या छापखान्याचे मालक झाले, म्हणून कदाचित गाथा छापण्याचे काम त्यांना दिले असावे. गाथेच्या हस्तलिखित प्रती मिळविणे, अभंगातील शब्द तोडून लिहिणे, गाथेला उपयुक्त प्रस्तावना लिहिणे,

सर्व पाठभेदांची नोंद करणे, अशा मोलाच्या काही सुचनाही अलेक्झांडर यांनी संपादकांना दिल्या. आणि या सर्व सुचनाही तंतोतंत अमलात आणून त्यांनी महाराष्ट्राला हा सर्वोत्तम गाथा दिला. याचा पहिला भाग इ.स.१८६९ मध्ये आणि दुसरा भाग इ.स. १८७४ मध्ये प्रकाशित झाला. ज्यांनी हे काम केले त्यांच्या जीवनकार्याची थोडी ओळख आपल्याला करून घेणे आवश्यक आहे.

विष्णु परशुरामशास्त्री पंडित[२] (इ.स.१८२७-१८७६)

एकोणिसाव्या शतकातील एक कर्तबगार व्यक्ती म्हणून सर्व अभ्यासक विष्णु परशुरामशास्त्री पंडितांकडे पाहतात. त्यांच्या कामाचा मोठा वाटा स्त्रियांच्या प्रश्नांना वाहिलेला आहे. त्यांनी इतर वाङ्मयीन कामही खूप केले आहे. त्यांचा जन्म सातारा इथे झाला. पहिले काही दिवस ते साताऱ्यातील संस्कृतविद्वान राघवेंद्राचार्य गजेंद्र-गडकर आणि त्यांचे चिरंजीव विनायकाचार्य यांच्याकडे व्याकरण व न्यायशास्त्र शिकले. नंतर इंग्रजी शिकण्यासाठी ते इ.स. १८४५ साली पुण्यात आले. सरकारी पाठशाळेत त्यांनी दोन वर्षे इंग्रजीचा अभ्यास केला. त्यावेळी त्यांना कृष्णशास्त्री चिपळूणकर, कृष्णशास्त्री तळेकर, महादेवशास्त्री कोल्हटकर हे सहाध्यायी लाभले होते. इंग्रजीचे अध्ययन संपवून त्यांनी १८४८ साली सरकारी शाळाखात्यात नोकरी धरली. तिथे शिक्षकाचे काम करीत असताना त्यांनी भाषांतराचेही काम केले.

शिक्षकाचे काम करीत असताना त्यांनी क्रमिक इंग्रजी पुस्तकातील इंग्रजी मराठी कोश (इ.स.१८६४) आणि संस्कृत महाराष्ट्र धातुकोश या कोशग्रंथाची निर्मिती केली (इ.स.१८६५). नाना फडनवीस ह्यांची संक्षिप्त बखर हा त्यांचा पहिला ग्रंथ होय. तसेच मरेकृत 'हिस्ट्री ऑफ ब्रिटीश इंडिया' या ग्रंथाचे 'हिंदुस्थानचा इतिहास' या नावाने त्यांनी उत्तम भाषांतर केले. या भाषांतराची न्या. म.गो. रानडे यांनी खूप प्रशंसा केला. पं. ईश्वरचंद्र विद्यासागर यांच्या ग्रंथाचे त्यांनी भाषांतर केले. 'विधवाविवाह' हे त्या ग्रंथांचे नाव आहे.

सरकारी नोकरीचा राजीनामा देऊन (इ.स. १८६४) पंडितांनी इंदुप्रकाश या वृत्तपत्राची नोकरी पत्करली. तिथे ते उपसंपादक म्हणून काम करीत होते. सामाजिक सुधारणावादी वृत्तपत्र म्हणून या वृत्तपत्राची ओळख होती. श्री. पंडितांनी आपले स्त्री-सुधारणा संबंधीचे सर्व लिखाण याच वृत्तपत्रातून प्रसिद्ध केले. त्यांच्या लिखाणाला आणि विचारांना संस्कृतच्या अध्ययनाची भक्कम बैठक होती, हे मात्र विसरता येत नाही. पंडितांच्या या सामाजिक कार्याची डोळस दखल प्रा.गं.बा. सरदादांनी 'महाराष्ट्राचे उपेक्षित मानकरी' या वैचारिक ग्रंथात घेतली आहे. अभ्यासकांनी तो ग्रंथ पाहावा अशी इच्छा आहे.

तुकारामबावाच्या अभंगांची गाथा.

◆

विष्णु परशुराम शास्त्री पंडित

यांनी

शंकर पांडुरंग पंडित, एम. ए.

"दक्षिणापैज" कमिटीचे चिटणीस

यांच्या साह्याने

शुद्ध करून

छापण्याकरितां तयार केली.

ती

दोन भागांत छापून प्रसिद्ध होईल.

भाग १ ला

(यांत तुकारामबावाचें चरित्र, ज्या अस्सल प्रतींवरून ही प्रत छापिली त्यांची हकीकत, व २२४७ अभंग आहेत.)

मुंबईत

इंदुप्रकाशाच्या मालकांनीं

नामदार मुंबई सरकारच्या आश्रयानें

छापून प्रसिद्ध केली.

पंडित हे जातीचे स्त्रीसुधारणावादी होते, हे त्यांच्या आचारावरून दिसून येते. इ.स. १८७४ च्या मागेपुढे त्यांच्या प्रथम पत्नी निधन पावल्या, तेव्हा त्यांनी कुसाबाई पटवर्धन नामक गतभर्तृकेशी विवाह करून समाजात 'बोले तैसा चाले' या विचारांचा आदर्श निर्माण केला.

पंडितांनी मराठी संतसाहित्यात एक अनमोल कामगिरी केली. रा.ब. शंकर पांडुरंग पंडित यांच्या सहकार्याने त्यांनी संत तुकारामांच्या गाथेचे संपादन केले. अशा प्रकारची चिकित्सक गाथा पंडित द्वयांनी सिद्ध करून अभ्यासाचा आदर्श निर्माण केला, असे म्हणायला हरकत नाही.

शंकर पांडुरंग पंडित[३] (इ.स. १८४०–१८९४)

महाराष्ट्रातील कर्त्या व्यक्तींमध्ये यांची गणना करावी एवढी मोठी कामगिरी यांनी केली आहे. हे वेदांचे अभ्यासक होते. अनेक भाष्यांचे जाणकार होते. इंग्रजी, संस्कृत, लॅटीन, जर्मन, मराठी, कानडी, गुजराथी, पर्शियन इ. भाषांवर त्यांचे प्रभुत्व होते. स्त्रीशिक्षणाचा त्यांनी ध्यास घेतला होता. आश्चर्याची गोष्ट म्हणजे वयाच्या १८ व्या वर्षापर्यंत त्यांना इंग्रजीचा गंधही नव्हता.

शंकर पांडुरंग सावंतवाडीचे रहिवासी होते. कुडाळ पेट्यातील बांबुळी गावी सारस्वत ब्राह्मण कुळात त्यांचा जन्म झाला (इ.स. १८४०). घरची परिस्थिती अगदी बेताची होती. कुडाळच्या मुनसफ कचेरीत कारकुनाची जागा रिकामी आहे असे कळल्यावर शंकररावांनी त्या जागेसाठी अर्ज केला. पण मोडी अक्षर चांगले नाही, ही सबब सांगून त्यांना नोकरी दिली नाही. शंकररावांना हा अपमान वाटला. ते घरातील कोणासही न सांगता इंग्रजी शिकण्यासाठी बेळगावला निघून गेले. तिथे त्यांनी तीन वर्षात सातव्या इयत्तेपर्यंतचा अभ्यास पुरा केला. १८६१ साली मॅट्रिकच्या परीक्षेला बसून ते उत्तम प्रकारे पास झाले. पुढे १८६५ साली बी.ए. झाले. त्यांचे यश पाहून दक्षिणा फेलो म्हणून त्यांची नेमणूक झाली, नंतर पुण्याच्या डेक्कन कॉलेजात इंग्रजीचे उपप्राध्यापक म्हणून रुजू झाले. इ.स. १८६८ मध्ये लॅटिन व इंग्रजी विषय घेऊन ते एम्.ए. झाले. नोकरीच्या निमित्ताने पुण्यास आल्यावर इ.स. १८६५ नंतर त्यांनी संस्कृत भाषेचे अध्ययन केले. त्या भाषेतील त्यांचे यश पाहून त्यांची डेक्कन कॉलेजमध्ये संस्कृत भाषेचे अध्यापक म्हणून नेमणूक झाली. इ.स. १८७९ साली ब्रिटिश सरकारने त्यांची ओरिएंटल ट्रान्स्लेटरच्या जागी नेमणूक केली. सहा वर्षे या जागेवर काम केल्यावर त्यांच्यावर सरकारची काहीशी नाराजी उत्पन्न झाली. त्यामुळे त्यांना ती नोकरी सोडावी लागली. नंतर न्या. रानडे व सर रेमंड वेस्ट यांच्या प्रयत्नाने सरकारची नाराजी दूर झाली आणि त्यांना डिस्ट्रिक्ट डेप्युटी कलेक्टरच्या जागी नेमले. तदनंतर ते

नगरला हुजूर डेप्युटी कलेक्टर असताना पोरबंदरचे ॲडमिनिस्ट्रेटर झाले. या पदावर असतानाच त्यांचे निधन झाले.

पंडितांचा विद्याव्यासंगही फार मोठा होता. त्यांनी रघुवंश व मालविकाग्निमित्र हे ग्रंथ उत्तम प्रकारे संपादित केले. वेदवाङ्मयात काय आहे, हे जनतेला समजावे म्हणून त्यांनी १८७६ मध्ये 'वेदार्थयत्न' नावाचे मासिक सुरु केले. त्यात ऋग्वेदाचे मराठी व इंग्रजी भाषांतर देऊन अर्थबोधक टीपाही दिल्या. इ.स. १८८२ पर्यंत हे मासिक चालले. ऋग्वेदाचे भाषांतर मात्र अपुरे राहिले. पंडितांनी अर्थववेदाची एक शुद्ध आवृत्ती प्रसिद्ध करून एक मोठे काम पुरे केले. इ.स. १८७४ साली लंडन इथे भरलेल्या प्राच्य भाषाविशारद पंडितांच्या परिषदेला मुंबई सरकारकडून त्यांना मुंबई इलाख्याचे प्रतिनिधी म्हणून पाठविले होते. त्या परिषदेत त्यांनी कालिदासावर एक अभ्यासपूर्ण निबंध वाचला होता.

संस्कृत ग्रंथाप्रमाणेच काही मराठी ग्रंथही त्यांनी प्रकाशित केले. मोरोपंतांचे अत्यंत सुरेख काव्य बृहद्दशम अथवा कृष्णविजय हे त्यांनी संशोधनपूर्वक प्रसिद्ध केले. मराठी काव्याच्या दृष्टीने अत्यंत महत्वाचे काम म्हणजे संत तुकारामांची गाथा होय. दक्षिणा प्राइज कमिटीचे सेक्रेटरी या नात्याने शंकररावांच्या देखरेखीखाली सन १८६९ला गाथ्याचा पहिला भाग पुरा झाला. नंतर इ.स. १८७४ ला दुसरा भागही पुरा झाला. या कामात इंदुप्रकाश छापखान्याचे मालक विष्णुशास्त्री पंडित आणि कै. जनार्दन सखाराम गाडगीळ यांचे खूप साहाय्य झाले. श्री. गाडगीळ यांनी तुकारामांचे इंग्रजीत लिहिलेले चरित्रही या ग्रंथास जोडलेले असून त्याची विद्वत्तापूर्ण प्रस्तावनाही स्वत: शंकरराव पंडितांनी लिहिलेली आहे.

शंकर पांडुरंग पंडितांनी स्त्रीशिक्षणविषयक केलेली कामगिरी चिरस्मरणीय अशी आहे. इ.स. १८४८ साली मुंबईत स्टुडंटस लिटररी व साएंटिफिक सोसायटी स्थापन झाली होती. या संस्थेच्या वतीने इ.स. १८४८ मध्ये मुंबईत पहिली मुलींची शाळा सुरू करण्यात आली. याच धर्तीवर पुण्यात एक मुलींची इंग्रजी शाळा काढण्याचा विचार सुरू झाला. त्याचा परिणाम म्हणून पुण्यात महाराष्ट्र फीमेल एज्युकेशन सोसायटी नावाची संस्था स्थापन झाली. या संस्थेच्या वतीने 'हायस्कूल फॉर इंडियन गर्ल्स' नावाची शाळा सुरु झाली. या संस्थेची जी कमिटी होती तिचे शंकरराव पंडित हे सेक्रेटरी होते. या संस्थेला अनेकांनी देणग्या दिल्या होत्या. पंडितांनीही या संस्थेला तीन हजार रुपयांची देणगी दिली. ही शाळा इ.स. १८८४ च्या सप्टेंबर महिन्यात हुजूरपागेत सुरू झाली.

पंडितांचा प्रार्थनासमाजाबरोबरही जवळचा संबंध होता.

आधार प्रतींचा उल्लेख नसणे

संत तुकारामांची पंडितद्वयांनी संपादित केलेली गाथा शंकर पांडुरंगी किंवा इंदु प्रकाशी या नावाने परिचित आहे. शंकर पांडुरंगी किंवा इंदु प्रकाशी या नावांनी ही गाथा ओळखण्याचे कारण म्हणजे शंकर पांडुरंग हे त्या गाथ्याचे एक संपादक होते आणि ही गाथा मुंबईच्या इंदुप्रकाश छापखान्यात छापली हे असावे. ही गाथा प्रकाशित होण्यापूर्वी सर्वसंग्रहकार माधव चंद्रोबांची (इ.स.१८६८) आणि गणपत कृष्णाजीच्या गाथा प्रकाशित झाल्या होत्या. या दोन्ही गाथ्यांच्या संपादकांनी आपण आपली गाथा कोणत्या हस्तलिखिताच्या आधारे छापली याची माहिती अभ्यासकांना दिली नाही. परंतु थोड्याशा कष्टाने त्यांच्या आधाराचे धागेदोरे शोधता येतात. हे मी त्यांच्यावरील लेखांमधून दाखवून दिले आहे. नाही म्हणायला गणपत कृष्णाजीने त्यांच्या गाथ्याला जी लहानशी प्रस्तावना लिहिली आहे, त्यावरून एवढेच कळते की,[४]

"शके १७८६-८७ मध्यें क्षेत्र पंढरपूर एथे एका स्नेह्यानें उद्योग करून तुकारामबाबांच्या गाथ्याची एक प्रत तयार करून पाठविली, व ती सुवाच्च अक्षरानें व चांगल्या शाईनें छापली असतां पुष्कळ वारकरी आदि करून भाविक लोकांस तिचा उपयोग होईल असें कळविलें. नंतर दुसऱ्या प्रती मिळवून त्यांच्या आधारानें ग्रंथ साद्यंत पाहून, जेथें लेखकानें चुक्या केल्या होत्या असे दिसले, त्या नीट करून सांप्रत हा ग्रंथ अत्यादरें सादर केला आहे." परंतु या प्रस्तावनेत आधार प्रतींचा उल्लेख नाही. अन्य कोणत्या प्रतींच्या आधारे 'चुक्या' दुरुस्त केल्या हे समजून येत नाही. केवळ पंढरपुराहून प्रत आली एवढाच उल्लेख इथे आहे. कै. पु.मं. लाड यांनी आपल्या प्रस्तावनेत या दोन्ही गाथ्यांचे मूळ पंढरपूर परंपरेतील गाथ्यात आहे असे आश्वासक मार्गदर्शनपर विधान केले आहे. या विधानाने अभ्यासाची दिशा कळते, हे निश्चित.

आधार प्रतींची माहिती

पंडितांच्या गाथ्यात प्रथमच देहू परिसरातील आणि पंढरपूर परिसरातील हस्तलिखिते पाहून, त्यांचे पाठ तपासले, क्रम ठरविला आणि हा गाथा संपादित केला. हेच या गाथ्याचे खरे महत्त्व आहे. अशा प्रकारे शास्त्रीय दृष्टीने संपादित केलेला हाच पहिला गाथा होय. म्हणूनच त्याला सर्व क्षेत्रात म्हणजे अभ्यासकांमध्ये, भाविकांमध्ये खूप नावलौकिक मिळाला. वारकरी संप्रदायातील तत्कालीन ख्यातनाम व्यक्ती श्री. भाऊसाहेब काटकर यांनी दिलेले प्रशस्तीपत्र हा त्याचाच उत्तम पुरावा आहे. ते म्हणतात,[५]

"इंदुप्रकाश छापखान्याचे मालक यांनी प्रती तळेगांव, देहू, पंढरपूर, कडुस

येथील मिळवून शोध करून हल्ली ग्रंथ छापला तो आम्हीं स्वत: देहू मुक्कामीं पाहिला, तो शुद्ध आहे. सर्वांनीं घेण्यास योग्य आहे. मिति फाल्गुन वद्य ५ शके १७९० विभवनाम संवत्सरे.'' पंडितांनी हे काम करताना कोणकोणती हस्तलिखिते तपासली याची उत्तम माहिती त्यांच्या इंग्रजी प्रस्तावनेत दिली आहे. त्या प्रस्तावनेचा मराठी गोषवाराही कै. लाडांनी आपल्या प्रस्तावनेत दिला आहे. अभ्यासकांना तो सांगणे फार महत्त्वाचे आहे. आणि म्हणून तोच इथे संक्षेपाने दिला आहे.[६] पण जिज्ञासूंनी आपल्या जिज्ञासा तृप्तीसाठी मुळातली प्रस्तावना वाचावी अशी अपेक्षा आहे.

(१) संपादकांना तुकारामांच्या घराण्यातूनच एक प्रत मिळाली. ती त्यांनी आपल्या घराण्याचे वंशपरंपरागत धन (heircoom) म्हणून सांभाळून ठेवली होती. संत तुकारामांचा ज्येष्ठ पुत्र महादेवबाबा यांच्या हातची ही प्रत आहे असे संपादकांना सांगण्यात आले होते म्हणून (त्यावेळी) ती दोनशे वर्षांपूर्वीची असावी असे त्यांना वाटले. ही प्रत देहू प्रत या नावाने ओळखली जाते.

(२) दुसरी प्रत म्हणजे तळेगावची प्रत होय. ही तुकाराम भक्त आणि त्यांच्या १४ टाळकऱ्यांपैकी एक असलेल्या त्रिंबक कासाराच्या हातची प्रत आहे. त्रिंबक कासाराने तुकारामांचे आणि अन्य विठ्ठलभक्तांचे अभंग मिळवून चांगल्या प्रकारे लिहून काढले. तुकारामांच्या निर्वाणानंतर ४० वर्षांनी ही प्रत तयार झाली. या हस्तलिखितात शके १७०९ (इ.स.१७८७) अशी नोंद असल्याची माहिती पंडितांनी दिली आहे. ही प्रत तळेगाव प्रत म्हणून ओळखली जाते.

(३) आधारासाठी घेतलेले तिसरे हस्तलिखित म्हणजे गंगुतात्या शिरवळकरांचे होय. श्री गंगुतात्या हे पंढरपुरातील एका मठाचे मठपती होते. त्यांनी ही प्रत स्वत: शुद्ध केली आणि पंढरीतील अन्य मठपतींना दाखवून शुद्ध करून घेतली होती. पंडितांच्या मते ही अर्वाचीन प्रत आहे. पंढरपूर प्रत म्हणून हे हस्तलिखित ओळखले जाते. (ही प्रत आधुनिक का आहे याची कारणमीमांसा मात्र पंडितांनी केली नाही. प्रत अर्वाचीन आहे हे ठरविण्यासाठी कोणते निकष लावले याचीही माहिती पंडितांनी त्यांच्या प्रस्तावनेत दिलेली नाही.)

(४) कडूसला गंगाधर मवाळांचे एक ब्राह्मण घराणे होते. त्यांच्याकडून हे हस्तलिखित संपादकांना मिळाले. ही गंगाधर मवाळांच्या हातची प्रत असे संपादकांना त्यावेळी सांगितले गेले होते. गंगाधर मवाळ हे तुकारामांच्या १४ टाळकऱ्यांपैकी एक होत. पंडितांना ही प्रत फार काळ स्वत:कडे ठेवता आली नाही. ही प्रत कडूस प्रत म्हणून ओळखली जाते. पंडितांनी ही प्रत त्यांच्याकडे किती काळ होती हेही सांगितले नाही. पंडितांच्या गाथ्यातील अ.क्र. ८९० पर्यंतच या

गाथ्यातील पाठभेदाचे उल्लेख येतात. अ.क्र. ८९१ पासून पुढे हे उल्लेख येत नाहीत. याचा अर्थ ८९० अभंग पाही पर्यंतच ही प्रत संपादकांकडे होती असे समजायला हरकत नाही.

आधार प्रतींची अन्य माहिती

देहूची प्रत आणि तळेगावची प्रत या एकाच वंशवृक्षाच्या प्रती आहेत असे पंडितांचे मत आहे. या उभय प्रतींचा अभंग क्रम एकच होता. कडूस प्रतीचा क्रम आणि शुद्धलेखनपद्धत देहू प्रतीप्रमाणे होती. देहू प्रत आणि कडूस प्रत या प्रतींमधील मधूनमधून येणारे हस्ताक्षर सारखेच असल्याने हे या उभय प्रतींचे लेखक समकालीन असावेत असे म्हणायला हरकत नाही, असे संपादक सुचवितात.

पंढरपूर हस्तलिखित थोडे निराळे आहे. देहू आणि तळेगाव प्रतींपेक्षा अभंगांचा क्रम पंढरपूर प्रतीत भिन्न आहे. तसेच पाठातही निराळेपण दिसते. एकूणच देहू आणि तळेगाव प्रतींपेक्षा ही प्रत कमी शुद्ध आणि अर्वाचीन आहे, असे मत पंडितांनी नोंदविले आहे.

संपादकांनी संहिता छपाईसाठी तळेगाव प्रतीचा स्वीकार केला आहे. पाठाचा निर्णय करताना देहू, तळेगाव व पंढरपूर या प्रतींपैकी जास्त प्रतीत जो पाठ मिळतो तो त्यांनी स्वीकारला आहे. मात्र कठीण प्रसंगी ते देहू प्रतीच्या पाठाला मान्यता देतात.

शुद्धलेखनाचे सर्व नियम सांभाळून आणि शब्द तोडून गाथा छापण्याचे धोरण संपादकांनी स्वीकारले आहे. तुकारामांनी वापरलेले प्राकृत आणि संस्कृत शब्द बदल न करता जसेच्या तसेच ठेवले आहेत. अभंग वा अभंगातील शब्द अश्लील वाटले तरी ते जसे आहेत तसे छापले आहेत.

एकंदरीत तुकारामांच्या लिखाणात हस्तक्षेप न करता ही प्रत तयार केली आहे. अभंगात ज्याला ओळ वा क्रम म्हटले आहे, तो क्रम देहू, तळेगाव व कडूस प्रतीत सारखाच आहे, म्हणून तोच स्वीकारला आहे. मूळ हस्तलिखितात जिथे जिथे गट आहेत आणि गटाच्या अखेरीस जिथे जिथे संख्या आहेत, तीत बदल न करता सर्व मजकूर छापला आहे.

पंडित गाथ्याचे संपादन

संत तुकाराम महाराजांच्या निर्वाणाला इ.स. १९५० साली ३०० वर्षे पुरी झाली. या त्रिशतकोत्तरी समारंभानिमित्त मुंबई सरकारने तुकारामांची गाथा प्रकाशित करुन सर्व जनतेला ती अल्पमूल्यात द्यावी असे ठरविले. त्यावेळी मुंबईचे पंतप्रधान व शिक्षणमंत्री नामदार श्री. बाळ गंगाधर खेर होते. त्यांनी हा उपक्रम तडीस नेला.

गाथ्याच्या संपादनाचे काम करण्यासाठी त्यांनी श्री. पुरुषोत्तम मंगेश लाड या अभ्यासू अधिकाऱ्याची नेमणूक केली. श्री. लाड यांनीही या संपादनाची धुरा अत्यंत समर्थपणे सांभाळली. त्यांनी ग्रंथाला विवेचक प्रस्तावना लिहिली. प्रस्तावनेत प्रारंभी तुकारामांच्या अभंगांच्या छपाईचा इतिहास कथन केला. नंतर पंडितांच्या गाथ्यांपूर्वी प्रकाशित झालेल्या गाथ्यांची माहिती दिली. गणपत कृष्णाजीची खिळाछाप आवृत्ती ही पंढरपूर परंपरेतील आहे आणि पंडितांच्या गाथेत 'पं' या अक्षराने जिचा निर्देश केला आहे, ती गाथा गणपत कृष्णाजीची आवृत्ती आहे, हे त्यांनी प्रथम निदर्शनास आणून दिले.[७] नंतर त्यांनी पंडितांच्या गाथ्यातील मूळ संपादनाचे निराळेपण स्पष्ट केले. पंडितांनी त्यांच्या गाथ्याला जी इंग्रजी चिकित्सक प्रस्तावना लिहिली तिचाही मराठी गोषवारा सांगितला. पंडितांच्या गाथ्यावर अभ्यासकांनी घेतलेल्या आक्षेपांचे मूल्यमापनही प्रस्तावनेत केले. गाथ्याला अनेक परिशिष्टे जोडून पंडितांच्या गाथ्याचे श्रेष्ठत्व त्यातून प्रतीत करून दिले. याशिवाय त्यांनी तुकारामांचे उत्तम चरित्र[८] लिहून या क्षेत्रातला त्यांचा अधिकार जाणवून दिला. पण परमेश्वराने त्यांना साथ न दिल्याने या चरित्राचा फक्त पूर्वार्धच प्रकाशित झाला. हे चरित्रही गाथ्याच्या किमंतीतच दिले गेले.

पंडिती गाथ्याला अभ्यासकांची मान्यता

अनेक अभ्यासकांनी गाथ्याचे मोठेपण मुक्तपणे मान्य केले. त्यांची काही अवतरणे दिल्यास चूक ठरणार नाही.

१) ख्यातनाम इतिहास संशोधक म.म. द.वा. पोतदार म्हणतात – "आज बाजारांत शंकर पांडुरंगी उर्फ जुनी इंदुप्रकाशी, नवी इंदुप्रकाशी, आवटी, सांप्रदायिक आर्यभूषणी, जोगी, माडगांवकरी, निर्णयसागरी वगैरे संहिता मिळतात. त्यात शंकर पांडुरंगी प्रत सर्वात वाखाणण्यासारखी आहे व बाकीच्या संहिता या जुन्या इंदुप्रकाशी गाथ्याच्याच बव्हंशी नकला आहेत व राहिलेल्या काही मात्र सांप्रदायिक आहेत."[९]

२) संत साहित्याचे रसाळ भाष्यकार श्री.ल.रा.पांगारकर आपल्या तुकाराम चरित्राच्या प्रस्तावनेत लिहितात, 'इंदुप्रकाश' गाथा एकंदरीत फार चांगला आहे.[१०]

३) पंडिती गाथ्यासंबंधी थोडी नाराजी व्यक्त करूनही श्री.वि.ल.भावे सांगतात "एकंदरीच्या मानाने फार मेहनतीने, काळजीपूर्वक निरनिराळे पाठभेद देऊन हा ग्रंथ तयार केला आहे."[११]

४) संत तुकारामांच्या साहित्याचे एक अभ्यासक श्री.वा.सी. बेंद्रे म्हणतात, "सरकारच्या अनुज्ञेखाली झालेला पंडितद्वयांचा गाथा–संपादनाचा इ.स. १८६९ तील प्रयत्न मात्र शास्त्रशुद्ध व अभ्यासपूर्ण होता."[१२]

५) तुकारामांच्या त्रिसांवत्सरिक गाथा आवृत्तीचे संपादक कै.पु.मं. लाड यांचे मत पाहून हा भाग आटोपता घेतो. या गाथ्याच्या प्रस्तावनेत लाड म्हणतात, "या गाथेनें तुकाराम संशोधनाचा भरभक्कम पाया घातला असेच म्हटले पाहिजे. पुढील संशोधनाची उभारणी याच पायावर करतां येईल. अभ्यासक्रमाला या गाथेवाचून कार्याचा आरंभच करता यावयाचा नाही. विशेषत: देहू आणि तळेगांव या मूळ प्रती आज तरी उपलब्ध नसल्यामुळे, त्यांचा उपयोग या गाथेमार्फतच काय तो करून घेता येईल."[१३]

संत साहित्याचे मर्मज्ञ चिंतक आणि संत तुकारामांचे वंशज डॉ. सदानंद मोरे पंडितांच्या गाथेसंबंधी लिहितात, "ती गाथेची चिकित्सक आवृत्ती होती. भांडारकर प्राच्यविद्या संस्थेने प्रसिद्ध केलेल्या महाभारताच्या चिकित्सक आवृत्तीची पूर्वज शोभावी एवढी तिची पात्रता होती."[१३अ]

पंडितांनी आपल्या गाथ्याला जी प्रस्तावना लिहिली आहे तिला 'CRITICAL PREFACE' चिकित्सक प्रस्तावना असे शीर्षक देऊन एक प्रकारे आपले मनोगत व्यक्त केले आहे. या विचाराच्या पूर्णतेसाठी त्यांनी एकाधिक आधार प्रती मिळविल्या, त्यांची सर्व माहिती दिली. त्या प्रतींमधील सर्व पाठभेदांच्या नोंदी केल्या, अभंगांच्या प्रथम चरणांची अकारविल्हे सूची दिली, अभंगातील कठीण शब्दांचा कोश दिला आणि चिकित्सक गाथा या संज्ञेला पात्र होण्याचा यशस्वी प्रयत्न केला. अनेक अभ्यासकांनीही या गाथेने तुकाराम संशोधनाचा भरभक्कम पाया घातला असे म्हटले आहे. अभ्यासकांच्या या मतात काही उणेपणा राहू नये म्हणून, जिथे जिथे काही कमतरता भासल्या त्या पूर्णतेसाठी ज्ञात्यांसमोर मांडत आहे. हे दिग्दर्शन, उणेपणा दर्शविण्यासाठी नसून, अभ्यासाच्या पूर्णतेसाठी आहे, हे प्रांजळपणे नमूद करतो.

या गाथ्यांच्या संपादनाचा इतिहास असे सांगतो की, ही वाटचाल अपूर्णतेकडून पूर्णतेकडे झाली आहे. संत तुकारामांच्या निर्वाणानंतर तुकाराम भक्त श्री. त्रिंबक कासार यांनी ४० वर्षे भ्रमंती करून तुकारामांचे अभंग मिळवून, त्यांचा क्रम ठरविला. हेच या गाथ्याचे इ.स. १७८७ साली झालेले पहिले संपादन आहे. नंतर सुमारे ८० वर्षांच्या प्रदीर्घ कालावधीनंतर पंडितांनी इ.स.१८६९ व १८७४ साली दोन भागातील हे गाथासंपादन पुरे केले. हे या गाथ्याचे दुसरे संपादन होय. नंतर कै. पु.मं. लाड यांनी ८० वर्षांनी म्हणजे इ.स. १९५० साली पंडितांच्या गाथ्याला अजोड प्रस्तावना, अनेक परिशिष्टे जोडून संपादन अभ्यासकांसमोर ठेवले आणि चिकित्सेची, प्रगतीची वाटचाल मळली. आता मी तुकारामांच्या प्रकाशित गाथ्यांचा अभ्यास करीत असताना याच वाटेने जाण्याची ही चौथी वेळ आहे.

नेटके संपादन

चिकित्सक संपादनाच्या कामात नेटक्या संपादनाची अपेक्षा असते. पण इथे काही ठिकाणी हा आदर्श डावललेला दिसून येतो. संपूर्ण गाथ्यातून ३/४ उदाहरणे समोर ठेवतो म्हणजे कोणत्याही भाष्याची गरज भासणार नाही. पंडितांच्या गाथ्यात तुकयाबंधूचे सर्वत्र विखुरलेले अभंग आहेत. श्री. लाडांनी त्यांची संख्या ९२ अशी दिली आहे.[१४] हे सर्व अभंग एकत्रित असणे हा नेटक्या संपादनाचा निकष आहे. हे अभंग एकत्रित केले तर कोणत्याही प्रकारे 'ओळीचा', 'क्रमाचा' भंग होत नाही. त्यांचा अर्थ लावण्यात अडचण येत नाही. तरीही हे अभंग एकत्रित नाहीत हे मान्य करावे लागते. हे अभंग गाथ्यात १६ ठिकाणी विखुरलेले आहेत. सर्व अभ्यासकांना पंडितांचा गाथा उपलब्ध होणे अवघड आहे म्हणून त्यांचे क्रमांक व संख्या पुढे दिली आहे.

	अभंग क्रमांक	संख्या
(१)	१९५	१
(२)	४०१-४०३	३
(३)	४२९-४३१	३
(४)	४४७	१
(५)	४८३-४९२	१०
(६)	५०२	१
(७)	५०६	१
(८)	६६५-६७१	७
(९)	१५७३-१५७४	२
(१०)	१५७८	१
(११)	१६१५	१
(१२)	२९८८-३०३६	४९
(१३)	३२३७-३२३८	२
(१४)	३३४८-३३५१	४
(१५)	३३६२	१
(१६)	३३८५-३३८८	४
	एकूण अभंग	**९१**

अभ्यासकांच्या नजरेस इथेच एक गोष्ट आणणे आवश्यक आहे. पंडितांच्या गाथ्यात म्हणजेच त्रिंबक कासारांनी एक निराळी वर्गीकरण पद्धत स्वीकारली आहे आणि ती म्हणजे विषयानुसार भिन्नभिन्न कवींचे अभंग एकत्रित करणे. नाट हा अभंगांचा एका विषयाचा गट आहे. त्याच गटात तुकारामांचे व कान्होबांचे अभंग दिले आहेत. (पाहा पंडित गाथा अ.क्र. ६०९ ते ६७१ यात ६६५ ते ६७१ हे अभंग तुकयाबंधूंचे आहेत.) वासुदेव या विषयाचे ६ अभंग आहेत. (४२९-४३४) पैकी तीन अभंग (४२९-४३१) तुकयाबंधूचे आणि तीन अभंग (४३२-४३४) तुकारामांचे आहेत. तसेच आरत्या या वर्गीकरणाखाली देखील तुकारामांच्या आरत्या आणि कान्होबाकृत आरत्या एकत्रित आहेत. (पाहा पंडित गाथा अ.क्र. १५७०-१५८२ यात अ.क्र. १५७३,१५७४ व १५७८ या आरत्या तुकयाबंधूच्या आहेत.) भिन्नभिन्न व्यक्तींच्या अभंगांचे वर्गीकरण कोणत्या पद्धतीने करणे चांगले असा प्रश्न आहे. व्यक्तीनुसार वर्गीकरण की विषयानुसार वर्गीकरण. माझ्या मते, प्रस्तुत प्रसंगी व्यक्तिप्राधान्याने वर्गीकरण हवे.

श्री. तुकारामतात्या पडवळांनी इ.स. १८८९साली तुकारामांचा दोन भागातील एक एक गाथा प्रकाशित केला आहे. त्यांनी हा वर्गीकरणाचा प्रश्न चांगल्या प्रकारे सोडविला आहे. या गाथ्याच्या प्रस्तावनेत ते म्हणतात, ''तिसऱ्या भागांत तुकारामबाबांचे धाकटे बंधु कान्होबा व त्यांचे शिष्य निळोबा यांचे अभंग छापले आहेत.''[१५]

कै. पु.मं. लाड यांनी प्रस्तावनेत तुकयाबंधूचे अभंग ९२ आहेत असे म्हटले आहे.[१६] प्रत्यक्षात ती संख्या ९१ भरते हे वरील कोष्टकावरून दिसून येईल. गाथा पंचक या नावाच्या गाथ्यात तुकारामांचा एक गाथा आहे. ब्राह्मीभूत श्री. नानामहाराज साखरे हे त्याचे संपादक असून, हा गाथा इ.स. १९०८ मध्ये प्रकाशित झाला आहे. या गाथ्यात अखेरीस कान्होबाचे अभंग ९१ आहेत असे म्हटले आहे.[१७]

रामचरित्र या शीर्षकाखाली १४ अभंग येतात (अ. १०९५-११०८). पण या चौदा अभंगांशिवाय अन्यत्रही रामपर अभंग पाहायला मिळतात. नमुन्याचा एक अभंग पुढे देतो.

साही शास्त्रां अतिदुरी तो परमात्मा श्रीहरी।
तो दशरथाचे घरी क्रीडतो राम।।१।।
शिवाचें निजध्येय वाल्मीकाचें निजगुह्य।
तो भिल्लरीची फळें खाय श्रीराम तो।।२।।
योगियांचे मनीं नातुडे चिंतनीं।
तो वानरांचे कानीं गोष्टी सांगे।।३।।

चरणां शिका उद्धरी नामें गणिका तारी।
तो कोळिया घरीं पाहुणा राम।।४।।
क्षण एक सुरवरा नातुडे नमस्कारा।
तो रिसा आणि वानरा क्षेम दे राम।।५।।
राम सांवळा आणि सगुण राम योगियांचें ध्यान।
राम राजीवलोचन तुका चरण वंदितो।।६।। (अ.क्र.३१०७)

रामचरित्रपर अभंगात आणि या अभंगात दोन हजार अभंगाचे अंतर आहे, हे सांगितले तरी पुरे आहे. काही अभ्यासक या अभंगाच्या प्रामाण्यासंबंधी शंका उपस्थित करतील. पण पंडितांच्या गाथ्यात असा विचार केलेला आढळत नाही. अभंगांच्या प्रामाण्यासंबंधी नंतर चर्चा करणार आहे. इथे केवळ एका विषयाच्या अभंगांच्या संकलनाचा विचार केला आहे.

रामनामाचे पवाडे।
अखंड ज्याची वाचा पढे।।१।।

या कडव्याने प्रारंभ होणारा आणि रामनामाचे माहात्म्य सांगणारा हा अभंग आहे आणि त्याचा क्रमांक ४४४१ असा आहे. रामचरित्रपर आलेल्या अभंगातही एकाधिक अभंग (पाहा १०९६, १०९८) रामनाम माहात्म्यपर आहेत हे लक्षात घेतले तरी भागणारे आहे.

शाक्तपर अभंग

संत तुकारामांचे शाक्त या विषयाला वाहिलेले आणि सामाजिक स्वास्थ्य ढळू देऊ नये असा विचार सांगणारे तेरा अभंग पंडित प्रतीत एका गटांत आहेत. (अ.क्र. ७९०-८०२) विषयाचे माहात्म्य लक्षात घेऊन त्यांचे क्रमांक आणि अभंगाचा प्रथम चरण पुढे देत आहे.

	प्रथम चरण	क्रमांक
(१)	टंवकारुनि दृष्टी।	७९०
(२)	शाक्तगधडा जये देशी।	७९१
(३)	राजा प्रजा द्वाड देश।	७९२
(४)	ऐसें कलियुगाच्या मुळें।	७९३
(५)	अवघ्या पापें घडला एक।	७९४
(६)	वारितां बळें धरिता हातीं।	७९५

(७)	शाक्तांची शूकरी माय।	७९६
(८)	हरिहर सांडुनि देव।	७९७
(९)	कांधासाटी जालें ज्ञान	७९८
(१०)	सांडुनिया पंढरीराव।	७९९
(११)	बहुतें गेलीं वाया।	८००
(१२)	असो आता ऐसा धंदा।	८०१
(१३)	नाही आम्ही विष्णुदास	८०२

या तेरा अभंगांची संहिता वरवर चाळली तरी हे सर्व अभंग शाक्तधर्म सांगणारे आहेत असे दिसत नाही. ''नाही आम्ही विष्णुदास'' या लघु अभंगात दुरूनही शाक्तविचार डोकावताना दिसत नाही. असाच प्रकार अ.क्र. ८०१, ७९९, ७९७ या अभंगात दिसून येतो. नमुना म्हणून एक अभंग पुढे देत आहे.

असो आतां ऐसा धंदा।
तुज गोविंदा आठवू।।१।।
रक्षिता तूं होसी जरी।
तरि काय येरीं करावें।।२।।
काया वाचा मन पायीं।
राहें ठायी करुं तें।।३।।
तुका म्हणे गाईन गीतीं।
रूप चित्तीं धरूनियां।।४।। (अ.क्र. ८०१)

या तेरा अभंगांशिवाय अन्य अभंगातून शाक्तविचार आढळत नाही असे म्हणणे धाडसाचे आहे. उदा. ''ऐका कलीचें हें फळ''३ (अ.क्र. २९७२), ''गुरुमार्गामुळे भ्रष्ट सर्वकाळ'' (अ.क्र. २९७३ गुरुमार्ग म्हणजे इथे शाक्त मार्ग), ''तुम्हा सांगतो कलयुगा फळ'' (अ.क्र. ४०३२) इ. अभंगातून सरळ सरळ शाक्तधर्म दिसून येतो. नमुना म्हणून एक अभंग पुढे देतो.

ऐका कलीचें हें फळ।
पुढें होईल ब्रह्मगोळ।।१।।
चारी वर्ण अठरा याती।
भोजन करिती एके पंक्ती।।२।।
पूजिती असुरा रांडा।
मद्य प्राशितील पेंढा।।३।।

वामकवळ मार्जन।
जन जाईल अध:पतन।।४।।
तुका हरिभक्ती करी।।
शक्ति पाणी वाहे घरी।।५।। (अ.क्र. २९७२)

एकूण असे दिसते की, जिथे शाक्तांवरचे अभंग एकत्रित दिलेले आहेत, तिथे ते सर्व अभंग हाच विचार सांगतील असे नाही आणि अन्यत्र असणारे या विषयासंबंधीचे अभंगही एकत्रित करण्याचा प्रयत्न कष्टपूर्वक झाला आहे, असेही नाही. हे वर्गीकरण फक्त पंडिती प्रतीपुरते मर्यादित आहे, असेही नाही. अन्य प्रतीमध्येही बव्हंशी हेच सैलसर धोरण दिसून येते.

अभंगांचे एकत्रीकरण

चिकित्सक गाथ्याला नेटक्या संपादनाची आवश्यकता असते, असा विचार करून आपण या गाथ्यातील तुकयाबंधुचे अभंग, नाटाचे अभंग, वासुदेवाचे अभंग, आरत्या, रामचरित्रपर अभंग आणि शाक्तांसंबंधीच्या अभंगांचा काहीसा विचार केला. आता संपादनाचा आणखी एक निराळा पैलू सांगण्याचा प्रयत्न करतो व सुट्या अभंगांचे एकत्रीकरण नीट झाले नाही तर अनवस्था प्रसंग कसा येतो, हे पाहण्यासाठी थोडी उदाहरणे सांगतो. काही ठिकाणी एका अभंगाचे तीन अभंग वा तीन अभंगांचा एक अभंग तर, कुठे दोन अभंग एकत्रित झालेले दिसतात. अनेक अभंगांचा एक अभंग असे उदाहरण समोर ठेवतो. या अभंगाच्या उजव्या आणि डाव्या बाजूला अभंगाचे क्रमांक दिले आहेत. ते क्रमांक म्हणजे अन्य कोणत्या अभंगातील हे चरण आहेत हे समजण्याचे साधन होय.

अ.क्र.		अ.क्र.
३८२९/४	पर्वकाळीं धर्म न करी नासरी। खर्ची राजद्वारीं द्रव्यरासी।।१।।	
३८२९/१	सोइऱ्यासी करी पाहुणेर बरा। कांडवी ठोंबरा संतालागी।।२।।	६८३/१
३८२९/६	बाईलेचीं सर्व आवडीनें पोसी। मातापितरांसी दवडोनी।।३।। श्राद्धीं कष्टी होय सांगता ब्राह्मण। गोबार मागून सावडीतो।।४।।	६८३/४

३८२९/३	नेतो पानें फुलें वेश्येला उदंड। ब्राह्मणासी रवांड नेदी एक।।५।। हाते मोच्या शोधी कष्ट करी नाना। देवाच्या पूजना कांटाळतो।।६।। सारा वेळ धंदा करिता श्रमेना। साधूच्या दर्शना जातां कुंथे।।७।। हरिच्या कीर्तनी गुंगायासि लागे। येरवी तो जागे उगलाची।।८।।	६८३/३
३८२९/५	पुराणीं बैसतां नाहीं रिकामटी। खेळतो सोंगटी अहोरात्री।।९।। देवाच्या विभुती न पाहे सर्वथा। करी पानवथा नेत्रभिक्षा।।१०।।	
३८२९/२	गाईला देखोनी बदबदा मारी। घोड्याची चाकरी गोड लागे।।११।। ब्राह्मणाचें तीर्थ घेतां त्रास मोटा। प्रेमें घेतो छोंटा घटघटां।।	६८३/२
	तुका म्हणे ऐसे प्रपंची गुंतले। जन्मोनि मुकले विठोबासी।।१२।।	४२९६

अभंगातील त्या चरणांच्या रचनाक्रमांवरून सुद्धा ४२९६ क्रमांकाचा अभंग देहूकर तुकारामांचा नाही, हे सांगायला आटापिटा करावा लागत नाही. संत तुकाराम आपल्या अभंगांची रचना अशाप्रकारे करतील हे त्यांचे भक्त, अन्य अभ्यासकही सुतराम मान्य करणार नाहीत. तुका नामधारी व्यक्तीने ही बेगडी रचना केलेली आहे, हे स्पष्ट दिसते. अभ्यासकांनी विचार करण्याची वेळ आहे. शिवाय अ.क्र. ६७७, ६८३ आणि अ.क्र. ३८२९ हे तिन्ही अभंग एकच विचार थोड्याफार प्रमाणात त्याच शब्दात सांगतात. इतकेच नव्हे तर, त्यांच्या मुद्रेचे चरणही एकच आहेत. अभ्यासकांसमोर अभंग ठेवला म्हणजे भागेल.

संत मागे पाणी नेदी एक चूळ।
दासीस आंघोळ ठेवी पाणी।।१।।
संतासी देखोनी होय पाठमोरा।
दासीचिया पोरा चुंबन देतो।।२।।

संतासी देखोनी करितो ढवाळया।
भावे धुतो चोळ्या दासीचिया।।३।।
तुका म्हणजे त्याच्या तोंडावरी थुंका।
जातो यमलोका भोगावया।।४।। (अ.क्र. ६७७)

यावरून दुबार अभंग कसे तयार होतात, मूळच्या कवीच्या अभंगाची भ्रष्ट
नक्कल कशी होते, अभंगांच्या संख्या कशा वाढतात इत्यादी विचारांचा हा अभंग
(४२९६) म्हणजे वस्तुपाठ आहे, असे म्हणायला हरकत नाही.

ह.भ.प. ब्रह्मीभूत नानामहाराज साखरे[१८], ह.भ.प. विष्णुबोवा जोग[१९],
देवडीकर[२०], सांप्रदायिक ओळीची गाथा[२१] (केमकर आणि मंडळी), श्री.ज्ञानेश्वर
सोपानकाका देहूकर[२२] (पंढरपूर) इत्यादींनी तर हा अभंग क्षेपकच मानला आहे.

दोन अभंगांचे एक अभंग झाल्याचे आणखी एक उदाहरण देतो. त्यासाठी
प्रथम समग्र अभंग द्यायला हवा. तो अभंग असा –

गुळ सांडुनि गोडी घ्यावी।
मीठ सांडुनि चवी चाखावी।।१।।
ऐसा प्रपंच सांडुनि द्यावा।
मग परमार्थ जोडावा।।२।।
साखरेचा नव्हे ऊंस
आम्हां कैंचा गर्भवास।।३।।
बीज भाजुनि केली लाही।
जन्ममरण आम्हां नाही।।४।।
आकारासी कैंचा ठाव।
देह प्रत्यक्ष जाला वाव।।५।।
तुका म्हणे अवघें जग।
सर्वाघटीं पांडुरंग।।६।। (अ.क्र. ४२६९)

हा असाच्या असा सहा कडव्यांचा अभंग पंडितीप्रतीप्रमाणे गणपत
कृष्णाजीच्या गाथ्यात (४३५६) आणि तुकाराम तात्या पडवळांच्या गाथ्यात (३५७९)
मिळतो. शिवाय प्रस्तुत अभंगातील पहिली दोन कडवी गाळून तो पुन्हा निराळ्या
क्रमांकावर आढळतो. म्हणजे हे संपादक, हे दोन अभंग असल्याचे मान्य करतात
असे होते, परंतु ह.भ.प. ब्रह्मीभूत नानामहाराज साखरे, ह.भ.प. जोग महाराज,
देवडीकर गाथा, ओळीचा सांप्रदायिक गाथा, श्री. सोपानकाका देहूकर (पंढरपूर)
ही अभ्यासक मंडळी प्रस्तुतचा अभंग क्षेपक मानतात आणि तो न देता केवळ

'बीज भाजुनी केली लाही.' या चरणाने प्रारंभ होणारा ४ कडव्यांचा अभंग देतात. याचा साधा अर्थ असा की, हे अभ्यासक केवळ एकच अभंग मानतात. माझ्या समजुतीने असे दिसते की, 'गुळ सांडूनी गोडी घेणे' आणि 'मीठ सांडूनी चव घेणे' हे दोन्ही दृष्टांत समग्र अभंगाच्या संदर्भात अप्रस्तुत आहेत. कोण्या तुका म्हणे भक्ताने आपले कवित्व तुकारामांच्या चिरंजीव अभंगाशी जोडून आपलेही कवित्व चिरंजीव करण्याचा प्रयत्न केला असावा. तेव्हा अशा प्रसंगी सर्वांनीच नीरक्षीर विवेक जागृत ठेवण्याची आवश्यकता आहे असे वाटते. देहूकर तुकारामांची रचना रेखीव, बांधीव व धारदार असते. अप्रस्तुत भाग त्या रचनेत नसतो. किंबहुना असा अप्रस्तुत भाग आढळला तर, तो अभंग देहूकर तुकारामांचा नाही, हे समजायला हरकत नाही. क्षेपक अभंग ओळखण्याची ही एक खूण आहे.

मुद्रा नसणे

संपादनाच्या दृष्टिकोनातून अभंगांच्या एकत्रीकरणाचा थोडा विचार आपण केला. आता मुद्रा नसलेल्या अभंगांचा काय विचार करता येतो, याचे थोडे विहंगमावलोकन करायचे आहे. पंडित प्रतीत एखाद्या अभंगात मुद्रा नसते आणि तोच अभंग अन्य संपादकांच्या प्रतींमधून मुद्रेसह आढळतो. अशावेळी अभंगाच्या प्रामाण्यासंबंधी निर्णय करताना मन दोलायमान होते. या संदर्भातील काही उदाहरणे आपल्यासमोर ठेवतो. ''कठिण नारळाचे अंग'' या चरणाने प्रारंभ होणारा एक अभंग पंडित प्रतीत आहे. त्याचा क्रमांक ३९७३ असा आहे. या अभंगात पाच कडवी आहेत. पण अभंगाला मुद्रा नाही. मुद्रा नसलेला अभंग बाद करण्याकडे ओढा असतो, पण सर्ववेळेस हा निकष लावता येत नाही, असे दिसते. कारण बहुतेक सांप्रदायिकांची साक्ष अशी आहे की, (१) नानामहाराज साखरे प्रत-अ.क्र. २७११ (२) ह.भ.प. विष्णुबुवा जोग प्रत-अ.क्र. ३०७५ (३) देवडीकर प्रत-अ.क्र. ३१०३ (४) ओळीची सांप्रदायिक गाथा (केमकर प्रत)-अ.क्र. ३९३२ (५) सोपानकाका देहूकर (पंढरपुर) प्रत-३९३२ या सर्व प्रतींमधून मुद्रा आहे. विशेष लक्षात घेण्याजोगी गोष्ट म्हणजे गणपत कृष्णाजीच्या प्रतीतही अभंगाला मुद्रा आहे. (अ.क्र. ४०४८) आणि ही प्रत पंडितांची एक आधारप्रत आहे. या समग्र अभंगाच्या विचारांशी सुसंगत असे मुद्रेचे चरण गणपत कृष्णाजीच्या प्रतीत आहेत. त्यामुळे तो मजकूर अप्रस्तुत आहे असे म्हणता येत नाही. अभ्यासकांच्या विचारासाठी गणपत कृष्णाजीचा अभंग देतो म्हणजे त्यांना निर्णय घ्यायला सोपे होईल.

कठिण नारळाचे अंग।
बाहेर भीतरीचें चांग।।१।।
तैसा करी कां विचार।
शुद्ध कारण अंतर।।२।।
वरि कांटे फणस फळा।
माजि अंतरी जिव्हाळा।।३।।
मिठे रुचविलें अन्न।
नये संतंत कारण।।४।।
ऊस बाहेर दिसे काळा।
आंत रसाचा आगळा।।५।।
तुका म्हणे मोलें गोडी।
काय करसी वरिल्या खोडी।।६।। (अ.क्र. ४०४८)

हा सर्व अभंग एकसंघ, एकसूत्री आहे. त्यामुळे पंडित प्रतीत मुद्रा नसली तरी, तो अभंग प्रमाण मानावा लागतो. पंडित प्रतीत 'ग.कृ.' प्रतीचे पाठ आणि टीपाही दिलेल्या असतात. या अभंगाच्या संदर्भात मात्र टीपा दिल्या गेल्या नाहीत. चिकित्सक गाथ्याच्या निर्मितीत टीपांचा महत्त्वाचा वाटा असतो, हे ध्यानात घेतले तरी पुरे आहे.

पंडित प्रत सोडून वर आधाराला घेतलेल्या सर्व सांप्रदायिक प्रतींमध्ये प्रस्तुत अभंगाची सहा कडवी आहेत आणि मुद्रेच्या चरणाचा अभाव आहे. पडवळ प्रतीतही मुद्रेचा चरण नाही. (अ.क्र. ५११६)

या स्वरूपाचे आणखी एक उदाहरण अभ्यासकांना देतो. पंडित प्रतीत असलेला अभंग असा –

अतित्याईं बुडे गंगे।
पाप लागे त्याचें त्या।।१।।
हें तों आपुलिया गुणें।।
असे जेणें योजिले।।२।।
अवचटें अग्नि जाळी।
न सांभाळी दुःख पावे।।३।।
जैसें तैसें दावी आरसा।
नकट्या कैसे पालटे।।४।। (अ.क्र. २७०४)

या अभंगात चार कडवी आहेत. त्याला मुद्रा नाही. पण तुकारामांच्या दिग्गज सांप्रदायिक अभ्यासकांनी म्हणजे (१) नाना महाराज साखरे प्रत अ.क्र. २६७९

(२) ह.भ.प. विष्णुबुवा जोग प्रत अ.क्र.१९३२ (३) देवडीकर प्रत अ.क्र. १४९३ (४) ओळीची सांप्रदायिक गाथा (केमकर प्रत) अ.क्र. २४०४ (५) सोपानकाका देहूकर (पंढरपूर) अ.क्र. २४०४ (६) देशमुख दांडेकर प्रत अ.क्र. ३७४३ यांनी हा अभंग बाद ठरविलेला नाही. गणपत कृष्णाजीच्या गाथ्यातून एक गोष्ट समोर येते की, केवळ याच एका गाथ्याला मुद्रेचा चरण आहे आणि तो असा –

तुका म्हणे दावी आरसा।
नकटा कैसे पालटे।। (अ.क्र.२४६८)

पंडित प्रतीच्या उभारणीत गणपत कृष्णाजीचा वाटा पाहता पंडितांनी एक लहानशी टीप दिली असती तर बरे झाले असते.

कधी कधी मुद्रा नसली तरी हे अभ्यासक अभंग क्षेपक मानीत नाहीत आणि कधी अभंगाला मुद्रा असूनही हे अभ्यासक अभंग क्षेपक मानतात. अर्थात काही ठिकाणी एका अभंगाच्या संदर्भातही मतभिन्नता असू शकते. हे पुढील अभंगावरून ध्यानात येईल. पंडित प्रतीत, "तुज मज ऐसी परी" या चरणाने प्रारंभ होणारा ३९९९ क्रमांकाचा अभंग आहे. या अभंगाला मुद्रा नाही. प्रस्तुतचा अभंग नानामहाराज साखरे क्षेपक मानत नाहीत. (अ.क्र. १६२९) इतकेच नाहीतर, या अभंगातून अद्वैत विचार दिसून येतो, हे ते आपल्या वर्गीकरणातून दाखवून देतात. पण (१) विष्णुबुवा जोग, अ.क्र. ६९ (२) ओळीची सांप्रदायिक गाथा (केमकर), (३) सोपानकाका प्रत (४) देशमुख-दांडेकर प्रत (४४१५) ही मंडळी हा अभंग क्षेपक मानतात. गणपत कृष्णाजीच्या प्रतीत हा अभंग नाही. क्षेपकाचा विचार करताना, गणपत कृष्णाजीच्या प्रतीचा विचार टाळता येत नाही, एवढे मोठेपण या प्रतीला आहे.

भिन्न मुद्रा

चिकित्सक गाथ्यातून ज्या त्या कवींच्या अभंगांची निश्चिती पाहायला मिळते. पण ही निश्चिती सांगण्यासाठी अनेक निकषांना सामोरे जावे लागते. अभंगांच्या मुद्रा तपासाव्या लागतात. कालविपर्यासाचा विचार करावा लागतो. कवींच्या शैलीचा विचार अपेक्षित असतो. कवीची भाषा शिष्ट की, अशिष्ट याची दखल घ्यावी लागते. विचारांच्या पुनरुक्तीचा विचार टाळता येत नाही. तसेच चरणांची पुनरुक्ती ध्यानी घ्यावी लागते. अन्य कवींच्या प्रभावाचा आणि त्यातून होणाऱ्या अनुकरणाचा विचार करणे भाग असते. अभंग भाषांतरित नसल्याची खात्री करावी लागते. या आणि यासारख्या काही निकषांच्या आधारे चिकित्सक गाथ्याची अजोड बांधणी करावी लागते. वर सांगितलेल्या ढोबळ निकषांच्या आधारे पंडिती गाथ्याचा विचार करता,

फार नसले तरी, थोड्याफार प्रमाणात असे दिसते की, इथे संपादनातील सावधपणा अंशत: तरी सुटलेला आहे. पंडिती गाथ्यात दास तुका, तुका ब्रह्मानंद, तुका पांडुरंग या तुका नामधारी नावाने पाहुणे मंडळी देहूकर तुकारामांच्या पंगतीत बसलेली दिसतात. दास तुका नावाची मुद्रा असलेल्या सर्व अभंगांची सांगोपांग चर्चा मला अभिप्रेत नाही. विचारांचा एक मार्ग काय असू शकतो एवढेच मला दाखवायचे आहे. अर्थात दास तुका नावाच्या सर्व अभंगांना हा नियम लावता येतो असेही समजण्याचे कारण नाही.

दास तुका

दास तुका मुद्रेचे बरेच अभंग गाथ्यात समाविष्ट आहेत. त्यातील काही अभंग देहूकर तुकारामांचे आहेत आणि काही संशयित आहेत. संशयित अभंगाची केलेली कारणमीमांसा शक्यतेच्या विचारातील आहे, हे मात्र कोणी विसरू नये. पण ही कारणमीमांसा केलीच नाही तर, तुकोबांची निर्मळ वाणी आपल्याला मिळणार नाही, म्हणून ही धडपड चालू आहे. प्रथम तुकारामांचा अभंग देतो –

नीट पाट करूनि थाट।
दावीतसे तोरा।।
आपणाकडे पाहो कोणी।
निघाली बाजारा।।१।।
ते सौरी नव्हे निकी।
भक्तीविण फिकी।।
चांग भांग करूनि सोंग।
दावी माळा मुदी।
रुक्याची आस धरूनि।
हालवी ती फुटी।।२।।
थोरे घरीं करी फेरी।
तेथें नाचे बरी।
जेथे निघे रुका।
तेथे हालवी टिरी।।३।।
आंत मांग बाहेर चांग।
सौरी ती नव्हे तेग।
तुका दास नटतसे।
न करी त्याचा संग।।४।। (अ.क्र. ४६३)

ही सौरी आहे, हे मला ज्ञात आहे, पण तिचा कर्ता तुकाराम आहेत हेही विसरून चालणार नाही. अश्लीलतेची मर्यादा तुकाराम तुडवतील असे मनाला वाटत नाही. गाथा संपादक पंडितांना या विषयासंबंधी थोडी शंका आलेली होती आणि ती त्यांनी पुढील शब्दात व्यक्तही केलेली आहे. पंडित लिहितात[२३]– ''सरतेशेवटी संपादकांनीं असें नमूद केलें आहे की, शब्द किंवा अभंग जरी अश्लील भासला तरी तो न गाळतां तुकारामांचे लिखाण मूळाबर हुकूम छापायचें ठरलें होतें.'' या विचारांमागे असलेली अश्लीलतेची सल दिसत असली तरी, संपादकांनी स्वीकारलेले धोरण स्पष्ट केले आहे. पंडिती प्रतीमधील हा अभंग नानामहाराज साखरे (४४०२) ह.भ.प. जोग महाराज (२७१), देशमुख, दांडेकर प्रत (४३४४), सोपानकाका देहूकर (पंढरपूर), ओळीचा सांप्रदायिक गाथा, गणपत कृष्णाजी यांनी क्षेपक मानला आहे हे लक्षात घ्यायला हवे.

दुसऱ्या एका लोकप्रसिद्ध अभंगाचे उदाहरण देतो. या अभंगाचे प्रथम कडवे दिल्यानेच काम भागणार आहे. ते कडवे असे :

''धन्य देहूं गांव पुण्य भूमि ठाव।
तेथें नांदे देव पांडुरंग''॥१॥ (अ.क्र. ७८९)

या अभंगाची 'दास तुका' अशी मुद्रा आहे. सर्व सांप्रदायिक अभ्यासक हा अभंग तुकारामांचा नाही असे म्हणत नाहीत. ब्रह्मीभूत नानामहाराज साखरे हा अभंग तुकारामांचा आहे, असे त्यांच्या संपादनातून दाखवून देतात. (पाहा अ.क्र. १८०३) गणपत कृष्णाजीच्या गाथ्यात हा अभंग दिला आहे. त्यावरून त्यांना तो मान्य असावा असा अंदाज आहे. पण जोग महाराज (अ.क्र. २३४), देशमुख-दांडेकर (अ.क्र. ४१७०), सांप्रदायिक ओळीचा गाथा (केमकर), सोपानकाका देहूकर (पंढरपूर), देवडीकर हे गाथा संपादक हा अभंग क्षेपक मानावा या पक्षाचे आहेत. दास तुकांची थोडी माहिती श्री. वा.सी. बेंद्रे यांनी तुकाराम चरित्रात दिली आहे.[२४] ''तुकोबांच्या ज्येष्ठ शाखेतील खापरपणतु वासुदेवबाबा गोसावी यांचा मुलगा दासबाबा याने दास तुका म्हणून अभंग केलेले आढळतात. हा दास तुका इ.स.१८४० त मेला.''

हा अभंग नाकारताना मुद्रा या निकषाशिवाय अन्यही निकष सांगता येतात. या अभंगात देहूला क्षेत्र असे म्हटले आहे. संत तुकारामांच्या आधी हे गाव भूगोलाला ज्ञात तरी होते का, याचा विचार प्रथम केला पाहिजे. म्हणजे मग देहूला क्षेत्र हा महिमा, माहात्म्य केव्हा प्राप्त झाले, हे आपणास सहज समजणारे आहे. अशा प्रकारे या मुद्रेच्या प्रत्येक अभंगाची चर्चा करणे शक्य नाही. हे केवळ शलाका दर्शन आहे.

तुका ब्रह्मानंद

तुका ब्रह्मानंद या मुद्रेने आलेले काही अभंग गाथ्यात आढळून येतात. कै. पु. मं. लाड यांना या मुद्रेने आलेले अभंग शंकास्पद वाटतात.[२५] हे त्यांच्या प्रश्नचिन्हावरून सहज जाणवते. परंतु त्यांनी कोणतीच कारणमीमांसा केलेली नाही. या ठिकाणी या प्रकाराच्या सर्व अभंगांची पाहणी मी करणार नाही. यासंबंधीची थोडीशी चर्चा मी क्षेपक अभंगावरील लेखात केलेली आहे. म्हणून तिची पुनरुक्ती करणार नाही. ''लटिका प्रपंच वांझेची संतति।'' या चरणाने प्रारंभ होणारा ४३४५ या क्रमाकांचा अभंग आहे. या अभंगाची मुद्रा 'तुका ब्रह्मानंद' अशी आहे. तुका ब्रह्मानंद हे नाव मराठी वाङ्मयाला अगदी अपरिचित आहे, अशातला भाग नाही. श्री.गं.दे. खानोलकर[२६] यांनी मराठी वाङ्मयकोश खंड पहिला मध्ये याचा विस्ताराने परिचय दिला आहे, परंतु पंडितांच्या काळात हा परिचय नव्हता, हे माहित असले तरी, मुद्रेवरून अभंगाच्या अंतरंगावरून पुसटती तरी शंका यायला हरकत नव्हती, असे वाटते. ब्रह्मीभूत नानामहाराज साखरे यांच्या गाथ्यात हा अभंग आढळत नाही. श्री. जोगमहाराज (अ.क्र. ३५६) श्री. देशमुख –दांडेकर हे (क्र. ४५४४) प्रस्तुतचा अभंग क्षेपक मानतात. ओळीचा सांप्रदायिक गाथा (केमकर), सोपानकाका देहूकर (पंढरपूर), देवडीकर इ. संपादकही हा अभंग क्षेपक मानतात. गणपत कृष्णाजीच्या गाथ्यात हा अभंग आहे, पण त्यात आणि पंडिती गाथ्यात खूप पाठभेद, चरणांचे संख्याभेद आहेत. गणपत कृष्णाजीच्या पाठभेदांना काही मोल असेल असे वाटत नाही. हे दोन्ही अभंग अभ्यासकांपुढे ठेवतो, म्हणजे त्यांनाही निर्णय घेणे सोईचे होईल.

लटिका प्रपंच वांझेची संतति।
तत्वज्ञा हे भ्रांति बाधूं नये।।१।।
सूर्यबिंबी काय अंधार रिघेल।
मृगजळे तिंबेल नभ काई।।२।।
तैसा दृश्यभास नाडळे चि डोळा।
प्रकाश सोहळा भोगीतसे।।३।।
भोग भोग्य भोक्ता नाडळे चि कांहीं
चैतन्य विग्रहीं पूर्णकाम।।४।।
तुका ब्रह्मानंदी आहे तुकब्रह्म।
प्रपंचाचे बंड न देखे डोळा।।५।। (अ.क्र. ४३४५)

गणपत कृष्णाजीच्या गाथ्यातील अभंग असा –

लटिका प्रपंच वांझेचि संतती।
तत्वज्ञान भ्रांती बांधों नये।।१।।
सूर्यबिंबी काय अंधेर रिघेल।
मृगजळें बैल नभे कायी।।२।।
तैसा दृश्यभास नाढळेचि कांही।
चैतन्यविग्रहीं पूर्णकाम।।३।।
तुका ब्रह्मानंदी अहै तुकब्रह्म
प्रपंच बंड न देखे डोळा।।४।। (अ.क्र. ४४३९)

तत्वज्ञा बद्दल तत्वज्ञान, तिंबेलसाठी बैल, डोळा ऐवजी काही, हे पाठभेद इथे दिसून येतात. शिवाय पंडितांच्या प्रतीमधील दोन चरण गणपत कृष्णाजीच्या प्रतीत आढळत नाहीत. माझ्या अल्पज्ञानाच्या मर्यादेत आणखी असे दिसते की, पंडित प्रतीत आलेली भोग, भोग्य, भोक्ता ही त्रिपुटी तुकारामांच्या शैलीचा भाग नाही. ही शैली नाथांची आहे. यावरून एवढे म्हणायला हरकत नाही की, तुका ब्रह्मानंद हा कवी तुकारामांच्या पंगतीत बसणारा नाही.

तुका पांडुरंग

तुका पांडुरंगदास ही मुद्रा धारण केलेला कवी मराठी वाङ्मयाला बहुज्ञात आहे. मराठी वाङ्मयकोशाचे जाणकार लेखक श्री. गं.दे. खानोलकर[२७] यांनी या कवीचा चांगला परिचय करून दिला आहे. पंडितांच्या गाथ्यात 'निजसेजेची अंतुरी' या चरणाने प्रारंभ होणारा एक अभंग आहे. त्याचा क्रमांक ३९९१ असा आहे. या अभंगाची मुद्रा 'पांडुरंगाचा तुका' अशी असून सर्व सांप्रदायिक अभ्यासक हा अभंग क्षेपक मानतात. त्यात साखरेमहाराज गाथा (४०६५) जोग गाथा (अ.क्र. २७३), सांप्रदायिक ओळीचा गाथा, सोपानकाका देहूकर (पंढरपूर) गाथा, देशमुख–दांडेकर गाथा (अ.क्र. ४३४६) यांचा समावेश आहे. शिवाय या अभंगाच्या ध्रुवपदात 'तुका विनवितो संता' असा चरण आहे. या चरणातील 'तुका' शब्द अभंगाला दोन मुद्रा आहेत, असे सुचवितो. इत्यादी कारणांमुळे या मुद्रेच्या अभंगाची अधिक चर्चा करण्याचे कारण नाही.

एकूण दास तुका, तुका ब्रह्मानंद आणि तुका पांडुरंग हे तीन कवी देहूकर तुकारामाहून भिन्न आहेत असे दिसते. पण गाथा संपादनाच्या वेळी यांच्या भिन्नतेची दखल घेतली गेली नाही, हेही जाणवते.

अभंग कोणाचे

आतापर्यंत आपण निरनिराळ्या कवींचे अभंग भिन्न मुद्रांच्या आधारे देहूकर तुकारामांच्या नावावर कसे जमा झाले याचे धावते दर्शन घेतले. आता आणखी थोडा निराळा प्रकार आपणास न्याहाळायचा आहे. काही अभंग असे आहेत की, त्यांच्या मुद्रा तुका म्हणे असल्या तरी, ते अभंग तुकारामांचे नसून अन्य संतांचे आहेत असे दिसते. हा प्रकार तुकारामांच्या संदर्भात अनेक ठिकाणी घडलेला दिसून येतो. उदा. तुकाराम तात्या पडवळांच्या गाथ्यात नामदेवांचे अभंग तुकारामांच्या नावावर आढळून येतात. तसेच नाथांचे रुक्मांगदाचे चरित्र तुका म्हणे मुद्रेने आलेले आहे. याचा सविस्तर परामर्श मी पडवळ गाथ्यावरील लेखात घेतला आहे. हे प्रकार घडण्याची कारणे अनेक असली तरी परिणाम एकच सांगता येतो, आणि तो म्हणजे हे अभंग तुकारामांचे नाहीत. निराग्रही, डोळस अभ्यासकांसमोर प्रत्यक्ष अभंग मांडले म्हणजे माझे काम भागणार आहे.
पंडितांच्या गाथ्यात पुढील अभंग आहे.

पाण्या निघाली गुजरी।
मन ठेविलें दो घागरीं।
चाले मोकळ्या पदरीं।
परी लक्ष तेथें।।१।।
वावडी उडाली अंबरी।
हातीं धरोनिया दोरी।
दिसे दुरिच्या दुरी।
परी लक्ष तेथें।।२।।
चोर चोरी करी।
ठेवी वनांतरी।
वर्ततसे चराचरीं।
परी लक्ष तेथें।।३।।
व्यभिचारिणी नारी।
घराश्रम करी।
परपुरुष जिव्हारीं।
परी लक्ष तेथें।।४।।
तुका म्हणे असो।
भलतिये व्यापारी।
लक्ष सर्वेश्वरी।
चुको नेदी।।५। (अ.क्र.४३१७)

संत नामदेवांच्या चिकित्सक गाथ्यातील हा अभंग वाचत असताना तुकारामांच्या अभंगातील मागेपुढे झालेले शब्द कमी जास्त असलेले चरण लक्षात घ्यावे अशी विनंती आहे. त्यासाठीच उभय संतांच्या अभंगाची संहिता दिली आहे.

श्री. नामदेवांचा अभंग असा

वावडी दुरिच्या दुरी उडतसे अंबरी।
हातीं असे दोरी परि लक्ष तेथें।।१।।
दुडी वरी दुडी पाण्या निघाली गुजरी।
चाले मोकळ्या करीं परि लक्ष तेथें।।२।।
व्यभिचारी नारी परपुरुष जिव्हारीं।
वर्ते घरोचारीं परि लक्ष तेथें।।३।।
तस्कर नगरीं परद्रव्य जिव्हारीं।
वर्ते घरोघरीं परि लक्ष तेथें।।४।।
धन लोभ्याचें धन ठेवियेलें दुरी।
वर्ते ग्रामांतरी परि लक्ष तेथें।।५।।
नामा म्हणे असावें भलतिया व्यापारीं।
लक्ष सर्वेश्वरी ठेवूनियां।।६।। (सं.ना.सा.चि.गा. ११५४)

हे दोन्ही अभंग पाहता असे दिसते की, तुकारामांच्या नावावर असलेला अभंग संत नामदेवांचा असावा. अशा प्रकारची शब्दांची, चरणांची उसनवारी तुकाराम करणार नाहीत. तुकाराम भक्तांनी भक्तीच्या पोटी हे काम केलेले असावे. पण गाथा संपादनाच्या काळात गडबडीने, अनवधानाने हा अभंग तुकारामांच्या नावावर जमा झाला असावा. तुकारामांच्या गाथा संपादनाच्या सर्व सांप्रदायिक महंतांनी मात्र हा अभंग क्षेपक मानला आहे. त्यात पुढील अभ्यासकांचा समावेश आहे. ब्रह्मीभूत नानामहाराज गाथा (४३३३), ह.भ.प. विष्णुबोवा जोग गाथा (अ.क्र.२६२), देशमुख–दांडेकर गाथा (४५१६), सांप्रदायिक ओळीचा गाथा, देवडीकर गाथा, श्री. सोपानकाका देहूकर (पंढरपूर) गाथा, आणि गणपत कृष्णाजीची गाथा.

अभ्यासकांनी पुन्हापुन्हा विचार करावा असा तुकारामांचा एक अभंग अवलोकनासाठी देतो. हा अभंग पंडिती गाथ्यातील असून त्याचा क्रमांक २५९ असा आहे. माझ्यापुढे प्रश्न आहे की, हा अभंग तुकारामांचा आहे की, रामदासांचा आहे? अभंगातील चरणांच्या जागा बदलल्या की तो अभंग दोघांपैकी कुणाचाही ठरविता येतो. पण यासाठी दोघाही संतांच्या संहिता देणे आवश्यक आहे.

तुकारामांचा अभंग असा

ऐसा हा लौकिक कदा राखवेना।
पतितपावना देवराया।।१।।
संसार करिता म्हणती हा दोषी।
टाकितां आळसी पोटपोसा।।२।।
आचार करितां म्हणती हा पसारा।
न करितां नरा निंदिताती।।३।।
संतसंग करितां म्हणती हा उपदेशी।
येरा अभाग्यासि ज्ञान नाहीं।।४।।
धन नाहीं त्यासि ठायींचा करंटा।
समर्थासी ताठा लाविताती।।५।।
बहु बोलों जांतां म्हणति हा वाचाळ।
न बोलतां सकळ म्हणती गर्वी।।६।।
भेटिसि न वजतां म्हणती हा निष्ठुर।
येतां जातां घर बुडविलें।।७।।
लग्न करूं जातां म्हणती हा मातला।
न करितां जाला नपुंसक।।८।।
निपुत्रिका म्हणती पाहा हो चांडाळ।
पातकाचे मूळ पोरवडा।।९।।
लोक जैसा ओक धरितां धरवेना।
अभक्ता जिरे ना संतसंग।।१०।।
तुका म्हणे, आतां ऐकावें वचन।
त्यजुनियां जन भक्ति करा।।११।।

(पंडिती गाथा अ.क्र. २५९)

रामदासांचा अभंग

संसार करीतां म्हणती हा दोषीं।
न करीतां आळसी पोटपोसा।।१।।
ऐसा हा लोकीक कदा राखवेनां।
पतितपावना देवराया।।२।।
भक्तां करू जातां म्हणती हा पसारा।
न करीतां नरा निंदीताती।।३।।

आचारें आसतां म्हणती नाक धरी।
येर आनाचारी पापरूपी।।४।।
सत्संग धरीतां म्हणती हा उपदेशी।
येर आभाग्यासी ज्ञान कैचें।।५।।
आभाग्यासी म्हणती ठाईचा करंटा।
समर्थासी ताठा लावीतसे।।६।।
बहु बोलो जातां म्हणती हा वाचाळ।
न बोलतां सकळ म्हणती गर्वी।।७।।
भेटीसी नवजातां म्हणती हा निष्ठुर।
जातां म्हणती घर बुडवीले।।८।।
धर्म न करीतां म्हणती हा सांचीतो।
करीतां काढीतो दिवाळें कीं।।९।।
लग्न करूं जातां म्हणती हा मातला।
न करितां जाला नपुशक।।१०।।
निपुत्रिकां म्हणती पाहां हा चांडाळ।
पातकांचे फळ पोरवडा।।११।।
मुखें नाम घेतां करीती रवाळी।
न घेता टवाळी सर्वकाळ।।१२।।
दिसा मरों नये रात्री मरों नये।
कदा सरो नये मागां पुढां।।१३।।
मर्यादा धरितां लाजाळु चोखट।
न धरीतां धीट म्हणती लोक।।१४।।
लोक जैसा ओक धरीतां धरेना।
अभक्ती सरेना अंतरीची।।१५।।
दास म्हणे मज तुझाची आधार।
दुस्तर संसार तरी जेल।।१६।।
(श्री. रामदासांची कविता प्रथम खंड स्फुट ओव्या क्र. १९)[२९]

अभंगाच्या कर्त्याचा निर्णय करताना संहिता संपादनाच्या क्षेत्रातील अनेक प्रश्नांची ओळख करून घ्यावी लागते. प्रस्तुत अभंगाच्या निमित्ताने झालेली एक चर्चा समोर ठेवतो. माझे एक तत्त्वचिंतक मित्र आणि तुकाराम दर्शन[३०] या ग्रंथांचे लेखक डॉ. सदानंद मोरे यांच्या विचाराचे सार असे आहे. ''या अभंगाचा प्रभाव संत

रामदासांवर होऊन कल्याण स्वामींच्या हस्ताक्षरात समर्थाच्या रचना म्हणून हा अभंग उतरविला गेला.'' साध्या शब्दात सांगायचे तर असे म्हणता येईल की संत तुकारामांच्या अभंगाचे अनुकरण संत रामदासांनी केले. डॉ. सदानंद मोरे यांच्या अभ्यासाचा आदर राखूनही असे म्हणावे लागते की, त्यांच्या या मतासी सहमत होणे अवघड आहे. त्याची कारणमीमांसा अशी -

संत रामदासांच्या या अभंगात सोळा कडवी आहेत आणि संत तुकारामांच्या अभंगात दहा कडवी आहेत. रामदासांच्या सोळा कडव्यांपैकी केवळ पाच कडवी तुकारामाच्या अभंगात आढळत नाहीत. अन्य कडवी सारखी आहेत. त्यातील शाब्दिक फेरपार नगण्य आहेत. याला प्रभाव म्हणायचा की, नक्कल म्हणायची, याचा विचार करावा लागणार आहे. भावनांचा भाग सोडून देऊनही, विचारांच्या पातळीवर ही संत मंडळी परस्परांच्या विचारांची, शब्दांची नक्कल करतील हे मनाला पटत नाही. संत तुकारामांच्या अभंगाची लोकप्रियता अलोट होती, हा इतिहास आहे. तुकोबांच्या हयातीतच जयरामस्वामी वडगांवकर कीर्तनातून त्यांचे अभंग गात असत. संत बहिणाबाई हे त्याचे दुसरे उदाहरण आहे. तुकारामांच्या अभंगाने प्रभावित होऊन त्या कोल्हापुराहून देहूला त्यांच्या दर्शनसाठी आल्या हे आपणाला इतिहास सांगतो. तेव्हा अशाच एखाद्या तुकारामभक्ताने हे काव्य रचले असे दिसते. अशाप्रकारच्या नवकाव्याच्या रचनेमागे अनुकरणाचा भाग नसून श्रद्धेचा, प्रेमाचा भाग असतो, हे विसरून चालणार नाही. दास तुका, तुका पांडुरंग, तुका ब्रह्मानंद या नाममुद्रेचे अन्य कवी तुकारामांच्या काव्याकडे आकर्षित झालेले होते. नाथांचे रुक्मांगद चरित्र हे केवळ नाममुद्रा बदलून तुकाराम गाथ्यात आलेले आपण पाहिले आहे. यावरून असे सुचित होते की, हा अभंग देहूकर तुकारामांचा नसावा.

'संसार करिता' या अभंगाच्या कर्त्याचा शोध आणखी एका मार्गाने घेता येणे शक्य आहे. हा अभंग रामदासांची कविता प्रथम खंड[३१] मध्ये आहे आणि या खंडाचा आधार कल्याणस्वामींचे बाड आहे, असे समर्थ भक्त श्री. शं.श्री. देव यांनी ग्रंथाच्या पहिल्याच पृष्ठावर म्हटले आहे. शिवाय त्यांनी प्रस्तावनेतही तसे नमूद केले आहे. (पाहा प्रस्ता. पृ.२५,६५) कल्याणस्वामींच्या हातचे बाड आहे असे म्हटल्यावर त्यात रामदासांच्या कवितेशिवाय अन्य कोणाची कविता असणे शक्य नाही आणि तशी ती असती तर कल्याणांच्या लक्षात आली असती. शिवाय कल्याणस्वामींच्या बाडावरून छापलेल्या कवितेला श्री. शं.श्री. देव यांनी वेळोवेळी ज्या टीपा दिल्या आहेत, त्यावरून त्यांच्याही नजरेतून ही कविता निसटणार नाही. नमुन्यासाठी एक टीप देतो. स्फुट प्रकरणाच्या ११ व्या प्रकरणातील ओवी १५ व १७ वर पुढील टीप आहे, ती अशी - ''ही ओवी मागाहून समासांत कोणीतरी

लिहिलेली आहे.'' (पृ.३७२)[३२] इतका बारकावा टिपणाऱ्या श्री. देवांच्या लक्षात ही गोष्ट येणार नाही असे घडणार नाही, असे वाटते. समर्थभक्त देवांची आणखी एक विचारप्रणाली सांगतो. समर्थ रामदासांच्या किष्किंधाकांडा संबंधी ते स्वच्छ लिहितात की, ''किष्किंधाकांड हे समर्थांचे नसून ते कोणीतरी त्यांच्या नावावर विकण्यास सुरुवात केली असावी, असे मला वाटते.'' हेच मत श्री. देवांनी या प्रस्तावनेत तीन ठिकाणी सांगितले आहे. (पाहा-प्रस्ता. पृ.३८,४६)

रामदासांच्या अभंगाचे ('संसार करितां') हे वळण एकाधिक अभंगात पाहायला मिळते. त्यावरूनही प्रस्तुतचा अभंग रामदासांचा असावा असे वाटते. या वळणाचा, शैलीचा रामदासांचा दुसरा अभंग पाहा -

बोले बहु त्याला म्हणती वाचाळ।
बोलेना तो खळ मैंद म्हणती।।१।।
बळकट धश्चोट ते काय व्यसनी।
कर्मठ जो प्राणी तो पोचट।।२।।
होईना संसार म्हणोनि संन्यासी।
हासती तयांसी ऐशा रीति।।३।।
थोडे भक्षी म्हणती नाहीं दैवी अन्न।
निस्पृहिया हीन मति वदती।।४।।
रामदास म्हणे बरवें पाहणें।
जनाचें बोलणे कोठवरी।।५।।
(श्री समर्थांचा गाथा. संपा. अनंतदास रामदासी पद.क्र.२२०)

कल्याणस्वामींच्या बाडात अशी सरमिसळ झालेली दिसत नाही. परंतु तुकारामांच्या संदर्भात असे छातीठोकपणे सांगता येत नाही. क्षेपकांचा विचार करताना याचा पुन्हा विचार करावा लागणार आहे. तुकारामांच्या निर्वाणानंतर ४० वर्षे हिंडून श्री. त्रिंबक कासारांनी तळेगाव प्रत तयार केली आणि पंडितांनी ती प्रत आधाराला घेतली आहे, हे आपण आधीच पाहिले आहे. या सर्व बाबींचा सर्वांगाने विचार करता, 'संसार करितां' हा अभंग रामदासांचा आहे, असे म्हणायला हरकत नाही. मनातली एक व्यथा मी इथेच मांडतो. ही व्यथा मांडत असताना कुणाला दूषणे द्यावीत अशी यत्किंचितही इच्छा नाही. समर्थवाङ्मयाला श्री. शंकर श्रीकृष्ण देव भेटले, पण असे देव तुकारामांच्या गाथ्याला भेटले असते तर, तुकारामांची निर्मळ वाणी आपल्याला पाहायला मिळाली असती.

आताच आपण निकटच्या काळातील दोन संतांच्या नावावर असणाऱ्या एकाच

अभंगाच्या कर्तेपणाबद्दलची थोडी चर्चा करून अभंगाचा मूळ कर्ता कोण असावा हे सांगण्याचा यथाशक्य प्रयत्न केला. आता गुरुशिष्याच्या नावावर असणाऱ्या एकाच अभंगाच्या कर्तेपणाबद्दल थोडी माहिती घेणार आहोत. पंडिती गाथ्यातील अभंगाची मुद्रा 'तुका म्हणे' अशी आहे. तो अभंग असा –

काळ सार्थक केला त्यांणी।
धरिला मनीं विठ्ठल॥१॥
नाम वाचे श्रवण कीर्ति।
पाउले चित्तीं समाना॥२॥
कीर्तनाचा समारंभ।
निर्दंभ सर्वदा॥३॥
तुका म्हणे स्वरूपसिद्धि।
नित्य समाधि हरिनामी॥४॥ (अ.क्र. ४४७०)

तसेच माळी प्रत (४४७३) आणि गणपत कृष्णाजी प्रत (४४७७) यामध्ये देखील या अभंगाची 'तुका म्हणे'अशीच मुद्रा आहे. आश्चर्य असे आहे की, हा अभंग सांप्रदायिक ओळीचा गाथ्थामधे (४१४१) आणि सोपानकाका देहूकर (पंढरपूर) गाथ्यातला असून (४१४०) त्याची मुद्रा मात्र 'निळा म्हणे' अशी आहे.

हाच अभंग जोग प्रतीत (४१४२), देशमुख-दांडेकर प्रतीत (२५०५) आणि देवडीकर प्रतीत असून (३६६०) त्याचा प्रारंभ मात्र "नामयाचे श्रवणी कीर्ति" या चरणाने होतो आणि मुद्रा आहे 'निळा म्हणे'. अभ्यासकांच्या हे लक्षात आले असणार की, इथे केवळ चरणांची जागा बदलून हा भिन्न अभंग तयार झाला आहे. याशिवाय या अभंगात अन्य कोणताही फरक नाही. चरणांच्या बदलाने अभंग तयार झाला तर असे वाटते की, यातील मूळचा अभंग कोणता?

संत साहित्याचे अभ्यासक, नागपूर निवासी, माझे ज्येष्ठ स्नेही डॉ. म.रा.जोशी यांनी संपादित केलेल्या 'समग्र तुकाराम' या गाथ्यात 'काळ सार्थक केला त्यांनी (४४९३) या अभंगाच्या संदर्भात एक मार्गदर्शक टीप[३४] दिली आहे. त्यावरून आपणाला काही अंदाज बांधता येतो. त्यांची टीप अशी, "हा अभंग तुकाराम व निळोबा या दोघांच्याही नावावर गाथेतून येतो. बहुधा निळोबा परंपरेत या अभंगाचे नित्य पठण होत असावे. निळोबांनी तुकाराम गाथेची प्रत तयार करून हा अभंग शेवटी नोंदविलेला दिसतो." (समग्र तुकाराम अ.क्र. ४४९३ पृ.८२४)

संत निळोबांच्या गाथ्यात 'नाम वाचे श्रवणी' हा अभंग आहे. (अ.क्र. ५५७) संत स्तुती या वर्गीकरण प्रकारात त्याचा समावेश आहे. त्यावरून असे दिसते की, हा

अभंग निळोबाकृत तुकारामांची स्तुती असावी. अभंगाचे अंतरंग पाहता हा अभंग कोणत्याही संतांची स्तुती ठरू शकतो. पण निळोबांच्या गाथ्यात प्राधान्याने ज्ञानोबा व तुकाराम यांची स्तुती येते. ती त्यांनी केलेल्या विविध चमत्कारांच्या संदर्भात येते.

ज्ञानोबा स्तुतीचा अभंग असा–

संदेह गमला। कैसा रेडा बोलविला।।१।।
सांगा देवा कां न होती। निर्जिव चालविली भिंती।।२।।
कोरडे कागद। उदकीं न लागती बुंद।।३।।
निळा म्हणे खरा। देवा संतापायीं खरा।।४।।

(देवडीकर गाथा ३३५९)

आणि या अभंगानंतर या गाथ्यात 'नाम वाचे श्रवणी कीर्ती' हा अभंग येतो. (देवडीकर गाथा – ३३६०) निळोबांची अभंगवाणी[३५] या ग्रंथाचे कर्ते डॉ. यशवंत साधू सांगतात, ''निळोबाराय संस्थान पिंपळनेरकर (ता. पारनेर, जि. अहमदनगर) येथील ह.भ.प. लक्ष्मणबुवा पिंपळनेरकर यांनी जे दोन अभंग दिले त्यात वरील एक अभंग आहे. आज निळोबांच्या गाथ्यात न आढळणारे, पण इतरत्र प्रचलित असलेले किंवा हस्तलिखित स्वरूपात असलेले निळोबांचे जे अभंग आहेत, त्यापैकी उपरोक्त एक अभंग आहे.'' (पृ.२४१) यावरून मनाची एक ओढ अशी आहे की 'काळ सार्थक केला त्यांनी' हा अभंग तुकारामांच्या स्तुतीपर असावा. मराठी संत परंपरेत संग्रहाच्या संदर्भात अशी एक परंपरा दिसते की, तीत कुटुंबियांचे आणि शिष्यांचे अभंग एकत्रित केलेले आढळतात. तुकारामाच्या बरोबर तुकयाबंधूचे अभंग आहेत; तसेच तुकाराम शिष्य रामेश्वरभटाचेही अभंग संपादनात समाविष्ट झालेले आहेत. संत नामदेव गाथ्यात नामदेव परिवाराचे आणि जनाबाईचेही अभंग आहेत. नाथांच्या गाथ्यात भानुदासांचे ही अभंग याच विचारधारेतून संग्रहित झाले असावेत. या विचारांचा काहीसा धागा तुकाराम, निळोबांच्या रुपाने अस्तित्वात असावा.

दुबार अभंग

एकच अभंग पुन्हा छापला गेला तर त्याला दुबार अभंग म्हणतात. दुबार अभंग का निर्माण होतात, याची कारणे मात्र भिन्नभिन्न असू शकतात. अभंगाचा प्रारंभ भिन्न असणे, त्याचे चरण मागेपुढे असणे इ. कारणांनी या अभंगांची निर्मिती होते आणि त्यामुळे कर्त्याच्या अभंगांची संख्या वाढलेली दिसते. संत ज्ञानदेव, नामदेव इ. संतांचे अभंगही या दुबाराच्या दोषातून सुटलेले नाहीत. श्री ज्ञानदेवांचा सार्थ चिकित्सक गाथा, संत नामदेवांचा सार्थ चिकित्सक गाथा या ग्रंथांतून आम्ही

(मी व डॉ. मु.श्री.कानडे) या विषयाची चर्चा केली आहे. शिवाय तुकाराम तात्या पडवळ यांच्या गाथेचा परिचय करून देताना तिथेही हा विषय हाताळला आहे. अभ्यासकांनी ते ते संदर्भ पाहावे म्हणजे दुबार विषयदोष पत्करावा लागणार नाही. या लेखात केवळ या प्रकारच्या अभंगांची नोंद करतो. कै. पु.मं. लाडांनी[३७] प्रस्तावनेत (परिच्छेद २८) याची संख्या ३० अशी दिली आहे, पण प्रत्यक्षात ही संख्या भिन्न आहे. त्यांनी प्रथम चरणाच्या अनुक्रम सूचीत त्यांचे आकडे दिले आहेत, पण तिथेही काही उणीवा राहून गेल्या आहेत. इथे दुबार अभंगांच्या प्रथम चरण आणि गाथ्यातील त्याचा अनुक्रमांक देत आहोत. यातून दुबार अभंगांच्या निर्मितीची काही कारणेही हाती लागतात. या गाथ्यांत क्वचित तिबार अभंगही पाहायला मिळतील.

१)	अ – अल्प माझी मती।	क्र. ८०६	
	ब – अल्प माझी मती।	क्र. १६३३	
२)	अ – अल्प विद्या परी।	क्र. ४२१०	
	ब – अल्प विद्या परि।	क्र. ४४९०	
३)	अ – आतां काय खावें।	क्र. ६७६	
	ब – आतां काय खावें।	क्र. ३८८१	
४)	अ – आतां मी अनन्य।	क्र. ३८६२	अभंगाचा प्रारंभ भिन्न
	ब – मी तों सर्वभावें।	क्र. ७०३	
५)	अ – आतां येथें खरें।	क्र. ३६६०	
	ब – आतां येथें खरें।	क्र. ३९७२	
६)	अ – आपुल्या पोटासाटीं।	क्र. ४११४	काही चरण भिन्न आणि मागेपुढे
	ब – आपुल्या पोटासाटीं।	क्र. ४२९७	
७)	अ – आमिषाचिये आसे।	क्र. ६८८	
	ब – आमिषाचे आसे।	क्र. ३९१२	
८)	अ – आसावलें मन।	क्र. ४४८७	चरण संख्या भिन्न प्रारंभ भिन्न
	ब – जालिया दर्शन।	क्र. ३३०१	
९)	अ – करिसी लाघवें।	क्र. ३१२६	
	ब – करिसी लाघवें।	क्र. ३४९९	
१०)	अ – करूनि उचित।	क्र. ३३३२	प्रारंभ भिन्न
	ब – करूनी चिंतन।	क्र. ३५१२	

११)	अ – काय करूं मज।	क्र. ३५८१	प्रारंभ भिन्न
	ब – हिरोनियां नेला।	क्र. ४०११	आणि चरण मागेपुढे
१२)	अ – कोणतें कारण राहिलें।	क्र. ६८६	
	ब – कोणतें कारण राहिलें।	क्र. ४२८७	
१३)	अ – कोणी एकाचिया पोरें।	क्र. ३८०९	
	ब – कोणा एकाचिया पोरें।	क्र. ४२७७	
१४)	अ – गुळ सांडुनि गोडी घ्यावी।	क्र. ४२६९	चरण मागे-पुढे
	ब – बीज भाजुनि केली लाही।	क्र. ४३०६	प्रारंभ भिन्न
१५)	अ – जन्मोजन्मी दास।	क्र. ४०६७	
	ब – जालों आता दास।	क्र. ४१९६	प्रारंभ भिन्न
१६)	अ – जिद्दी तुझी कास।	क्र. ४२८६	
	ब – जेणें तुझी कास।	क्र. ४१११	प्रारंभ भिन्न
१७)	अ – जे केली आळी।	क्र. ३३६३	
	ब – जे जे आळी केली।	क्र. ३८९०	प्रारंभ भिन्न
१८)	अ – नाही हित ठावे।	क्र. ३८४९	
	ब – हित नाही ठावे।	क्र. ३४९०	प्रारंभ भिन्न
१९)	अ – माझा तो स्वभाव।	क्र. ३८५२	
	ब – माझे तो स्वभाव।	क्र. ३५१८	प्रारंभ भिन्न
२०)	अ – माझें मागणें तें किती।	क्र. ४०८१	
	ब – दाता लक्ष्मीचा पति।	क्र. ३९८०	चरण मागे-पुढे
२१)	अ – मी दास तयाचा।	क्र. ३३७३	
	ब – मी दास तयांचा।	क्र. ३८७३	
२२)	अ – विद्या अल्प परी।	क्र. ४२१०	
	ब – अल्प विद्यां परी।	क्र. ४४९०	प्रारंभ भिन्न
२३)	अ – वैकुंठीचे सुख।	क्र. ३७५२	
	ब – सुख पंढरीसी आलें।	क्र. ३९५६	प्रारंभ भिन्न
२४)	अ – वैभवाचे धनी।	क्र. ३८६०	
	ब – वैभवाचे धणी।	क्र. ३२२७	
२५)	अ – संचित तैंशी बुद्धि उपजे।	क्र. ४४७९	
	ब – संचित तैशी बुद्धि उपजे।	क्र. ४३८१	
२६)	अ – संसारा आलिया एक सुख।	क्र. ४०९९	
	ब – संसारा आलिया एक सुख।	क्र. ३९२८	

२७)	अ - हिरोनियां नेला। ब - काय करूं मज।	क्र. ४०११ क्र. ३५८१	} चरण मागे-पुढे

तिबार अभंग

२८)	अ - पर्वकाळी धर्म। ब - सोइऱ्यासी करी। क - सोइरियासी करी।	क्र. ४२९६ क्र. ३८२९ क्र. ६८३	} चरण मागे-पुढे चरण संख्या भिन्न

क्षेपक अभंगांचा विचार

आपण पंडितद्वयांनी संपादित केलेल्या श्री तुकाराम महाराजांच्या चिकित्सक गाथेच्या अंगोपांगांचा ऊहापोह करीत आहोत. ही गाथा म्हणजे, पुण्याच्या भांडारकर संस्थेने प्रकाशित केलेल्या महाभारताच्या चिकित्सक आवृत्तीचा पूर्वावतार, असे म्हटले गेले आहे. या गाथ्यात पाठभेदांचा विस्ताराने विचार केला गेला असला तरी, त्यात क्षेपक अभंगांचा विचार केला गेला नाही, हे मात्र नमूद करावेसे वाटते. क्षेपक अभंगांच्या संदर्भात प्राधान्याने कर्ता भिन्न असल्याचा संशय असतो आणि ही ज्ञानशाखा पंडितांना ज्ञात नव्हती हे म्हणणे धाडसाचे आहे. कारण त्यांचा संस्कृतविद्या व्यासंग उच्च कोटीचा होता. त्यांनी रघुवंश, मालविकाग्निमित्र हे ग्रंथ उत्तम प्रकारे संपादित केले आहेत. अथर्ववेदाची शुद्धावृत्ती प्रसिद्ध केली आहे. मोरोपंतांचे कृष्णविजय हे काव्य त्यांनी संशोधनपूर्वक संपादित करून प्रकाशित केले आहे. तुकाराम गाथ्याला त्यांनी जी प्रस्तावना लिहिली आहे, तीत त्यांनी गंगुकाकांची गाथा अर्वाचीन आहे, अशी नोंद केली आहे. असे असताना, त्यांनी या गाथ्यातील क्षेपक अभंगांची चर्चा का टाळली, हे सांगता येत नाही. कारण या गाथ्याच्या अखेरी अखेरीला आलेले शेकडो अभंग क्षेपकात समाविष्ट होणारे आहेत. या गाथ्याला कै. जनार्दन सखाराम गाडगीळ यांनी लिहिलेले तुकारामांचे एक उत्तम चरित्र जोडले आहे. या चरित्रात तुकारामांच्या अभंगसंख्येसंबंधी एक अभंग उद्धृत करून त्यावर भाष्य करताना श्री. गाडगीळांनी म्हटले आहे की, ''वर लिहिलेला अभंग तुकारामाच्या कोणी' एखाद्या भक्ताने केला असावा. त्याच्या शेवटल्या चरणांत 'तुका' असें पद नेहमीच्या शैलीप्रमाणे आहे तरी तो आम्ही जमविलेल्या गाथ्याच्या कोणत्याही प्रसिद्ध व अप्रसिद्ध पुस्तकांत आढळत नाही, यास्तव तो तुकारामाचा नव्हे असें दिसते.''[३८] कुठल्याही ग्रंथात हा अभंग मिळत नाही असे म्हटले असले तरी, तो नंतर प्रकाशित झालेल्या पडवळांच्या गाथ्यात छापलेला असून त्याचा क्रमांक ६४२७ असा आहे. गाडगीळांच्या लिखाणाचा रोख हा अभंग क्षेपक आहे हे सांगण्याकडे आहे. याचा सरळ अर्थ असा की,

पंडितांच्या काळात हा विषय ज्ञात होता. इ.स. १८८६ साली श्री. रा.वि. माडगांवकरांनी 'तुकारामांची गाथा'[३९] प्रकाशित केली. या गाथ्याच्या प्रस्तावनेत तुकारामांच्या निर्वाणासंबंधी चर्चा करताना त्यांनी लिहिले आहे की,"तुकोबा ईश्वरस्तवन करीत करीत चंद्रभागेत उतरले आणि गुप्त झाले. निबंधमालेत (अंक ५६ व ५८) या संबंधाचे गाथेंत नाहीत असे अभंग छापले आहेत. परंतु या अभंगांची सरणी, त्यातील शब्दयोजना व विचार यांचे तुकारामाच्या इतर कवितेशी फारच अल्प साम्य असल्यामुळे ते दुसऱ्या कोणी केलेले असावेत असा संशय उत्पन्न होण्यासारखा आहे व ती तुकारामाची उक्ति असा आधार धरून त्यांच्यावरून कोणतेंही अनुमान काढवत नाही." श्री. माडगांवकरांच्या विवेचनावरून अभ्यासकांच्या सहज लक्षात येईल की, क्षेपक अभंगांचा विचार अभ्यासकांपासून दूर नव्हता. शिवाय या अवतरणातून कवीची शैली हा क्षेपकाचा एक निकष असू शकतो हेही आपल्या ध्यानी येते. श्री. गाडगीळांनी वर ज्या अभंगाचा उल्लेख केला, तो अभंग जाणीवपूर्वक वाचकांपुढे मांडतो. कारण त्यातून क्षेपकासंबंधीचा एक संख्या निकष आपल्याला आढळून येतो. तो अभंग असा –

वेदाचे अभंग केले श्रुतिपर।
द्वादशसहस्त्र संहितेचे।।१।।
निरुक्त निघंट आणि ब्रह्मसूत्र।
अवतार सहस्त्र उपग्रंथ।।२।।
अभंग ते कोटी भक्तिपर केले।
ज्ञानपर केले तितुके चि।।३।।
पंचाहत्तर लक्ष वैराग्य वर्णिलें।
नाम तें गाइलें तितुके चि।।४।।
साठी लक्ष केला बोधक जनासी।
वर्णिलें रुपासी तितुके चि।।५।।
द्वादशसहस्त्र आत्मबोध केला।
अनुभव घेतला एकू सर्व।।६।।
चौतीस सहस्त्र लक्ष कोटि पांच।
सांगोनियां साच तुका गेला।।७।।

अभंगाच्या कर्त्याची निश्चिती करताना संख्या हा निकष आपल्या हाती आला ही एक अमोल कमाईच म्हणावी लागेल. शिवाय या अभंगातून तुकारामांनी अभंगांच्या विषयाचे वर्गीकरण सांगितले आहे. वेदपर अभंग, भक्तीपर अभंग, ज्ञानपर अभंग,

वैराग्यपर अभंग, बोधपर अभंग म्हणजे उपदेशपर अभंग, रूपाचे अभंग, आत्मबोधपर अभंग असे वर्गीकरण सांगणारे तुकाराम कोणत्या काळात होऊन गेले हे सांगायला या वर्गीकरणाचा आधार मिळतो हे निराळेच. इ.स. १९९५ साली आम्ही श्री ज्ञानदेवांचा सार्थ चिकित्सक गाथा[४०] प्रकाशित केला. या गाथ्याच्या प्रस्तावनेत अभंग निश्चितीचा एक निकष म्हणून संख्या निकष सांगितला आहे. जिज्ञासूनी ते विवेचन पाहवे, अशी इच्छा आहे (प्रस्ता. पृ. ७०)

ह.भ.प.विष्णुबुवा जोगमहाराजांनी इ.स. १९०९ साली संत तुकारामांचा सार्थ गाथा प्रकाशित केला. या गाथ्याच्या शेवटी क्षेपक[४१] अभंग म्हणून त्यांनी एक परिशिष्ट जोडले आहे. त्यांच्या मते हे अभंग देहूकर तुकारामांचे नाहीत, म्हणून त्यांनी त्याचा अर्थ दिला नाही. या क्षेपक अभंगांची संख्या ४०७ इतकी आहे. आश्चर्याची गोष्ट अशी आहे की, यातील केवळ १० अभंग वगळून बाकी सारे अभंग पंडितांच्या गाथ्यात समाविष्ट झालेले आहेत. म्हणजे ३९७ क्षेपक अभंग पंडित गाथ्यात आहेत. जे दहा अभंग पंडित गाथ्यात नाहीत त्यांचे प्रथम चरण आणि अभंग क्रमांक पुढे दिले आहेत. (अभंग क्रमांक जोगांच्या गाथ्यातील परिशिष्टानुसार आहेत.)

(१)	तीन शिरें सहा हात	क्र. ४०८
(२)	दिवाळखोर नारायण	क्र. १०५
(३)	नमन माझें गुरुराया	क्र. ४०९
(४)	राया छत्रपती	क्र. ३५४
(५)	लोहो परिसासीं	क्र. ३५९
(६)	संत कृपा झाली	क्र. ३१६
(७)	संत चरणीं नाही	क्र. ३१७
(८)	सुखे सती इंद्रिये	क्र. ३८२
(९)	स्वगोत्रीचा पुत्र	क्र. ३२६
(१०)	हाका मारी ज्याच्या	क्र. १८४

ब्रह्मीभूत नानामहाराज साखरे यांनी संपादित केलेला संत तुकारामांचा गाथा इ.स.१९०८ साली, म्हणजे जोग गाथ्याच्या आधी एक वर्ष, श्री. त्र्यंबक हरी आवटे यांनी प्रकाशित केला. या गाथ्याच्या अखेरीला सातव्या भागात "खालील अभंग काही सांप्रदायिक फडांत म्हणतात व काही फडांत म्हणत नाहीत." (पृ.६७३) अशी मार्गदर्शनपर टीप देऊन, जे अभंग प्रकाशित केले आहेत, ते बहुतेक सर्व अभंग क्षेपकात जमा होणारे आहेत. तसेच हे अभंग श्री. जोग गाथ्यात क्षेपक प्रकरणात

आढळतात. या उभय संतश्रेष्ठांची मते क्षेपकांच्या संदर्भात पूर्णत: मिळतीजुळती आहेत अशातला भाग नाही. पण मतभिन्नतेची दरी मोठी आहे असेही नाही. श्री. साखरेमहाराजांच्या गाथ्यात ४२४ अभंग (४०३७-४४६१) क्षेपक आहेत. पण जोगमहाराजांनी क्षेपक म्हटलेले काही अभंग साखरेमहाराजांनी ते क्षेपक नाहीत असे सुचविले आहे. आपापल्या ठिकाणी ही अंतरंग अधिकारी मंडळी विचार करीत होती त्याचे हे द्योतक आहे आणि तुकारामांच्या निर्मळ वाणीसाठी त्यांचा हा प्रयास आहे हेही जाणवते. ह.भ.प. जोगमहाराजांनी क्षेपक म्हणून सांगितलेले ३२ अभंग श्री. साखरेमहाराजांनी स्वीकारले आहेत. त्यांचे प्रथम चरण आणि क्रमांक असे. (क्रमांक साखरे गाथ्याचे आहेत.)

	प्रथम चरण	क्रमांक
(१)	अतित्याई देता	२४३२
(२)	उच्चारूं यांसाठी	१२८७
(३)	कळे परि न सुटे	२५५९
(४)	कामिनीसी जैसा आवडे भ्रतार	२९६१
(५)	काय मागें आम्ही	५५४
(६)	कोठें देवा बोलों	६२६
(७)	ग्रासोग्रासीं भाव	२९५७
(८)	चालती आड वाटा	२८०६
(९)	जीवशिवाच्या मांडुनि हाला	३४८४
(१०)	जेणें तुझी कास	१२३१
(११)	दिवाळखोर नारायण	२९९७
(१२)	देवासी पैं भांडों	९३०
(१३)	धन्य देहू गाव	१८०३
(१४)	धांवोनिंया आलो	२८१
(१५)	धिग् तो दुर्जन	२६१४
(१६)	नको येऊं लाजे	३२३५
(१७)	नको विद्या वयसा	४१८०
(१८)	न लागावी दिठी	२७६
(१९)	नव्हे हें कवित्व	२८५६
(२०)	पडली घोर रजनी	३४६०
(२१)	पैल आली आगी	३४९६

(२२)	भक्तिचिया पोटीं	४०२८
(२३)	मुसळाचें धनु.	२४९८
(२४)	येईल घरा देव	३१४०
(२५)	वर्णाश्रम करिसी चोख	२०६५
(२६)	वाराणसी पर्यंत	३८१४
(२७)	वेद नेले शंखासुरे	५३७
(२८)	श्रीराम सखा ऐसा	३२२४
(२९)	संवदड आपटा	२७९७
(३०)	संसार करितों	२२१७
(३१)	स्थिरावली वृत्ति	१५९२
(३२)	स्वामीसेवा गोड	१३३०

सांप्रदायिक गाथ्यांमध्ये गंगूकाका शिरवळकर गाथ्याला म्हणजे देवडीकर गाथ्याला मोठ्या प्रमाणावर मान्यता आहे. या संपादणीत देखील जोगांनी जे अभंग क्षेपक मानले आहेत तेच अभंग यांनीही क्षेपक मानले आहेत. याला केवळ चार अभंगांचा अपवाद आहे. हे चार अभंग जोगांनी क्षेपक मानले आहेत, पण देवडीकरांनी क्षेपक मानलेले नाहीत. त्यांचे प्रथम चरण व क्रमांक असे (क्रमांक देवडीकर गाथ्याप्रमाणे आहेत)

	प्रथम चरण	**क्र.**
(१)	उपजोनी मरों	२३८३
(२)	कोठें देवा बोलो	२७७३
(३)	पैल आली आगी	३७२७
(४)	समर्थाचे सेवे	२८८८

श्री. देशमुख-दांडेकरांनी इ.स. १९२५ मध्ये संत तुकारामांचा गाथा प्रकाशित केला[४३]. या गाथ्याला संपादकांनी अखेरच्या भागात क्षेपक अभंग असे प्रकरण जोडले आहे. या प्रकरणात ४०९ अभंग आहेत. यांपैकी केवळ एका अभंगाचा अपवाद वगळता अन्य सारे अभंग देशमुख-दांडेकरांनी क्षेपक मानले आहेत. जोगांनी क्षेपक मानला पण या संपादकांनी तो क्षेपक मानला नाही. त्याचा प्रथम चरण व क्रमांक असा (क्रमांक देशमुख-दांडेकर गाथ्याचा आहे.)

	प्रथम चरण	**क्रमांक**
१)	पैल आली आगी	२१७

केमकर आणि मंडळी ४४, मुंबई यांनी इ.स.१९५० साली छापलेला गाथा हा वारकरी लोकांत 'ओळीचा गाथा' या नावाने प्रसिद्ध असलेला सांप्रदायिक गाथा तो हाच होय. पंढरपूर येथील त्यांच्या वंशजाकडे असलेला हा गाथा आहे. या गाथ्यात ४१५२ अभंग आहेत. श्री. जोगांनी क्षेपक मानलेले अभंग याही गाथ्यात आहेत. पण काही ठिकाणी थोडे मतभेद आहेत. जोगांनी क्षेपक मानलेले पाच अभंग केमकर गाथ्यात स्वीकारलेले आहेत. त्यांचे प्रथम चरण आणि क्रमांक असे. (क्रमांक केमकर गाथ्याचे आहेत.)

	प्रथम चरण	**क्रमांक**
(१)	कोठे देवा बोलो	३६०२
(२)	नामधारकासी	३८१२
(३)	पैल आली आगी	५८९
(४)	महाजी महादेवा	८४५
(५)	सांग त्यां कोणासी	४०६१

केमकरांचा गाथा आणि देहूकर सांप्रदायिक ओळीची गाथा[४५] (संपादक - प्रकाशक ज्ञानेश्वर सोपानकाका देहूकर-पंढरपूर) या दोन्ही गाथा एकच असून सांप्रदायिक ओळीचे गाथे म्हणून प्रसिद्ध आहेत. या उभय गाथ्यातील क्रमांक आणि अभंग संख्या सारखीच आहे. पण असे असूनही काही ठिकाणी महत्त्वाचे फरक आहेत. याची सविस्तर चर्चा याच लेखात पूर्वी केली आहे. म्हणून त्याची पुनरावृत्ती करण्याचे कारण नाही. देहूकरांच्या या गाथ्यात जोगांनी क्षेपक मानलेले पण देहूकरांनी स्वीकारलेले सात अभंग आहेत. त्यांचे प्रथम चरण आणि क्रमांक असे. (क्रमांक देहूकर गाथ्यातील आहेत.)

	प्रथम चरण	**क्रमांक**
(१)	आतां आम्हा भय	४०३५
(२)	कोठें देवा बोलों	३६०३
(३)	धांवोनिंया आलो	४०४७
(४)	नामधारकासी	३८१३
(५)	पैल आली आगी	५८९
(६)	महा जी महादेवा	८४५
(७)	सांग त्वां कोणासी	४०६१

आतापर्यंत आपण क्षेपक अभंग आणि स्वीकृत अभंग यांची चर्चा सहा गाथ्यांच्या साहाय्याने केली. यात जोगांनी क्षेपक मानलेला आणि इतर पाच गाथ्यांनी स्वीकारलेला अभंग 'पैल आली आगी' हे एकमेव उदाहरण आहे. म्हणून तो अभंग देणे अत्यावश्यक आहे. काल्याच्या अभंगात समाविष्ट होणारा हा अभंग आहे.

पैल आली आगी कान्हो काय रे करावें।
न कळे तें कैसें आजि बांचो आम्ही जीवें।।१।।
धांव रे हरी सांपडलों संधी।
वोणव्याचे मधीं बुध्दी कांहीं करावी।।धृ.।।
अवचितां जाळ येतां देखियेला वरी।
परतोनि पाहतां आधी होतों पाठमोरी।।२।।
सभोंवता फेर रीग न पुरे पळतां।
तुका म्हणे जाणसी तें करावें अनंता।।३।।

(सरकारी प्रत अ.क्र. २०३)

सांप्रदायिक मंडळी आपापल्या फडावरून तुकारामांच्या क्षेपक अभंगाचा विचार करीत होती. ती एकमेकांचे अंधानुकरण करत नव्हती हे वर केलेल्या विवेचनावरून अभ्यासकांच्या लक्षात आले असणार. आता फरक इतकाच दिसतो की, या अंतरंग अधिकारी मंडळींनी अभंग क्षेपक ठरविताना कारणमीमांसा केलेली नाही. काहींनी जी थोडी मीमांसा केलेली आहे, ती फडांच्या कुंपणातून केलेली आहे. श्री.वि.ल.भावे[४६] यांनी अस्सल गाथ्याच्या प्रस्तावनेत थोडी चर्चा करतांना श्री. विष्णुबुवा जोग यांना विचारले की, "क्षेपकाचा दंडक काय मानावा." यावर बुवा म्हणाले, "दंडक असा कांही सांगता येणार नाही. हा अभिमानाचा प्रश्न आहे. आमच्या फडांत हे अभंग आम्ही क्षेपक मानतो."

श्री. देवडीकरांचा गाथा म्हणजे गंगूकाका शिरवळकरांचा गाथा होय. सांप्रदायिक मंडळीत यांना मोठाच मान आहे. इ.स. १९१३ साली यांचा गाथा प्रसिद्ध झाला. या गाथ्याच्या प्रस्तावनेत म्हटले आहे की, "आजपर्यंत छापलेल्या गाथांत साडेचार हजार, पाच हजार, नऊ हजार असे अभंग आहेत. पण त्यातील काही अभंग क्षेपक आहेत. या प्रतीत क्षेपक अभंग घातलेले नाहीत. या प्रतीत शेवटी वर्णानुक्रम सूची दिली आहे, त्यात ज्या अभंगांचे मूळ सापडणार नाही, ते अभंग क्षेपक आहेत असे समजावे." याचा अर्थ इतकाच आहे की, देवडीकर गाथ्याच्या सूचित नसणारे अभंग क्षेपक अभंग होत. श्री. देशमुख-दांडेकरांनी इ.स.१९२५ साली काढलेल्या गाथेच्या प्रस्तावनेतही या संबंधी फारशी चर्चा केलेली नाही. या अंतरंग अधिकारी मंडळींनी

वाङ्मयीन कारणमीमांसा केलेली नसली तरी, त्यांनी केलेले काम मोलाचे आहे. त्यातून आपल्याला कारणे शोधायची आहेत. ही सर्वच कारणे बरोबर ठरतील असे निश्चितपणे सांगता येत नसले तरी, सर्व कारणे चुकीचीही ठरतील असेही सांगता येणार नाही.

माझ्या अध्ययनाच्या मर्यादेनुसार क्षेपकांची काही कारणे सांगण्याचा मी प्रयत्न करणार आहे. यातला सर्वात पहिला मार्ग म्हणजे, जोगांनी क्षेपक मानलेल्या अभंगांच्या मुद्रा पाहणे, हा मुद्राविचार 'गाथ्यातील क्षेपक विचार' या लेखात विस्ताराने केला आहे; म्हणून त्याची पुनरुक्ती येथे करीत नाही.

२) एकाच घटनेची पुनरुक्ती

वणवापर अभंग

सरकारी गाथ्यातील बालक्रीडा या शीर्षकाखाली अ.क्र. ४५३५ ते ४५३९ अशी वणव्याची घटना सांगणारे पाच अभंग आहेत. हाच विषय गाथ्यात अन्यत्र दोनदा आला आहे. अ.क्र. ४२३१ ते ४२४२ असे बारा अभंग या घटनेसाठी खर्ची पडले आहेत. अ.क्र. २०३ 'पैल आली आगी' हा अभंगही याच विषयाचा आहे. म्हणून बालक्रीडा सोडून हे अन्य अभंग क्षेपक मानले गेले असावे. हे बारा अभंग देवडीकर, देशमुख-दांडेकर, साखरे, केमकर, सोपानकाका देहूकर (पंढरपूर) या संपादकांनीही क्षेपक मानले आहेत. अ.क्र. २०३ हा अभंग केवळ जोग महाराजांनी क्षेपक मानला आहे आणि अन्य संपादकांनी क्षेपक मानला नाही. या गाथ्याच्या संदर्भातले अशा प्रकारचे हे एकमेव उदाहरण म्हणून सांगता येते. माझ्या मते विष्णुबुवा जोग, यांचा विचार योग्य असावा, कारण अभंगासंबंधीचे कोणतेही नियम या अभंगात सांभाळले गेले नाहीत. अभंगवाणी प्रसिद्ध तुक्याची ही प्रतिष्ठा प्रस्तुतच्या अभंगाला लावता येत नाही. ना यमकाचा नियम सांभाळला गेला, ना अक्षरांची संख्या सांभाळली गेली. अ.क्र. २०३ नंतर ''भिऊं नका बोले झाकुनियां राखा डोळे'' हा अभंग येतो (अ.क्र. २०४) या अभंगात वणवा वर्णनच आहे. त्याची रचना ''पैल आली आगी'' या अभंगाप्रमाणेच विस्कळीत आहे, पण असे असूनही जोगांनी तो अभंग क्षेपक मानला नाही. जोगांनी तो अभंग क्षेपक का मानला नाही, याचे समाधानकारक उत्तर मात्र सांगता येत नाही, हे खरे आहे.

एकाच घटनेची पुनरुक्ती करणारे अभंग आपणापुढे आणखी एकदा ठेवतो. पंडिताच्या गाथ्यातील अ.क्र. ४३८५ ते ४३८९ हे पाच अभंग बालक्रीडा विषयात समाविष्ट होणारे आहेत.

'सोडियेल्या गायी नवलक्ष गोपाळीं।
सवें वनमाळी चालियेला।। (४३४५)

या एका कडव्यावरून देखील अभंगाचे अंतरंग जाणता येते. बालक्रीडेत हा विषय येऊन गेला आहे. म्हणजे ही विषयाची द्विरुक्ती आहे. त्यामुळे सर्व सांप्रदायिक गाथ्यातून हे अभंग क्षेपक मानले असावेत.

३) अनुवादित सुभाषिते

(१) समुद्र हा पिता बंधु हा चंद्रमा। (अ.क्र.४१४३) आणि (२) मणि पडिला दाढेसी मकर तोंडी। (अ.क्र. ४२८३)

हे अभंग संस्कृत सुभाषितांचे अनुवाद आहेत. या अभंगासंबंधीची सर्व चर्चा गाथ्यातील क्षेपक विचार या लेखात केली आहे. 'मणी पडिला दाढेसी' या अभंगाची शैली तुकारामांच्या शैलीशी जमणारी नाही. ते अनुवादात रमतील असे वाटत नाही. सर्व सांप्रदायिक मंडळींनी हे अभंग क्षेपक मानले आहेत.

४) अन्य संतांचे चरण – भिन्न चरण संख्या

१) पाण्या निघाली गुजरी। अ.क्र. ४३१७ आणि

२) दामाजीपंताची रसद गुदरली । (अ.क्र. ४३५६)

अ.क्र. ४३१७ मध्ये संत नामदेवांचे चरण आहेत आणि ४३५६ या अभंगात निरनिराळ्या गाथ्यात भिन्नभिन्न चरण संख्या आढळते. महिपतीच्या म्हणजे उत्तरकालीन संतांच्या वाङ्मयातील चरण इथे दिसतात. याची खूप चर्चा मी तुकाराम तात्या पडवळांच्या गाथेवरील लेखात केली आहे.

५) संख्या वापर

ज्या अभंगात संख्या सांगणाऱ्या शब्दांचा सढळ हाताने वापर झालेला आहे ते अभंग क्षेपक मानावे असे श्री. जोग महाराजांचे धोरण दिसते. त्या धोरणाला अनुसरून त्यांनी अ.क्र. ४४४३ ''भक्तीवीण जिणें जळो लाजिरवाणें। आणि अ.क्र. ४२४७ बारावर्षें बाळपण।'' हे अभंग क्षेपक मानले असावेत. श्री. देवडीकर, देशमुख-दांडेकर, केमकर, सोपानकाका देहूकर यांनीही हे अभंग क्षेपक मानले आहेत, पण साखरे महाराज यांच्या गाथ्यात मात्र ''भक्तीवीण जिणें। हा अभंग सापडत नाही. संख्या संकेत निकषाची मी याच लेखात अन्यत्र चर्चा केली आहे.

६) शापवाणी

प्रत्येक व्यक्तीला एक मर्यादा असते. त्याची लिखाणाची शैली ठरलेली असते काहीही झाले तरी ही मंडळी आपली मर्यादा सोडत नाहीत. संत तुकाराम फटकळ म्हणून परिचित आहेत. प्रसंगी ते रागाने बोलतील. पण त्यांच्यातील कारुण्य, संतपण सदैव जागे असते. ते कुणाच्या विनाशाचा, वाटोळ्याचा विचार सांगतील हे संभवत नाही. म्हणजेच ते शापवाणीच्या रूपात आपले विचार मांडणार नाहीत. प्रसंगी शिवी देण्यामागे रागाची भूमिका असते. शाप देण्यामागे वाटोळ्याची इच्छा असते. तुका म्हणे मुद्रेचा शापसदृश वाणीने भरलेला एक अभंग ह.भ.प. जोग महाराजांनी क्षेपक मानला आहे. (अ.क्र. ३८७) अन्य सांप्रदायिक गाथ्यातही तो क्षेपकच मानला आहे. प्रत्यक्ष संहिता समोर ठेवली म्हणजे भाष्याची गरज भासणार नाही.

म्हणे विठ्ठल पाषाण। त्याच्या तोंडावरी वाहाण।
नको नको दर्शन त्याचे। गलितकुष्ट मरो वाचे।।
शाळीग्रामासि म्हणे धोंडा। किडे पडोत त्याच्या तोंडा।।
भावी सद्गुरु मनुष्य। त्याचे खंडो कां आयुष्य।।
हरिभक्ताच्या करी चेष्टा। त्याचे तोंडी पडो विष्ठा।।
तुका म्हणे किती ऐकों। कोठवरी मर्यादा राखों।।

(सरकारी गाथा-४३६६)

शाप विचाराकडे झुकणारे काही अभंग आहेत, त्यांचे सरकारी गाथ्यातील क्रमांक असे, २८९१, ४४१०, ३०३ हे अभंग सांप्रदायिकांनी क्षेपक मानले आहेत.

७) अश्लीलता

पुढील अभंगात विजोड पति-पत्नींचा विवाह सांगून सामाजिक विषमतेचे वर्णन केले असले तरी त्यातील अश्लील विचार दडून रहात नाही. हा अभंग सांप्रदायिक अभ्यासक क्षेपक मानतात, त्याला हे कारण असावे. अभंगाची संहिता अशी आहे,

बाईल चालली माहेरा। संगे दिधला म्हातारा।।
सिधा सामग्री पोटाची। सवें स्वारी वाइलाची।।
जाता पाडिली ढोराने। सिव्या देती अन्योविन्ये।।
न सावरी आपणातें। नग्न सावले वरले।।
फजित केले जनलोकीं। मेला म्हणे पडे नरकीं।।
गोहाची हे गेली लाज। गांजिता कां तुम्ही मज।।
तुका म्हणे जनीं। छी थू केली विटंबणी।। (सरकारी गाथा ४४७७)

पुढील अभंगातून सौरी, वृद्धपण हे विषय असले तरी त्यात अश्लीलता आहे, हे विसरून चालणार नाही. अ.क्र. ४६३, ४४६१ क्रमांक सरकारी गाथ्याचे आहेत.

८) आत्मगौरव

अभंगाच्या नीर-क्षीर विवेकासाठी आत्मगौरव हा निकष सांगणे, हा विवाद्य ठरणारा निकष आहे. काही अभ्यासक या निकषाला मान्यता देतील, काही देणार नाहीत. 'संत कृपा जाली' हा बहुचर्चित अभंग याचे उत्तम उदाहरण आहे. पण आश्चर्य म्हणजे पंडितांच्या गाथ्यात हा अभंग नाही. आणि अन्य सांप्रदायिक गाथ्यातून हा अभंग क्षेपक मानला आहे. ज्ञानदेवांच्या सान्निध्यात, नामदेवांच्या समोर, एकनाथजवळ असताना तुकाराम आपण भागवत धर्ममंदिराचे कळस झालो, असे म्हणतील का? पायींची वाहाण पायीं बरी (सरकारी गाथा अ.क्र. २३३३) हे नम्रतेचे उद्गार, आपल्याला या विचारांपासून दूर करता येणार नाहीत, असे वाटते. अशाच स्वरुपाचे काही अभंग गाथ्यात पाहायला मिळतात.

> ''तुका बैसला विमानीं
> संत पाहती लोचनी।
> देव भावाचा भुकेला।
> तुका वैकुंठासी नेला।।

(सरकारी गाथा १६०७)

या अभंगातील हे विचार आत्मवाची असतील कां? का कोण्या तुकाराम भक्ताने तुकारामांसाठी हे लिहिले असतील? म्हणजे हे उद्गार तृतीय पुरुषी ठरतात. शिवाय आणखी एक मोठी विसंगती या आधीच्या अभंगात वाचायला मिळते आणि ती म्हणजे "कुडीसहित जाला तुका गुप्त" (अ.क्र. १६०६) हा चरण होय. या परस्पर विरोधी वचनांचा मेळ घालता येत नाही आणि म्हणून निर्णय करणे अवघड वाटते.

९) शैली

शैली हे अभंगाचे एक प्रकारचे वळण असते. एका कवीचे एका शैलीचे अनेक अभंग असू शकतात. त्यावरून अभंगाचा कर्ता कोण हे ठरविण्याचा मार्ग सोपा जातो. संत तुकारामांचा विशेषणयुक्त शैलीचा एक अभंग असा –

> अगा ये मधुसूदना माधवा।
> अगा ये कमळापती यादवा।

अगा श्रीधरा केशवा।
अगा बांधवा द्रौपदीच्या।।१।।
अगा विश्वव्यापका जनार्दना।
गोकुळवासी गोपिकारमणा।
अगा गुणनिधि गुणनिधाना।
अगा मर्दना कंसाचिया।।छ।।
अगा सर्वोत्तमा सर्वेश्वरा।
गुणातीता विश्वंभरा।
अगा निर्गुणा निराकारा।
अगा आधारा दीनाचिया।।२।।
अगा उपमन्य सहाकारा।
अगा शयना फणिवरा।
अगा काळकृतांत असुरा।
अगा अपारा अलक्षा।।३।।
अगा वैकुंठनिवासा।
अगा आयोध्यापति राजहंसा।
अगा ये पंढरीनिवासा।
अगा सर्वेशा सहजरूपा।।४।।
अगा परमात्मा परमपुरुषा।
अगा अव्यया जगदीशा।
अगा कृपाळुवा आपुल्या दासा।
तोंडी भवपाशा तुका म्हणे।।५।।

(सरकारी गाथा अ.क्र. ४४२३)

तुकारामांचे याच शैलीचे आणखी काही अभंग आहेत. त्यांचे क्र. ६७३, ६७४ व ६७५ असे आहेत. हे क्रमांक सरकारी गाथ्याचे आहेत. हे सर्व अभंग सांप्रदायिक गाथ्यातून क्षेपक मानलेले आहेत. विष्णुसहस्त्रनाम स्तोत्राच्या रचनेचा या अभंगांवर प्रभाव दिसत असला तरी प्रत्यक्ष सहस्त्रनाम स्तोत्रातील विशेषणांचा वापर मात्र कमी झाला आहे. विठ्ठलभक्तीचा प्रभाव उठून दिसतो. विठ्ठलाची, कृष्णाची विशेषणे अधिक आहेत. अभंग क्षेपक आहेत, असे म्हणताना काही वेळेस मोठ्या अडचणी येतात. अशीच एक अडचण अभ्यासकांसमोर मांडणार आहे. वर क्षेपक म्हणून सांगितलेले तुकारामांचे अभंग ज्या शैलीचे आहेत त्याच शैलीचा अभंग पुढे

दिला आहे. पण हा अभंग मात्र कोणीही क्षेपक मानत नाहीत. तेव्हा या विरोधी विचारांचे विवेचन कसे करायचे? का वर क्षेपक मानलेले अभंग अन्य कोणत्या निकषाद्वारे क्षेपक मानले असे म्हणायचे? याचा वाचकांनी विचार करावा.

श्री अनंता मधुसूदना । पद्मनाभा नारायणा।
जगव्यापका जनार्दना। आनंदघना अविनाशा।।१।।
सकळदेवा आदिदेवा। कृपाळुवा जी केशवा।
महा महानुभवा। सदाशिवा सहजरूपा ।।छ.।।
चक्रधरा विश्वंभरा। गरुडध्वजा करूणाकरा।
सहस्त्रपादा सहस्त्रकरा। क्षीरसागरा शेषशयना।।२।।
कमलनयना कमलापती । कामिनीमोहना मदनमूर्ती।
भवतारका धरित्या क्षिती। वामनमूर्ती त्रिविक्रमा।।३।।
अगा ये सगुणा निर्गुणा। जगज्जनित्या जगज्जीवना।
वसुदेवदेवकीनंदना। बाळ रांगणा बाळकृष्णा।।४।।
तुका आला लोटांगणी । मज ठाव द्यावा जी चरणीं।
हे चि करीतसें विनवणी। भवबंधनी सोडवावे।।५।।

(सरकारी गाथा अ.क्र. ६४६)

माझ्या अल्पमतीनुसार वरील सर्व अभंग एकाच शैलीचे आहेत. मुद्राही तुकारामांच्याच आहेत. शिवाय उदाहरणासाठी घेतलेल्या अभंगातील मधुसूदना, सहजरूपा, विश्वंभरा, शेषशयना हे शब्दही सारखेच आहेत. अशी साम्यस्थळे असताना काही अभंग स्वीकारायचे आणि काही डावलायचे हे मनास रुचत नाही. याशिवाय या सर्व अभंगाचे कर्तेपण देहूकर तुकारामांचे आहे, हे सांगण्यासाठी एक निराळा मार्ग सांगतो. तो मार्ग असा -

तुकारामांचे धाकटे बंधू कान्होबा यांचे अभंग तुकारामांच्या गाथ्यात आहेत. त्यातील काही अभंगांवर तुकारामांच्या शैलीचा, विचारसरणीचा, चरणांचा, शब्दांचा प्रभाव दाखवून देता येतो. तुकारामांच्या अभंगांचे काही विषयही कान्होबाने हाताळले आहेत. टिपरीचे अभंग, वासुदेव, गोंधळ, नाट, आरती हे विषय तपशीलाने पाहिले म्हणजे माझ्या विधानांचा अर्थ अभ्यासकांना सहज लक्षात येईल. प्रश्न असा आहे की, कान्होबांचे काही अभंग क्षेपक आहेत असे अभ्यासकांनी कोणी सांगितल्याचे वाचनात नाही. असे असताना तुकारामांच्या ज्या शैलीचा प्रभाव सरळसरळ कान्होबांच्या अभंगांवर दाखविता येतो, ते कान्होबांचे अभंग मानायचे आणि तुकारामांचे अभंग नाकारायचे हे मानायला मन तयार होत नाही. विशेषणयुक्त शैलीचे तुकारामांचे

नमुन्यांचे अभंग वर उद्धृत केलेले आहेत. कान्होबांचे याच शैलीचे उदाहरण पुढे देतो आणि अभ्यासकांनी त्याचा निर्णय करावा असे सांगतो. माझे मत वर दिलेले तुकारामांचे अभंग क्षेपक मानू नयेत असे आहे.

कान्होबांचा नाटाचा अभंग

अगा ये वैकुंठनायका। अगा ये त्रैलोक्यतारका।
अगा जनार्दना जगव्यापका। अगा पाळका भक्तांचिया।।१।।
अगा ये वसुदेव देवकीनंदना। अगा ये गोपिकारमणा।
अगा बळिबंध वामना। अगा निधाना गुणनिधी।।
अगा ये द्रौपदीबांधवा। अगा ये सखया पांडवा।
अगा जीवाचिये जीवा। अगा माधवा मधुसूदना।।२।।
अगा महेश्वरा महाराजा। अगा श्रीहरी गरुडध्वजा।
अगा सुंदरा सहस्त्रभुजा। पार मी तुझा काय वर्णूं।।३।।
अगा अंबऋषि परंपरा। निरालंबा निर्विकारा।
अगा गोवर्धन धरणीधरा। अगा माहेरा दीनाचिया।
अगा धर्मराया धर्मशीळा। कृपासिंधु कृपाळा।
अगा प्रेमाचिया कल्लोळा। सकळकळा प्रवीणा।।५।।
अगा चतुरा सुजाणा । मधुरागिरा सुलक्षणा।
अगा उदारा असुरमर्दना। राखें शरणा तुकयाबंधु।।

(सरकारी गाथा अ.क्र. ६६५)

शैलीचे विविध प्रकार सांगता येतात. पण ते सर्व सांगून लेखाची व्याप्ती वाढवायची नसते. क्षेपकासाठी हा एक मार्ग असू शकतो. हे सांगणे एवढेच काम आहे.

१०) कथापर अभंग

तुकारामांच्या कथापर अभंगांचा स्वतंत्र विचार करता येईल एवढी त्यांची संख्या आहे. त्यात पौराणिक कथा, पशुपक्ष्यांच्या कथा असे वर्गीकरण करता येते. पौराणिक कथांमध्ये प्रल्हादकथा (अ.क्र. ३०९० ते ३०९६) दुर्वास-बळी कथा (अ.क्र. ३०९७-३१०४) समुद्रमंथन कथा (अ.क्र. ३०८९) शंखासुराने वेद पळविल्याची कथा (अ.क्र. ३०८८) इ. कथा येतात. पशुपक्ष्यांच्या कथात पक्षी आणि पारधी यांच्या कथा आहेत. (अ.क्र. ६०७, ६७८), तिसऱ्या कथेत पक्ष्यांनी रणभूमीवर घरटे केल्याची हकीकत सांगितली आहे. (अ.क्र. २५५०) या उभय

वर्गीकरणातील कथा सांप्रदायिक अभ्यासकांनी क्षेपक मानल्या आहेत. त्यात ह.भ.प. विष्णुबुवा जोग, देवडीकर, देशमुख-दांडेकर, सोपानकाका देहूकर (पंढरपूर), केमकर शेवतेकर, ब्रह्मीभूत नानामहाराज साखरे हे आहेत. शंखासुराने वेद पळविल्याची कथा मात्र साखरेमहाराजांनी क्षेपक मानली नाही. (अ.क्र.५३७ साखरे गाथा १९०८) हे त्यांचे निराळेपण आहे. तसेच गजेंद्रकथा (अ.क्र. ३०८७) आणि गणिकाकथा या पौराणिक कथा कोणत्याही सांप्रदायिक गाथ्यात क्षेपक मानल्या नाहीत, हा विसंवाद जाणवतो, त्यामुळे या प्रकारच्या अभंगांचा पुनर्विचार व्हायला पाहिजे असे पुनः पुनः वाटते. त्यासाठीच हा प्रपंच केला.

कथा-परंपरा

भारतीय वाङ्मयाला कथा नव्या नाहीत. वेदकाळापासून पुराणकाळापर्यंत सर्वत्र लहान मोठ्या कथांचा वापर झालेला आहे. कवि कुलगुरु कालिदासाच्या विक्रमोर्वशीय नाटकाची कथा ऋग्वेदातल्या पुरूखा-उर्वशी संवादात आहे. रामायण, महाभारत हे आर्षग्रंथही कथाविना नाहीत. महाभारतातील कथांचा कोश करता येईल इतक्या प्रकारच्या कथा या ग्रंथात आहेत. महाभारतातील सुभाषिते हा जसा ग्रंथाचा विषय झाला आहे. तसाच शांतिपर्वातील कथाही ग्रंथरूप झाल्या आहेत. योगवासिष्ठासारख्या तत्वज्ञानपर ग्रंथातही कथांची उपस्थिती आहे. कथासरित्सागर, पंचतंत्र हे ग्रंथतर कथाग्रंथ म्हणूनच प्रसिद्ध आहेत. प्राकृत वाङ्मयही याला अपवाद नाही.

मराठी साहित्य

मराठी वाङ्मयात याहून निराळी स्थिती नाही. ज्ञानदेव, नामदेव, एकनाथ इ. संतांच्या साहित्यात विपुलप्रमाणात कथा सापडतात. रामकृष्ण परमहंस, रामतीर्थ यांच्या वाङ्मयातही अक्षरशः शेकडो कथा आहेत. कथांना मोठी पूर्वोत्तर दीर्घ परंपरा असताना संत तुकारामांच्या काही कथांना निराळा न्याय का दिला जातो, हे जाणता येत नाही. भक्तासाठी परमेश्वर धावत येतो हे मराठी संत वाङ्मयातील सूत्र सर्वत्र दिसून येते. प्रल्हाद कथेत, दुर्वास बळी कथेत, पशुपक्ष्यांच्या कथेत याहून निराळे सूत्र नाही. गजेंद्राचा धावा आणि प्रल्हादाची भक्ती ही एकाच मुशीतली आहे. म्हणून त्यांना निराळा निकष नको असे वाटते. तुकारामांचा एक क्षेपक मानलेला आणि एक क्षेपक न मानलेला अभंग समोर ठेवतो, म्हणजे भाष्याची गरज वाटणार नाही.
क्षेपक मानलेल्या प्रल्हाद कथेतला एक अभंग :

अग्निकुंडामाजी घातला प्रल्हाद।
तरी तो गोविंद विसरेना।।१।।

पितियासी म्हणे व्यापक श्रीहरी।
नांदतो मुरारी सर्वांठायी।।छ.।।
अग्निरूपे माझा सखा नारायण।
प्रल्हाद गर्जून हाक मारी।।२।।
तुका म्हणे अग्नि जाहला शीतळ।
प्रताप सबळ विठो तुथा।।३।।

(सरकारी गाथा अ.क्र. ३०९४)

क्षेपक न मानलेला गजेंद्रकथेचा अभंग

गजेंद्र तो हस्ती सहस्त्र वरुषे।
जळामाजी नक्रें पीडिलासे।।१।।
सुहृदीं सांडिले कोणी नाही साहे।
अंती वाट पाहे विठो तुझी।।छ.।।
कृपेच्या सागरा माझ्या नारायणा।
त्या दोघांजणा तारियेले।।२।।
तुका म्हणे नेले वाऊनि विमानी।
मी ही आइकोनी विश्वासलो।।३।।

(सरकारी गाथा अ.क्र. ३०८७)

तुकाराम महाराज हे कीर्तनकार आहेत. त्यासाठी त्यांनी अशा कथा रचणे अगदी स्वाभाविक आहे. त्यांच्या या अभंगातून अभंगांच्या व्याकरणविषयक नियमांना बाधा येते असेही दिसत नाही. अभंग क्षेपक आहे, हे म्हणण्यासाठी ज्या कारणांची आवश्यकता असते, अशी कारणेही त्यांच्या कवनातून दिसून येत नाहीत, म्हणून असे वाटते की, तुकारामांच्या या अभंगांचा क्षेपकाच्या संदर्भात पुनर्विचार व्हावा याचा अर्थ असा नाही की, त्यांच्या सर्वच कथांना एकच न्याय दिला पाहिजे.

११) संत तुकाराम, रामदास आणि शिवाजीराजे यांची भेट

संत तुकारामांच्या गाथ्यातील काही अभंग ऐतिहासिक घटनांशी निगडित आहेत. संत तुकाराम आणि शिवाजीराजे यांची भेट ही एक ऐतिहासिक घटना आहे. पंडितद्वयांच्या गाथ्यात 'शिवाजीराजे यांनी स्वामीस अबदागिरी, घोडा, कारकून असे न्यावयास पाठविले ते अभंग' या शीर्षकाखाली १४ अभंग देऊन, तशी संख्याही नोंदविली आहे. पण महिपतीने भक्तलीलामृताच्या[४८] ३६ व्या अध्यायातील तुकाराम चरित्रात मात्र या संदर्भात चारच अभंग लिहून पाठविल्याचे म्हटले आहे. ती नोंद अशी –

ऐशा रीतीं वैष्णवभक्त। चार अभंग लेहोनि देत।
कारकून परतोनिया जात। तुका बोलत काय त्यासी।

(भ.ली. ३६/९२)

अशाच प्रकारे हीच संख्या महिपतीने पुढे सांगितली आहे. ती अशी -

कारकून सांगत वर्तमान। राजा आश्चर्य करीत मने।
चार अभंग दीधले लेहोन। तेही वाचोन पाहिले।।

(भ.ली. ३६/१००)

पण हे चार अभंग कोणते हे मात्र महिपतीने सांगितले नाही. त्याने सांगितले नसले तरी ते शोधून काढणे फारसे अवघड नाही. कारण महिपतीने तुकारामांच्या अभंगांचा चांगला अभ्यास केला आहे. तुकारामांच्या वाणीचा पदोपदी प्रभाव त्याच्या ओव्यांवर दिसून येतो. आपण तुकारामांचे अभंग वाचीत आहोत की, महिपतीच्या ओव्या वाचीत आहोत, याचे क्षणभर विस्मरण व्हावे, एवढा हा प्रभाव आहे. भक्तलीलामृताच्या ३६ व्या अध्यायातील ओवी क्र. ९२ पासून पुढे वाचले की, या ओव्या कोणत्या अभंगाच्या प्रभावातून लिहिल्या गेल्या हे सहज समजते. तुकारामांचे चार अभंग आणि महिपतीच्या ओव्या देणे हे लेखाचा अकारण विस्तार करण्यासारखे आहे. म्हणून एकाच अभंगांचा नमुना देतो.

दिवट्या छत्री घोडे। हें तों बऱ्यात न पडे।
आता पंढरीराया। मज गोविसी कासया।।
मान दंभ चेष्टा। हें तों शूकराची विष्ठा।
तुका म्हणे देवा। माझे सोडवणे धांवा।।३।।

(तुकारामाची गाथा अ.क्र. १८८४)

मग छत्री घोडा कारकून पाही।
बोलावूं पाठवित लोहगांवीं
वैष्णवभक्तासि ते समयीं।
निरोप सर्वही सांगितला।।
कीं तुमचे भेटीचा धरोनि हेत।
राजा बहुत आर्तभूत।
तेथवर येऊनि निश्चित।
करावें सनाथ त्यालागीं।
ऐसा निरोप ऐकोनियां।

परम अनुताप जाहला तुकया।
म्हणे देवाधिदेवा पंढरीराया।
गोंविसी कासया मज येथें।
दंभमान चेष्टापूर्ण।
हे तों सुकर विष्ठेसमान।
तूं दयासागर चैतन्य घन।
माझे सोडणे धाव आतां।।

(भ.ली.अ. ३६/९३-९६)

महिपतीच्या या ओव्या कोणत्या अभंगाच्या अनुरोधाने आल्या आहेत, हे सहज लक्षात येईल. महिपतीने सांगितलेले चार अभंग हे पुढीलप्रमाणे असावेत असे त्यांच्या ओव्या वाचून वाटते.

१) मुंगी आणि राव (सरकारी गाथा १८९५)
२) ति हीं त्रुभुवनीं। (सरकारी गाथा १८९६)
३) आम्ही तेणें सुखीं। (सरकारी गाथा १८९७)

या चार अभंगातून तुकारामांचा जीवनाकडे पाहण्याचा दृष्टिकोन समोर येतो. तसेच त्यांचे साधुत्वही दिसून येते. त्यांच्या वैराग्यवृत्तीचा उत्तम नमुना या अभंगातून पाहायला मिळतो. संतश्रेष्ठ तुकाराम[४१] या ग्रंथाचे लेखक श्री. ज.र. आजगावकर यांनीही त्यांच्या ग्रंथात तुकारामांनी पाठविलेले चार अभंग म्हणून हेच अभंग दिले आहेत. वारकरी सांप्रदायिक समाज हेच चार अभंग मानतो.

महिपतीने जे चार अभंग सांगितले आहेत, ते अभंग मूळ पत्रातील आहेत असे मानून त्यांना मान्यता द्यावी असे माझे मन मला सांगते. पण माझ्या या वाटण्याला केवळ मनाचा आधार हे कारण पुरेसे वाटणार नाही, हे मला मान्य आहे. त्यासाठी एक अन्य प्रमाण देतो. तुकारामांच्या पंडितप्रतीत काही अभंगात्मक घटनांच्या नोंदी आहेत. शिवाय त्या अभंगांच्या गटांपुढे अभंगांच्या संख्या दिल्या आहेत. त्या घटनांची संख्येसह पडताळणी महिपतीच्या तुकाराम चरित्रात आढळते की, नाही हे पाहिले म्हणजे आपले काम खूप सोपे होईल आणि विचारांची दिशाही स्पष्ट होईल.

याठिकाणी देखील गाथ्यातील सर्व घटनांची त्यांच्या संख्येसह नोंदी मी आपणापुढे ठेवणार नाही. नमुन्याची तुकारामांची व महिपतींची काही उदाहरणे देऊन त्यावर निर्वाह करणार आहे.

१) स्वामींनी स्त्रीस उपदेश केला ते अभंग (११) (सरकारी गाथा १९८१-१९९१)

हा उपदेश पूर्णबोध या नावाने वारकरी समाजात प्रसिद्ध आहे.

महिपती

अकरा अभंग ऐंशारीतीं। कांतेसि उपदेश केला प्रीती।
पूर्णबोध ग्रंथ त्यासी म्हणती। ऐकतां विरक्ती होय जीवा।।

(भ.ली. ३४/४८)

२) अलंकापुरी धरणे धरून बसलेल्या ब्राह्मणास केलेला उपदेश (११)

(अ.क्र. २३२४-२३३४)

या संदर्भात एक आश्चर्याची घटना आहे. ती म्हणजे स्वत: तुकारामांनीच एका अभंगात ही संख्या सांगितली आहे.

देवाचे उचित एकादश अभंग।
महाफळ त्याग करूनि गेला।।

(सरकारी गाथा २३४७)

महिपती

यापरी विस्मित हाऊनि मन।
मग अकरा अभंग लिहिले जाण।
त्या ग्रंथासि उत्तम ज्ञान।
म्हणती सज्ञान अनुभवी।।
धरणेंकरी बैसला जवळ।
त्यापासीं देत भक्त प्रेमळ।
आणि प्रसाद दीधलें महाफळ।
तें ब्राह्मण तत्काळ टाकिलें।।

(भ.ली. ३४/१७२-१७३)

- - -

तुमची आज्ञा नुल्लंघवे मजसी।
मग एकादश अभंग दीधलें त्यासी।
एक महाफळ प्रसादासी
देऊनि त्यास गौरविले।।

(भ.ली. ३४/१७९)

३) इंद्रायणीतून कोरड्या वह्या वर आल्या त्यावेळी तुकारामांनी केलेली विठ्ठलस्तुती

(अभंग संख्या ७) (सरकारी गाथा २२४१-२२४७)

महिपती

> मग सात अभंग केली स्तुत।
> करूणा बहुत त्या माजी

(भ.ली. ३५/१५२)

> कोरड्या वह्या निघतां निश्चित
> तेव्हा सात अभंग केली स्तुत।।

(भ.ली. ३५/१६६)

४) अनगडसिद्धाचे शापाने रामेश्वर भटाच्या शरीराचा दाह ज्याने शमला तो अभंग (१)

(सरकारी गाथा अ.क्र. १७५१)

महिपती

> रामेश्वराच्या करूणा वचनें।
> दयेनें द्रवला वैष्णव जन।
> मग एक अभंग दीधला लेहून।
> निज कृपेने आपुल्या ।।

(भ.ली.३५/१९०)

> ऐशाच रीतीं अभंग एक।
> रामेश्वरें वाचितां देख।
> तो अद्भूत वर्तले कौतुक।
> तें ऐका भाविक निजकर्णी।।

(भ.ली. ३५/१९७)

५) लोहगांवी स्वामींच्या अंगावर ऊन पाणी घातलें तो अभंग (१)

(सरकारी गाथा अ.क्र. १३१८)

महिपती

> मग म्हणे देवा धावा देवाधिदेवा।
> माझ्या कायेसी लागला वणवा।
> एक अभंग बोलिले तेव्हा।
> तो आला विसावा भक्ताचा।।
> (भ.ली. ३६/८२)

६) स्वामींनीं पत्र पंढरीनाथास पंढरीत पाठविले तें अभंग (१९)

(सरकारी गाथा १९६३)

महिपती

पत्र पाठवितां पंढरीस।
तुका तेथेंच उभा असे।
मागे अभंग एकूणवीस।
वैष्णवदास बोलिला।।

(भ.ली. ३७/१९६)

७) संत तुकाराम वैकुंठ गमनासाठी इंद्रायणीच्या तीरी आलेले आहेत. तिथे आल्यावर त्यांनी मोठ्या आनंदाने विरहिणीचे अभंग म्हटले. अशी महिपतीची नोंद आहे. (पाहा भ.ली. ४०/६६) विरहिणींच्या या अभंगांची संख्या पंडित गाथ्यानुसार २५ अशीच आहे. (पाहा विराण्या अ.क्र. ३१) विठ्ठलाचा आपणास विरह होणार आणि त्यातून सुचलेले हे अभंग ही महिपतीने सांगितलेली संगती विचार करण्यासारखी आहे.

तुकारामांच्या आणि महिपतीने सांगितलेल्या अभंगाच्या संख्येत कुठेही फरक पडत नाही, असे दिसून येते. मग केवळ तुकाराम–शिवाजी यांच्या भेटीच्या अभंगसंख्येत फरक का पडतो असा प्रश्न आहे. महिपतींचा तुकारामांच्या अभंगांचा उत्तम अभ्यास आहे, ते तुकारामांच्या अभंगांचा ओवीरुपात चांगला अनुवाद करतात, विराण्यासारख्या अभंगगटाची निराळी संगती सांगतात. वैकुंठगमनाच्या वेळी तुकाराम कुडीसहित गुप्त झाले या विचारांचा ते बौद्धिक परामर्श सांगण्याचा प्रयत्न करतात. ते म्हणतात, तुका न ये परतोन या कल्पनेनी लोकांचे कंठ दाटून आलेले आहेत. त्यांच्या नेत्रातून अश्रू वाहत आहेत. ते सदेह वैकुंठाला चालले आहेत, याची कल्पनाच कुणाला येत नाही. त्यावेळी लोक आपापसात जे बोलत होते. ते त्यांनी शब्दरुपात सांगितले. महिपतींचे[५०] हे सांगणे म्हणजे, त्या प्रसंगाची मीमांसाच आहे. ते म्हणत होते, तुकारामांमुळे साऱ्या गावास वैकुंठरूप प्राप्त झाले आहे. तुकारामांना आमचा उबग आला म्हणून ते हिमालयाकडे गेले. बदरिकाश्रम पाहायला तुकाराम गेले. कोणी म्हणाले तुकाराम वाराणसीला गेले. (भ.ली.अ. ४०/१५७–१६३) तुकारामांच्या वैकुंठगमन प्रसंगाची ही महिपतीकृत मीमांसा त्यांच्या अभ्यासाची द्योतक आहे. जनमानसात या संदर्भात जे विचार त्यांना दिसले त्यांचे हे चमत्कार टाळून केलेले सुसूत्रीकरण आहे असे वाटते. इतका त्यांचा अभ्यास असताना, त्यांनी सांगितलेला संख्येतील फरक म्हणजे, अधिक अभंग त्यांना मान्य नसल्याचे द्योतक आहे. यावरून अभंगांचे क्षेपकपण ठरविताना महिपतींचाही विचार घेतला पाहिजे असे वाटते.

पंडितांच्या गाथ्यात तुकाराम व शिवाजीराजे यांच्या भेटीच्या संदर्भातील जे अभंग अधिक आढळतात ते सर्व अभंग सांप्रदायिक अभ्यासकांनी क्षेपक म्हणून

नाकारलेले आहेत. पंडितांच्या गाथ्याचा चार पैकी एक आधार ग.कृ.कृष्णाजीचा गाथा आहे. पण हे अभंग या गाथ्यातही नाहीत, हे लक्षात घेण्यासारखे आहे. जे अभंग क्षेपक म्हटले गेले आहेत ते असे -

	अभंगाचा प्रथम चरण	अभंग क्रमांक
(१)	विरंचीनें केलें ब्रह्मांड सकळ।	१८८६
(२)	ऐसी माझी वाणी।	१८८७
(३)	तुम्हांपाशीं आम्ही येऊनिया काय।	१८८८
(४)	आतां एक योग साधावा हा नीट	१८८९
(५)	आतां हे विनवणी प्रधान अष्टक	१८९०
(६)	राया छत्रपती ऐकावें वचन।	

'राया छत्रपती ऐकावें वचन' हा अभंग पंडित गाथ्यात नाही. पण तो अभंग तुकाराम तात्या पडवळांच्या गाथ्यात आढळतो. (अ.क्र. ६३०९) शिवाय हनुमंत स्वामीच्या[५१] बखरीतही तो आहे. ही बखर श्री रामदासस्वामीचरित्र म्हणून परिचित आहे. (पाहा श्रीरामदासस्वामी चरित्र पृ. १६५-१६८ प्रकाशक-यदुवंशीय ठुकर गोवर्धनदास, लक्ष्मीदास. आवृत्ती २ री. इ.स. १८८८)

संत तुकाराम आणि छत्रपती शिवाजीराजे यांच्या भेटीचे जे स्वीकृत आणि क्षेपक अभंग आहेत त्यातील लक्षात येणारा पहिला भाग असा आहे की, हे स्वीकृत अभंग अत्यंत लहान आहेत आणि क्षेपक अभंग दीर्घ स्वरुपाचे आहेत. एकच व्यक्ती एकाच विषयाच्या संदर्भात इतका मोठा फरक करते हे न पटणारे आहे. कदाचित हे पंडित कवीचे काव्य असते तर वृत्तवैचित्र्याच्या हव्यासापाई हे मान्य करता आले असते, पण इथे काव्यरचनेची बैठकच भिन्न आहे.

अभंगाची एकसंधता हा आणखी एक निकष आहे. माझ्या मते पुढील अभंगात दोन विचार दिसतात. तुकाराम महाराज छत्रपतींना उद्देशून म्हणतात ''माझी वाणी अत्यंत दीन आहे आणि ही हृदयात असलेल्या परमेश्वराची कृपा आहे. आम्ही एका पांडुरंगालाच शरण गेलो आहोत म्हणून दीन नव्हेत आणि केविलवाणेही नाहीत. पांडुरंग आमचा सांभाळ करणारा असल्यामुळे इतरांची पर्वा करण्याचे आम्हाला कारण नाही. (हे राजा!) तुझी भेट घेऊन तुला काय मागायचे आहे? कारण आम्ही साऱ्या आशाच सोडून दिल्या आहेत आणि इच्छारहित गावात आमचा निवास आहे. आम्ही साऱ्या प्रवृत्ती सोडून दिल्या. पतिव्रतेचे मन जसे सदैव पतीला भेटू इच्छिते त्याप्रमाणे आता आम्ही पांडुरंगापाशी नांदत आहोत. (आम्हाला) सारे विश्वच विठ्ठलरूप

वाटते आणि तुलाही आम्ही विठ्ठलरुपातच पाहतो. आता तुला विठ्ठलभक्त व्हावे असे वाटते आहे पण एक गोष्ट आडवी येत आहे.''

इथे अभंगाचा विठ्ठलभक्तीचा एक भाग संपून दुसऱ्या विचारांना प्रारंभ झालेला दिसतो. ती आडवी येणारी बाब कोणती हे इथे स्पष्ट नाही. पण अभंगातील पुढच्या मजकुरावरून असे दिसते की, तू आधीच रामदासांचा अनुग्रह घेतला आहेस आणि आता तुला गुरू बदलवयाची इच्छा झाली. ही ती आड येणारी गोष्ट असावी. म्हणून तुकाराम महाराज शिवाजी महाराजांना उपदेश करतात की, तुम्ही रामदासांच्या ठिकाणी भूषणभूत व्हा. त्यांच्या भक्तीपासून मनाला चळू देऊ नका. त्यांचीच भक्ती करा. मनाची वृत्ती चाळवली तर योग्य भक्ती कशी होणार? तुकाराम महाराज अखेरी छत्रपतींना उद्देशून म्हणतात की, हे चतुर राजा, एकनिष्ठ भक्ती हाच भाव सर्वांना तारुन नेतो.

अभंगातील दोन विचार स्पष्ट करून दाखविले आहेत. एक विठ्ठलभक्तीचा विचार आहे आणि दुसरा रामदास भक्तीचा आहे. प्रत्येक प्राणीमात्राच्या ठायी विठ्ठलाला पाहणारे तुकाराम असा भक्तीभेद करतील असे वाटत नाही आणि म्हणून प्रस्तुतचा अभंग तुकारामकृत नसावा असे वाटते. (सरकारी गाथा १८८७)

प्रस्तुतचा अभंग तुकारामांचा नसावा असे मला वाटते, त्याला आणखी एक कारण आहे. ते कारण म्हणजे हनुमंतस्वामींच्या बखरीत हा अभंग आहे, पण तिथे एक मोठा पाठभेद दिसून येतो. श्रीसमर्थचरित्र[५२] या ग्रंथाचे चरित्रकार समर्थभक्त श्री. स.खं. आळतेकरांनी ही बखरीचीच संहिता वापरली आहे. सरकारी गाथ्याची संहिता पुढे देतो.

> तुज ही विठ्ठल ऐसें चि वाटलें।
> परि एक आलें आडवें हें।। (अ.क्र.१८८७/७)

बखरीतील संहिता –

> तुज ही विठ्ठल हवा ऐसा वाटे।
> परी एक मोठी आवडीची।।

बखरीच्या संहितेतील विठ्ठल हवा आणि आवडीची या पाठांमध्ये सारी ग्यानबाची मेख आहे आणि ही नवनिर्मिती असावी असे दिसते म्हणूनही हा अभंग तुकारामविरचित नसावा.

एका अभंगात जसे अनेक विषय असणे योग्य नाही तसे एकाच अभंगात एकच विषय पुन्हा पुन्हा सांगणे योग्य नाही. 'राया छत्रपती ऐकावें वचन' हा अभंग क्षेपक विचारात समाविष्ट होणारा आहे. संत तुकाराम शिवाजीराजांना उपदेश करताना म्हणतात,

हे राजा, तू माझा विचार ऐक आणि रामदासांच्या ठिकाणी आपले मन स्थिर ठेव. हाच विचार चार वेळा या अभंगात आला आहे. माझ्या समजुतीनुसार यामुळे अभंगाच्या निकषाला तडे जातात. तुकारामांच्या अभंगात असे तडे गेलेले अभंग नाहीत आणि म्हणूनच हा अभंगही तुकारामकृत नसावा. श्री.ज.र. आजगावकरांनीही[५३] याच निकषावर हा अभंग नाकारला आहे. (पाहा पृ.१२२)

शिवराय आणि तुकाराम यांच्या या संबंधातील अभंगाबद्दल कै. वि.ल.भावे[५४] यांनी सारस्वताच्या दुसऱ्या आवृत्तीत (इ.स.१९१९ पृ. १८६) हे अभंग तुकारामांचे आहेत असे म्हटले आहे. पण पुढे त्यांचे हे मत बदलले आहे. (पाहा ममुक्षु नवे वर्ष २ अंक ४ एप्रिल १९२२) या बदललेल्या मतासंबंधी ते लिहितात –

''महाराष्ट्र सारस्वत आ.२ पृ.१८६ वरील पहिल्या टीपेंत श्री तुकाराम महाराजांच्या अनेक गाथ्यांतून 'शिवाजी महाराजांच्या पत्रास उत्तर' म्हणून छापलेले 'विरंचीनें केलें ब्रह्मांड सकळ' इत्यादी पांच अभंग क्षेपक नसून ते तुकाराम महाराजांनीच रचलेले आहेत, असे मी लिहिले आहे. पण या बाबींचा पुन्हा नीट विचार करता हे माझें लिहिणें चूक आहे असे माझे मत आहे. सबब त्याचा खुलासा पुढे करीत आहे.''

श्री. भावे यांच्या मतपरिवर्तनाचा लेख मोठा आहे. वाचकांनी तो मुळातूनच वाचावा असे सांगून त्यातील काही बाबीच समोर ठेवतो. ''या अभंगांपैकी पहिल्याच अभंगात

(१) ''शिव तुझे नाम ठेविलें पवित्र।
छत्रपतिसूत्र विश्वाचें कीं।

या संदर्भात श्री भावे म्हणतात, शके १५९६ मध्यें राज्याभिषेक होण्यापूर्वी शिवाजीने आपणास छत्रपति म्हणविल्याचे कोठेही आढळत नाही, किंवा त्यास लिहिलेलीं इतकीं पत्रे उपलब्ध आहेत त्यापैकीं एकांतही 'छत्रपति' असे लिहिले नाही.

(२) १५७९ तल्या एका महजरावर हजर मजलसीत पेशवे, डबीर, सुरनीस व सरनोबत आहेत. (खंड १७ पृ. १८ ले. १० पहा). पण या पलीकडे बाकीच्या अम्मलदारांचे उल्लेख कोठे ही आढळत नाहीत, आणि याशिवाय आणखी एखाददुसरा उल्लेख आढळला तरी 'प्रतिनिधी' पदाचा उल्लेख कोठेही आढळणार नाही. हे पद प्रल्हाद निराजीकरितां राजाराम महाराजांनीं नवेच निर्माण केलें, ही गोष्ट मशहूर आहे. तेव्हा ज्यांत हे 'प्रतिनिधी' पद उल्लेखिलेले आहे, असा अभंग शिवकालीन होऊ शकणार नाही, हे अगदी निश्चित आहे. असा अभंग तुकोबांचा नसला पाहिजे.

(३) तसेच राजाज्ञा हे पद तर छत्रपति शाहू महाराजांनी निर्माण केले व या पदावर प्रथम योजना दत्ताजी शिवदेव याची केली. (शाहू म.च. व सरदेसाईकृत मराठी रियासत) या राजाज्ञा पदाच्या उल्लेखावरून तर या अभंगाचा काल बराच पुढे आणणे भाग पडले. निदान हे अभंग १५७१/७२ पूर्वीचे नाहीत असे तरी म्हणण्यास हरकत घेता येणार नाही.

(४) या साऱ्या लेखाचे सार आणि आपले मत श्री. भावे यांनी पुढील वाक्यात दिले आहे, ''अतएव अनेक गाथ्यांतून आढळणारे तुकोबांचे शिवाजीस उत्तर म्हणून छापलेले अभंग खोटे व क्षेपक म्हणण्यास हरकत दिसत नाही.''

शिवकालीन इतिहासाचे प्रतिपद जाणकार आणि श्री राजा शिवछत्रपती या अनन्यसाधारण ग्रंथाचे कर्ते श्री.ग.भा. मेहेंदळे यांच्याबरोबर मी या वादासंबंधी दीर्घचर्चा केली. त्यांच्या मते श्री. भावे यांनी छत्रपती, प्रतिनिधी, राजाज्ञा या विषयासंबंधी जी मते व्यक्त केली आहेत ती बरोबर आहेत आणि माझ्याही मते तुकाराम-शिवाजी भेटीसंबंधीचे अभंग क्षेपक आहेत.

श्री.वि.ल. भावे यांच्या मताप्रमाणेच अनेक अभ्यासकांची मते आहेत. त्या सर्वांच्या मताची दखल घेऊन त्यांची चर्चा करण्यापेक्षा त्यांची नावे आणि संदर्भ देतो.

१) श्री. गुरुदेव रा.द.रानडे - तुकाराम वचनामृत[५५], प्रस्तावना - पृ.५
२) श्री. ल.रा. पांगारकर[५६] - तुकारामचरित्र, पृ. ४०८ (टीप) आवृत्ती - १९२०
३) श्री. ज.र. आजगावकर[५७] - संतश्रेष्ठ तुकाराम पृ. १२२, इ.स. १९३५
४) डॉ. शं.दा. पेंडसे - साक्षात्कारी संत तुकाराम पृ. १८० इ.स. १९८८
५) पु.मं. लाड - तुकारामाचे चरित्र पृ.३०, इ.स. १९५७

वर उल्लेख केलेल्या अभ्यासकांच्या मते हे अभंग क्षेपक आहेत. काही अभ्यासक हे अभंग क्षेपक नसून तुकारामांचे आहेत असे मानतात. त्यांचे संदर्भ असे -

१) समर्थचरित्र या ग्रंथाचे लेखक समर्थभक्त कै. स.खं. आळतेकर म्हणतात ''भाषासरणीवरुन, मजकुरावरून हें अभंगात्मक पत्र तुकारामांचेच आहे हे स्पष्टपणें दिसून येते. (समर्थ चरित्र ले. स.खं. आळतेकर पृ. १२७ इ.स. १९३३, आ.१ली)

२) ''शके १५६९ च्या पत्रात छत्रपती असा उल्लेख आलेला आहे. तेव्हा राज्याभिषेकानंतर अष्टप्रधानाच्या नेमणुका व छत्रपती या नावाचा उल्लेख असा प्रकार नसल्याने तुकोबांचे पाच अभंग प्रक्षिप्त मानण्याचे कारण नाही. (सार्थ तुकाराम गाथा खंड २ रा.पृ. २९९ आ.१ली)

३) हे पाच अभंग क्षेपक नाहीत असे रा.ग. हर्षे यांचे मत आहे.[६२] (तुकाराम पृ.९५-९८)

४) तुकारामबोवा या ग्रंथाचे कर्ते श्री. बा. अ. भिडे[६३] यांनी तर ग्रंथाच्या विवेचनातच या अभंगांची चर्चा केली आहे. त्यांनी कुठेही हे अभंग क्षेपक आहेत असे म्हटले नाही.

(तुकारामबोबा - ले.बा.अ. भिडे पृ. ६७-७० आ. ४ थी इ.स. १९९७)

प्रश्न असा आहे की, मग हे मतभिन्नतेचे अभंग निर्माण कसे होतात? कै.वि.ल.भाव्यांसारखे जाणकार अभ्यासक म्हणतात की, ''या प्रश्नाला उत्तर मात्र काही नीटसे सूचत नाही.'' (मुमुक्षु नवे व. २ अंक ४.) असे असले तरी, या कंटकाकीर्ण वाटेतून काही अभ्यासकांनी थोडा मार्ग सुचविला आहे. मार्ग सुचविणाऱ्या अभ्यासकांमध्ये म.क.भू.ज.र. आजगावकर, डॉ. सदानंद मोरे व दिलीप धोंडे यांचा समावेश आहे. श्री. आजगावकर म्हणतात, ''एखाद्या रामदास सांप्रदायी मनुष्यानें तुकोबांच्या नावावर हे अभंग लिहून एखाद्या गाथ्यांत घुसडले असावेत असे दिसतें. कारण या अभंगात रामदास स्वामींचा पुन: पुन: तीन वेळा उल्लेख केला आहे तो तुकोबांच्या अभंगांत येणे शक्य नाही.'' (संतश्रेष्ठ तुकाराम ले.ज.र., आजगावकर पृ. १२२)

श्री. विठोबा-रखुमाई देवस्थान संस्थानने श्री. तुकाराम महाराज यांच्या अभंगांचा गाथा प्रकाशित केला असून त्याला डॉ. सदानंद मोरे व दिलीप धोंडे यांची प्रस्तावना आहे. या प्रस्तावनेत ते लिहितात. ''चिटणीस हनुमंतस्वामी व कदाचित मेढे यांनी भेटीचे वर्णन करताना बहुधा हे अभंग रचले असावेत. अर्थात त्यात आपण काही गैर करत आहोत असे त्यांना वाटायचे काही कारण नव्हते. त्यांनी केले, ते प्रामाणिकपणे व समर्थांचा महिमा वाढविण्यासाठी. ही घटना खरोखर घडली व तुकोबांनी शिवरायांना समर्थांकडे जायला सांगितले, ही त्यांची प्रामाणिक समजूत होती. तिच्या पोटी त्यांनी हे केले.'' या लिहिण्याचे सार इतकेच आहे की, हे अभंग रामदासी सांप्रदायिकांनी लिहिले आहेत आणि तिथून ते त्रिंबक कासाराच्या वहीत नकलले गेले.

वर सांगितलेल्या अभ्यासकांच्या अभ्यासाची बूज राखूनही त्यांच्या मताशी सहमत होता येत नाही. याचे कारण असे की, दास म्हणे मुद्रेने अन्य कवींचे किती अभंग रामदासी साहित्यात येतात, तसेच तुका म्हणे मुद्रेने अन्य कवींचे किती अभंग तुकाराम गाथ्यात येतात, याचा जरा डोळसपणे धांडोळा घ्यायला हवा. नाथांनी रचलेले चोखोबा संबंधीचे अभंग केवळ मुद्रा बदलून तुकोबांच्या नावावर आले आहेत. रुक्मांगद राजाचे चरित्र नाथांनी रचले पण मुद्रा बदलून ते अभंग तुकोबांच्या साहित्यात समाविष्ट केले गेले. घाण्याचे अभंग म्हणून तुकोबांच्या नावावर आले आहेत. ते सारे अभंग संतांच्या गाथ्यात संताजीच्या नावाने आहेत. नामदेवांचे अभंग

मुद्रा बदलून तुकारामांच्या नावावर आढळतात. माझी अशी प्रामाणिक धारणा आहे की, तुकारामांवरील अलोट भक्तीमुळे, श्रद्धेमुळे हा मुद्रा बदल होत असावा. जे जे उत्तम आहे ते ते सर्व आमच्या दैवताचे, अशी त्यामागे विचारधारा असावी. अभंगांच्या नाममुद्रा बदलताना आपण काही गैर करतो आहोत याची पुसट ही जाणीव त्या भक्तांमध्ये असत नाही. या विचारांनी तुकारामांवरील अनन्य भक्तांनी हे अभंग रचले असावेत असे वाटते आणि त्याला इतिहासातील दाखलेही मिळतात. नाममुद्रा बदलून आलेले अभंग तुकाराम तात्या पडवळांच्या गाथ्यात पाहायला मिळतात. त्या गाथ्याचा परिचय करून देताना हा इतिहास मी उदाहरणासह कथन केला आहे, तो पाहावा.

आपण समर्थ रामदास–तुकाराम आणि छत्रपती शिवाजीराजे यांच्या संदर्भातील क्षेपक अभंगांचा विचार करीत आहोत. त्यासंबंधी असलेल्या वादाची समस्त व साधार माहिती श्री. अनंतदास रामदासी यांनी समर्थांच्या गाथ्यात[६६] (इ.स.१९२८) आणि स.खं. आळतेकरांनी समर्थचरित्रात[६७] दिली आहे. पण आता हे दोन्ही ग्रंथ मिळविणे अवघड झाले आहे. पण महाराष्ट्र सारस्वताचे पुरवणी लेखक डॉ. शं.गो. तुळपुळे[६८] यांनी उत्तमप्रकारे हा इतिहास दिला आहे. त्यामुळे त्याची द्विरुक्ती करण्याचे कारण नाही. पण हा वाद महत्त्वाचा असल्याने त्याची नोंद कुठे झाली आहे, हे ज्ञात असावे, म्हणून सांगितले आहे.

ब्र.भू. नानामहाराज साखरे यांनी इ.स.१९०८ साली तुकाराम गाथ्यात आणि ह.भ.प. विष्णुबुवा जोगांनी इ.स. १९०९ साली संपादित केलेल्या सार्थ गाथ्यात अखेरीला क्षेपक अभंगांचे स्वतंत्र प्रकरण जोडले आहे. इतरही सांप्रदायिक गाथ्यातून क्षेपक अभंग मानल्याचे वर दाखवून दिले आहे. या सर्वांचे क्षेपकांसंबंधी एकमत आहे, असे मात्र नाही. पण ही मतभिन्नता मोठी नाही हेही सांगता येते. सर्व सांप्रदायिक गाथ्यातील क्षेपकासंबंधीच्या भेदांचा प्रथम चरणांच्या संदर्भासह एक पट मी याच लेखात अन्यत्र मांडून दाखविला आहे. ही सर्व मंडळी अंधानुकरण करीत नाहीत आणि काही विचारही करतात हे त्या पटावरून स्पष्ट होईल. पण विद्यापीठीय संस्कारातून सुस्नात झालेले अभ्यासक मात्र क्षेपक विचारांकडे दुर्लक्ष करतात. ज्या प्रकाराने क्षेपकांचा विचार करायला पाहिजे त्याप्रकारे हा विचार होत नाही. हे मी जे म्हणतो त्याला एक प्रमाण देतो. महाराष्ट्रातील सर्व विद्यापीठांमधून ज्यांनी पीएच.डी.ही पदवी प्राप्त केली आहे त्यात केवळ ३० प्रबंध संत तुकारामांच्या वाट्याला आलेले आहेत आणि त्यातही केवळ २ प्रबंध तुकारामांच्या गाथ्याच्या चिकित्सक अभ्यासाला दिले गेले आहेत.[६९] आता माझ्या या लिखाणातील आर्तता वाचकांना कळेल. १०३ वर्षांचा दीर्घ कालावधी मिळूनही अभ्यासक क्षेपकांसंबंधी गंभीर विचार करता दिसत नाहीत, ही खरी शोकांतिका आहे.

जे अभ्यासक तुकारामांवर अभ्यासपूर्ण लेखन करतात तीही मंडळी या प्रश्नाचा विचार न करता आपली मते मांडत असतात, काही सिद्धांतही सांगत असतात. काही ठराविक अभंगापुरता क्षेपकांचा विचार बरेच अभ्यासक सांगतात. संत रामदास, तुकाराम व शिवराय यांच्या भेटीच्या संदर्भात सर्वजण आपापली मते व्यक्त करतात. या अभंगांशिवाय अन्य क्षेपक अभंग नाहीत असे चित्र त्यातून उभे राहते. क्षेपकासंबंधी डोळस विचार न झाल्याने अभंगांच्या बळावर जे लिखाण होते, ते कोणत्या तुकारामांच्या विचारांचे प्रतिनिधित्व करते हे समजत नाही. वाळूच्या पायावर सिद्धांतांचे उभे केलेले इमले टिकणार नाहीत. माझ्या या विवेचनाला प्राचीन काळापासूनचे काही आधार सांगतो. इतिहासकार श्री. राजवाडे यांनी तुकारामांच्या निर्वाणासंबंधी काही विवेचन केले.[७०] त्यांच्या मते "तुकाराम घरीं स्वस्थ बसून वारला, व त्यानें जलसमाधी घेतली नाही." (कै. वि. राजवाडे संकीर्ण लेखसंग्रह पृ.१२) कै. राजवाड्यांच्या या मताचा विचार करताना कै. बा.अ. भिडे म्हणतात[७१] (या विवेचनाचा) मुख्य आधार पुढील अभंगांचा आहे –

> माझ्यावरूतें पांजले शरीर।
> झाला धुंदुकार दाही दिशा।।१।।
> टाळ घोळ विणा मृंदगाचे घोष।
> गाती हरिदास, नाचताती।।२।।
> जणों मागें पुढें होती हरिकथा।
> पहातां पहातां भ्रम लोकां।।३।।
> हातावरी हात मारूनी जातो तुका।
> परी कोणा एका उमजेना।।४।।

या अभंगासंबंधी श्री. भिडे म्हणतात, "एक तर हा अभंग खास तुकारामबोवांचा दिसत नाही व तो सर्व गाथांतून सापडत नाही." (तुकारामबोवा पृ.७९) श्री. भिड्यांचे हे मत पाहता श्री. राजवाडे यांचे विवेचन कोणत्या तुकारामाचे मानायचे?

कै. ल.रा. पांगारकरांनी[७२] तुकाराम चरित्रात शिवाजी महाराज व तुकारामबुवा यांच्या संदर्भातील अभंग प्रक्षिप्त आहेत असे म्हटले आहे. (पृ.४०८) पण श्री. शं.दा. पेंडसे[७३] यांनी श्री. पांगारकरांच्या या लिखाणाला टिपणी जोडताना म्हटले आहे की, "म.वा. इतिहास खंड तीन मध्ये त्यांचा प्रमाणभूत म्हणून उपयोग केला आहे. चरित्र १९२० मध्ये व तिसरा खंड १९३९ मध्ये प्रसिद्ध झाला. या अवधीत कै. पांगारकरांचे मतांतर झाले की काय ते कळत नाही." (साक्षात्कारी संत तुकाराम पृ.१८०) माझ्या समजुतीनुसार पांगारकरांचे मत परिवर्तन झाले नसावे. तसे परिवर्तन

झाले असते तर ते वाचण्यात आले असते. शिवाय पांगारकरांनी श्री संत तुकाराम गाथा या नावाने गाथा संपादित केला आहे. त्या गाथ्याच्या अखेरीस अ.क्र. ४३५४ ते ४५८० असे २२६ अभंग क्षेपक म्हणून नोंदविले आहेत. त्यावरून क्षेपकांसंबधी काही चलबिचल झाली असावी असे वाटत नाही. (श्री. संत तुकाराम गाथा संपा. ह.भ.प. ल.रा. पांगारकर - प्रका. विदर्भ मराठवाडा बुक कं. पुणे १९७१)

व्यवहारात अधमाशी अधम व्हावे लागते. हा तुकारामांचा सिद्धांत सांगताना डॉ. शं.दा. पेंडसे[७५] 'पाया जाला नारु' या लोकप्रिय अभंगाचे उदाहरण देतात. (साक्षात्कारी संत तुकाराम पृ.१६१) पण आश्चर्य असे आहे की, केवळ ह.भ.प. विष्णुबुवा जोगच हा अभंग क्षेपक मानतात असे नाही तर, सर्व सांप्रदायिक अभ्यासक एक मुखाने हा अभंग क्षेपक आहे असे सांगतात. माझी अशी ठाम समजूत आहे की, डॉ. पेंडसे यांना संपादनाची उत्तम जाण आहे. त्यांच्या ग्रंथातील 'तुकोबांचे प्रयाण' हे प्रकरण वाचले तरी याचा पुरेपूर प्रत्यय येतो.

तुकाराम दर्शन[७६] अर्थात अभंगवाणी प्रसिद्ध तुकयाची या ग्रंथांचे कर्ते प्रा.गं.बा. सरदार यांनी तुकाराम दर्शनासाठी ८०० वेचक अभंग एकत्रित केले आहेत, पण त्यात काही क्षेपक अभंगांचाही समावेश आहे. नमुन्यासाठी काही उदाहरणे सांगतो :

(१)	धन्य देहू गाव	अ.क्र. २
(२)	शिव शक्ति आणि	अ.क्र. ३५
(३)	संत कृपा जाली	अ.क्र. ४५
(४)	गुळ सांडुनि गोडी घ्यावी	अ.क्र. २८
(५)	पाया जाला नारु	अ.क्र. ४२
(६)	बोली मैंदाची बरवी	अ.क्र. १७
(७)	अर्थेविण पाठांतर कासया करावें	अ.क्र.२२
	(अ.क्रमांकाचे संदर्भ त्यांच्या ग्रंथांचे आहेत.)	

तुकाराम दर्शन[७७] या ग्रंथांचे कर्ते डॉ. सदानंद मोरे यांच्या ग्रंथातही क्षेपक अभंगांचा वावर दिसून येतो. त्यातील नमुन्याची उदाहरणे सांगतो.

		(तुकाराम दर्शन)
(१)	धन्य देहू गाव	पृ. ७९
(२)	गुरुचिया मुखे	पृ. १००
(३)	सुख वाटे तुझें	पृ. ११७
(४)	पाया जाला नारु	पृ. ३६१
(५)	आता आम्हां भय	पृ. ३७७

विविध ग्रंथांची अशी अनेक उदाहरणे सहज देता येतील. नावे सांगण्यामागे ग्रंथाचे उणेपण सांगणे हा हेतू मुळीच नाही. तर क्षेपक अभंगांसंबंधी सहज होणारा काणा डोळा पाहणे हा आहे. काही क्षेपक अभंग इतके लोकप्रिय झाले आहेत की त्यातील अन्य विचार आम्ही विसरून गेलो आहोत. तुकारामांची निर्मळवाणी शोधणे या एकमेव हेतूने ही सारी उठाठेव केली आहे. अभ्यासकांच्या हितासाठी मी हे लिहीत आहे, त्यातील अर्थ जाणून घ्या आणि मला क्षमा करा. मार्ग दाखविणाऱ्यावर रुसायचे नसते, रागावायचे नसते. वैद्य कडूनिंबाचे औषध देतात कारण त्यांना पोटातील रोग नाहीसा करायचा असतो. पण हे औषध पोटात न घेता जखमेवर चोळले तर जखम चरत जाते हे ध्यानात असू द्या. तुकारामांनीच सांगितलेली ही वाणी आहे. त्यांचा आणखी एक अभंग देतो आणि लिखाणाला पूर्णविराम देतो.

नका धरूं कोणी। राग वचनाचा मनीं।
येथें बहुतांचे हित। शुद्ध करोनि राखा चित।
नाहीं केली निंदा। आम्हीं दूषिलेंसे भेदा।
तुका म्हणे मज। येणें विण काय काज।

(अ.क्र. २१३९)

संदर्भ

१) अ - तुकारामबाबांच्या अभंगांची गाथा, संपा. पु.मं.लाड, प्रस्तावना इ.स. १९५०, परिच्छेद ६ व ७.

१/ब, तुकाराम दर्शन. सदानंद मोरे, इ.स. १९९६, पृ. २२४-२२५.

२) अ - अर्वाचीन मराठी वाङ्मयसेवक. (खंड ३ रा).

ब - महाराष्ट्राचे उपेक्षित मानकरी गं.बा. सरदार.

क - मराठी वाङ्मयकोश, खंड २ रा भाग १, संपा. गो.म.कुलकर्णी इ.स. २००३.

ड - विष्णु परशुराम शास्त्री पंडित यांचे चरित्र, स. पंडित इ.स.१९३६.

३) अ - रावबहादूर शंकर पांडुरंग पंडित यांचे चरित्र. श्रीनिवास नारायण कर्नाटकी इ.स. १९३५.

ब - अर्वाचीन मराठी वाङ्मय सेवक (खंड ३ रा).

क - चरित्र त्र्यं.ग.धनेश्वर, मनोरंजन मासिक, पु. २० पूर्वार्ध, अंक २ रा, इ.स. १९१४.

ड - मराठी वाङ्मयकोश, खंड २ भाग १, संपा. गो.म.कुलकर्णी, इ.स.२००३.

४) - तुकारामबावाची गाथा, प्रस्तावना इ.स.१८७४, गणपत कृष्णाजी.
५) - तुकारामबाबांच्या अभंगांची गाथा, संपा. पु.मं.लाड अखेरीस पहावे.
६) - पाहा क्र. ५ परिच्छेद क्र. ८-१३.
७) - पाहा क्र. ५ परिच्छेद ५ वा.
८) - श्री. तुकारामांचे चरित्र (पूर्वार्ध), पु.मं. लाड, इ.स.१९५७
९) - तुकारामाची जगनाडी संहिता, द.वा.पोतदार
भा.इ.सं.मं.पंचम संमेलन वृत्त, शके १८३९ पृ. ७६.
१०) - श्री तुकारामचरित्र, ल.रा.पांगारकर, प्रस्तावना पृ.४.
११) - तुकारामबुवांच्या अस्सल गाथा, वि.ल.भावे, इ.स.१९१९, प्रस्तावना पृ.३.
१२) - संत तुकाराम, वा.सी.बेंद्रे, पृ. १२८, नॅशनल बुक ट्रस्ट इ.स.१९६३
१३) - पाहा क्र.५ परिच्छेद २२.
१३अ) - समग्र तुकाराम गाथा, संपा. तुकाराम तात्या पडवळ,
प्रस्ता. सदानंद मोरे.
१४) - तुकारामबाबांच्या अभंगांची गाथा, प्रस्तावना परिच्छेद २८.
१५) - तुकारामबाबा आणि त्यांचे शिष्य यांच्या अभंगांची गाथा. इ.स.१८८९.
१६) - पाहा क्र. १४.
१७) - श्री तुकाराम महाराज गाथापंचक, इ.स.१९०८ अगदी अखेरीला. प्रकाशक त्र्यंबक हरी आवटे.
१८) - पाहा क्रमांक १७, अ.क्र. ४२६९.
१९) - सार्थ तुकारामाची गाथा, संपादक आणि अनुवादक विष्णुबुवा जोग महाराज, क्षेपक विभाग अ.क्र.२६७, इ.स. २००८.
२०) - श्री. देवडीकरकृत-तुकाराम गाथा.
२१) - तुकाराम महाराजांच्या अभंगांची सांप्रदायिक ओळीची गाथा, केमकर आणि मंडळी, १९५०.
२२) - श्री जगद्गुरु तुकाराम महाराज यांची, देहूकर सांप्रदायिक, ओळीची गाथा. पंढरपूर, इ.स. १९६८.
२३) - पाहा क्र. १ अ प्रस्तावना, परिच्छेद १२.
२४) - पाहा क्र. १२.
२५) - पाहा क्र. १ अ प्रस्तावना, परिच्छेद २८.
२६) - मराठी वाङ्मयकोश खंड १ ला. संपा. गं.दे.खानोलकर.
२७) - मराठी वाङ्मयकोश खंड १ ला. संपा. गं.दे.खानोलकर.

२८) – संत नामदेवांचा सार्थ चिकित्सक गाथा, संपा-मु.श्री.कानडे, रा.शं.नगरकर, रामकृष्ण प्रकाशन, इ.स. २००७.

२९) – श्री रामदासांची कविता प्रथम खंड, संपा.शं.श्री.देव, इ.स.१९०८.

३०) – पाहा क्र. १ व पृ.६७६.

३१) – पाहा क्र. २९ प्रस्तावना पृ. २५, ६५.

३२) – पाहा क्र. २९, पृ. ३७२.

३३) – पाहा क्र. २९ प्रस्तावना पृ. ३७.

३४) – समग्र तुकाराम, संपा. म.रा.जोशी, पृ. ८२४, इ.स. २००७.

३५) – निळोबाची अभंग वाणी. यशवंत साधू पृ. २४१, शंकर महाराज खंदारकर विश्वस्त संस्था, श्रीनगर कॉलनी, उदगीर, इ.स.१९९८.

३६) – श्री.ज्ञानदेवांचा सार्थ चिकित्सक गाथा, संपा.मु.श्री.कानडे, रा.शं. नगरकर, इ.स. १९९५.

३७) – पाहा क्र. १ अ परिच्छेद २८.

३८) – पाहा क्र. १ मराठी प्रस्तावना पृ. ५.

३९) – तुकारामाची गाथा. संपा. रा.वि.माडगांवकर, इ.स.१८६६ प्रस्ता. पृ.४३ टीप.

४०) – पाहा क्र. ३६, प्रस्तावना पृ.७०.

४१) – पाहा क्र. १९, पृ. ९५३, इ.स. २००८.

४२) – पाहा क्र. १७, पृ. ६७३.

४३) – तुकाराम महाराजांची गाथा, संपा. माधवकृष्ण देशमुख, शंकर वामन दांडेकर, इ.स.१९२५.

४४) – पाहा क्र. २१.

४५) – पाहा क्र. २२.

४६) – पाहा क्र. ११, पृ. २.

४७) – पाहा क्र. २०, प्रस्तावना पृ. १३.

४८) – भक्तलीलामृत, दामोदर सावळाराम आणि मंडळी, १९३५.

४९) – संतश्रेष्ठ तुकाराम, ज.र.आजगावकर, इ.स.१९३५.

५०) – पाहा क्र. ४८, अ.४०/१५७-१६३.

५१) – हनुमतस्वामींची बखर, इ.१८८८ आ. २ री, प्रकाशक यदुवंशीय ठक्कर गोवर्धनदास लक्ष्मीदास.

५२) – श्री समर्थचरित्र, स.खं.आळतेकर, भाग ६ वा, पृ. १२५, इ.स.१९३३.

५३) - पाहा क्र. ४९, पृ. १२२.
५४) - मुमुक्षु-नवे वर्ष २, अंक ४ एप्रिल १९२२.
५५) - तुकारामवचनामृत, श्री.रा.द.रानडे, प्रस्तावना पृ.५.
५६) - पाहा क्र. १०, पृ. ४०८ टीप.
५७) - पाहा क्र. ४९, पृ. १२२.
५८) - साक्षात्कारी संत तुकाराम, शं.दा.पेंडसे, पृ. १८०, इ.स. १९८८.
५९) - पाहा क्र. ८, पृ. ३०.
६०) - पाहा क्र. ५२, पृ. १२७.
६१) - सार्थ तुकाराम गाथा, प्र.न.जोशी, खंड २, पृ. २९९.
६२) - तुकाराम, रा.ग.हर्षे, शके १८५५, पृ. ९५-९८.
६३) - तुकारामबोवा, बा.अ.भिडे, आ. ४ थी, इ.स. १९९७, पृ. ६७-७०.
६४) - पाहा क्र. ४९, पृ. १२२.
६५) - श्री तुकाराम महाराज यांच्या अभंगांचा गाथा, प्रस्ता. सदानंद मोरे व दिलीप धोंडे, प्रस्ता. पृ. १४, इ.स. २०००.
६६) - समर्थांचा गाथा, संपा. अनंतदास रामदासी, प्रस्तावना, १९२८.
६७) - पाहा क्र. ५२, भाग ६ वा.
६८) - महाराष्ट्र सारस्वत, आ. ५ वी, इ.स. १९६३, पृ. ८५१-८५४.
६९) - प्रबंध सूची, संपा. व.वि.कुलकर्णी, इ.स. २०११.
७०) - कै.वि.का.राजवाडे संकीर्ण लेखसंग्रह, पृ. १२.
७१) - पाहा क्र. ६३, पृ. ७९.
७२) - पाहा क्र. १०, पृ. ४०८.
७३) - पाहा क्र. ५८, पृ. १८०.
७४) - श्री. संत तुकाराम गाथा, संपा. ल.रा.पांगारकर, पुणे, १९७१.
७५) - पाहा क्र. ५८, पृ. १६१.
७६) - तुकाराम दर्शन अर्थात अभंगवाणी प्रसिद्ध तुकयाची, संपा. गं.बा.सरदार, मॉर्डन बुक डेपो.
७७) - पाहा क्र. १ ब.
७८) - सरकारी गाथा. अ.क्र. १३१.

७

श्री तुकाराम तात्या पडवळांचा समग्र तुकाराम गाथा

महाराष्ट्रातील १९ व्या शतकातील कर्त्या पुरुषांची नोंद करताना श्री तुकाराम तात्या पडवळांची आवर्जून दखल घ्यावी लागते. एवढे त्यांचे काम मोठे आहे. त्यांचा जन्म रत्नागिरी जिल्ह्यातील वडावरें गावी झाला अशी माहिती अर्वाचीन मराठी वाङ्मयसेवकात आहे. (पृ.५२-५३) तर हे २० मे १८३८ रोजी, मुंबईत जन्मले असे 'महात्मा ज्योतीराव फुले' ग्रंथाचे लेखक श्री. धनंजय कीर सांगतात. (पृ. १०६-१०९) श्री. तुकाराम तात्या हे भंडारी समाजातील होते. त्यांचे वडील त्यांच्या बालपणीच वारले. त्यांच्या भावजयीने त्यांना दत्तक घेतले. घरची परिस्थिती हलाखीची होती. त्यामुळे त्यांना स्वकष्टाने मुंबईच्या रॉबर्टमनी शाळेतून इंग्रजी शिक्षण घ्यावे लागले. शिक्षण संपल्यावर मुंबईच्या म्युनिसिपलिटीत त्यांनी नोकरी केली. पण थोड्याच काळात स्वाभिमानी स्वभावामुळे ती नोकरी सोडली. नंतर रेल्वेत आणि मुंबईतील बॉटकॉट कंपनीत काम केले. पुढे स्वतंत्र उद्योग करून ते सन्मानापर्यंत पोहोचले.

तुकाराम तात्यांना सामाजिक कार्याची मनापासून तळमळ होती. इ.स. १८८० च्या सुमारास मॅडम ब्लॅव्हेटकी यांनी पडवळांना थिऑसाफिकल सोसायटीचे सभासद करून घेतले. ते सोसायटीचे मंत्री होते आणि या सोसायटीच्या प्रचारासाठी त्यांनी ॲनिबेझंट बाईंबरोबर खूप प्रवास केला. काशी येथे स्थापन झालेल्या हिंदू कॉलेजच्या आधारस्तंभांपैकी ते एक होते. तुकाराम तात्या परमहंस सभेचे सभासद होते. प्रार्थना समाजाच्या स्थापनेत त्यांचा मोठा वाटा होता. ३१ मार्च १८६७ या दिवशी प्रार्थना समाजाची स्थापना झाली. पण त्यापूर्वी १७ डिसेंबर १८६६ रोजी डॉ. आत्माराम पांडुरंग (दादोबा पांडुरंगांचे बंधू) यांच्या घरी एक सभा झाली. त्या सभेला मामा

परमानंद, म. फुले, वासुदेव बाबाजी नवरंगे आणि तुकाराम तात्या उपस्थित होते. मुंबईच्या जनजीवनाची त्यांना आस्था होती. मुंबई म्युनिसिपाल्टीत मि. क्रॉफर्ड हे कमिशनर होते. त्यावेळी त्यांनी बेसुमार खर्च केला होता. या अनियमित खर्चाची चौकशी करणारी सभा टॉऊन हॉलमध्ये ३० जून १८७१ रोजी भरली होती. मुंबईकरांच्या वतीने यावेळी एक मोठी मिरवणूक काढली होती आणि तिचे नेतृत्व तुकाराम तात्या करीत होते. लोकांचे थवे समुद्राच्या लाटांप्रमाणे टाऊन हॉलच्या पायऱ्यांशी आदळत होते, असे या सभेचे वर्णन केले गेले आहे. (पाहा विश्वनाथ नारायण मंडलिक चरित्र मुंबई म्युनिसिपालिटी हे प्रकरण)

तुकाराम तात्यांनी उत्तम व्यवहार करून धन जोडले आणि मुक्तपणे ते खर्च केले. दानशूरपणा हा त्यांच्या स्वभावाचाच भाग होता असे वाटते. सत्यशोधक समाजाला ते आर्थिक मदत करीत असत. मुंबईकर व्यापारी या नावाने सत्यशोधक समाजाच्या वार्षिक अहवालात ज्या देणग्यांचा उल्लेख येतो त्या यांच्याच देणग्या आहेत. पंढरपूरच्या अनाथ बालकाश्रमाच्या आवाराची भिंत, आपल्या मित्राच्या स्मरणार्थ (मामा परमानंद) यांनीच बांधून दिली. आजगावकारांच्या तुकाराम चरित्राच्या प्रकाशनाला यांनीच मदत केली. यांनी मुंबईत फोर्टात एक धर्मार्थ दवाखाना चालवून दातृत्वाचे अनोखे दर्शन घडविले होते.

संपादक, प्रकाशक, लेखक या नात्यानेही तुकाराम तात्यांची कामगिरी मोठी आहे. त्यांचे मन चिंतनशील होते. त्यांचा संतसाहित्याकडे ओढा होता. या कार्याच्या सिद्धीसाठी त्यांनी तत्वविवेचक ग्रंथप्रसारक मंडळीची स्थापना केली. आणि त्यातून ज्ञानेश्वरी, नामदेव गाथा, एकनाथ गाथा व तुकाराम गाथा हे ग्रंथ छापले. तात्यांच्या निधनानंतर त्यांच्या राजाराम नामक मुलाने एकनाथी गाथात प्रकाशित केला. पण हा गाथा तुकाराम तात्यांनी आधीच तयार करून ठेवला होता.

भारतातील सामाजिक, आर्थिक अवनतीचे मूळ जातीभेदात आहे, हे ध्यानात आल्यावर तुकाराम तात्या पडवळांनी 'जातिभेद विवेकसार' नावाचा मराठी ग्रंथ लिहिला. जातिभेदामुळे होणाऱ्या पडझडीची कारणमीमांसा यात केली आहे. ग्रंथाच्या लिखाणासाठी पडवळांनी प्राचीन संस्कृत ग्रंथाचा केलेला अभ्यास थक्क करणारा आहे. हा त्यांचा अभ्यास मान्य केला तरी त्यातून त्यांनी काढलेले निष्कर्ष मान्य करायला पाहिजेत अशातला भाग नाही. इ.स. १८६१ साली या ग्रंथांची पहिली आवृत्ती वासुदेव बाबाजी नवरंगे यांनी प्रकाशित केली आणि दुसरी आवृत्ती महात्मा फुल्यांनी १८६५ साली प्रकाशित केली. ही पहिली आवृत्ती 'एक हिंदू' या टोपण नावाने काढण्यात आली. हा ग्रंथ प्रसिद्ध झाल्यावर दुसऱ्या आवृत्तीच्या वेळी रेव्हरंड व्हॅट साहेबांनी पुण्यात एक व्याख्यान दिले. त्यात ते म्हणतात, "ज्या शोधांचा लाभ

या ग्रंथकर्त्यास झाला ते शोध आपल्या स्वदेशीयांस सांगून त्यांस या जातिभेदामुळे प्राप्त झालेल्या नीचत्वापासून मुक्त करण्यापेक्षा दुसरे कोणतेही धर्मसंबंधी कार्य साधावयाचे नाही. त्यास वाटते की हिंदुजन जी संसारात दुःखे भोगतात. त्या किंबहुना सर्व दुःखांचे मूळ हा जातिभेद आहे. म्हणून तो या अशा नाशकारी भेदाचा उच्छेद करण्याचा प्रयत्न करीत आहे.'' या विवेचनावरून ग्रंथाचा गाभा समजायला हरकत नाही. तुकाराम तात्यांनी याशिवाय अन्य लेखकांचे खूप ग्रंथ प्रकाशित केले आहेत. पण प्रकाशनाचा इतिहास देणाऱ्या ग्रंथकारांनी या माहितीकडे पाठ फिरविली. केसरीकारांनी मात्र त्यांच्या निधनानंतर एक अग्रलेख लिहून (७ जून १८९८) त्यांच्या कार्याचा गौरव केला आहे. तुकारामांचा गाथा हे पडवळांचे एक मोलाचे काम आहे, आणि त्याचाच आपण परिचय करून घेणार आहोत.

श्री. तुकाराम तात्या पडवळांनी इ.स. १८८९ मध्ये संत तुकारामांच्या अभंगांचा गाथा संपादित करून प्रकाशित केला. त्यांचा हा गाथा म्हणजे तुकारामांच्या गाथा विश्वातील एक ऐतिहासिक चमत्कार आहे. या गाथेपूर्वी तुकारामांचे तीन गाथे प्रकाशित झाले होते. माधव चंद्रोबांचा, गणपत कृष्णाजींचा व पंडिती गाथा, हे ते तीन गाथे होत. पण त्यांची अभंग संख्या ३३२९ ते ४६०० इतकी होती. श्री. पडवळांच्या गाथ्यातील अभंगसंख्या ८४४१ इतकी आहे. पडवळांचा गाथा म्हणजे तुकाराम गाथा विश्वातील एक ऐतिहासिक चमत्कार आहे, हे मी का म्हणतो ते वाचकांना आता पटायला काहीच हरकत नाही. श्री तुकाराम तात्यांची गाथासंपादनाची दृष्टी सर्वसमावेशक आहे. ही दृष्टी या गाथ्याचा जसा एक गुण ठरतो, तसाच तो दोषही ठरतो. श्री. पडवळ पूर्व अन्य गाथ्यातून प्रकाशित झालेल्या अभंगांशिवाय काही अभंग देहूकर तुकारामांचे असणार हा त्यातील एक मोठा गुणात्मक भाग होय. आणि त्याचप्रमाणे 'तुका म्हणे' मुद्रेचे काही अभंग तुकारामांचे नसले तरी तुकारामांचे म्हणून संकलित करणे हा दोषाचा भाग आहे. अर्थात त्यातही विवेक करून त्यांची विभागणी करणे हा अभ्यासाचा मार्ग असू शकतो, हे नाकारता येत नाही.

श्री. तुकाराम तात्यांनी आपल्या या गाथ्याच्या लहानशा प्रस्तावनेत म्हटले आहे की, ''तुकारामबाबांचे सर्व अभंग छापून प्रसिद्ध व्हावे ही आमची मनापासूनची इच्छा आहे, प्रस्तुत, पुष्कळ परिश्रम व शोध करून आम्हास मिळालेल्या व पूर्वी किती एक लहान-मोठ्या पुस्तकांतून छापून प्रसिद्ध झालेल्या अभंगांचा या पुस्तकांत संग्रह केला आहे.'' या लहानशा निवेदनापासून निश्चित अशी कोणतीच माहिती हाती येत नाही. त्यांचा आधार सांगता येत नाही. म्हणून त्या माहितीचा व आधारांचा शोध घेण्याचा हा थोडासा प्रयत्न आहे.

पडवळ गाथ्याचे मोठे आधार – १) पंडिती गाथा

श्री. पडवळ प्रतीचा एक मोठा आधार म्हणजे श्री. पंडितांची प्रत होय. (ही गाथा मुंबई सरकारच्या साहाय्याने दोन भागात प्रसिद्ध झाली. पहिला भाग इ.स. १८६९ व दुसरा भाग १८७३. हा गाथा शंकर पांडुरंगी पंडितांचा इंदुप्रकाश वा सरकारी या नावाने प्रसिद्ध आहे.) पंडित प्रतीत ज्या क्रमांनी व ज्या शीर्षकांनी काही अभंग येतात त्याच क्रमांनी व शीर्षकांनी पडवळ प्रतीत अभंग येतात. कदाचित पडवळ प्रतीच्या अभंगांच्या गटाची जागा बदलली तरी अभंगाची सलगता बदलत नाही हे महत्त्वाचे आहे. या विधानांच्या प्रामाण्यासाठी काही उदाहरणे देणे आवश्यक आहे. काही उदाहरणे अशी –

अ.क्र.	प्रकार	प्रत	अभंग क्रमांक
१)	विराण्या	पंडित	७ ते ३१
	विरहिणीचे अभंग	पडवळ	६४२८ ते ६४५२
२)	काला-चेंडुफळी (या गटात अनेक पोटशीर्षके आहेत अशीच शीर्षके	पंडित	१३९ ते २४१
	पडवळ प्रतीतही आहेत.)	पडवळ	६७६८ ते ६८८४
३)	काही ठिकाणी मथळे नाहीत.	पंडित	३७८ ते ३९७
		पडवळ	६८८८ ते ६९०८
४)	स्वामींनी पत्र पंढरीनाथास पाठविले ते अभंग	पंडित	१९३१ ते १९७४
		पडवळ	६३५७ ते ६४६५
५)	कवित्व बुडविण्याच्या संदर्भातील अभंग	पंडित	२२२२ ते २२५१
		पडवळ	२१३४ ते २१६०

याशिवाय अभंगांचे काही लहान लहान गट आहेत. या गटांना शीर्षके असून त्या गटापुढे विशिष्ट संख्या आहे. ही संख्या म्हणजे त्या विषयासाठी असलेली अभंगांची संख्या होय. असेच लहान लहान गट पडवळ प्रतीतही आहेत. त्यांच्यापुढे संख्याही आहे. शीर्षके व संख्या ही पंडिती प्रतीची वैशिष्ट्ये आहेत. माधव चंद्रोबांच्या गाथ्यात शीर्षके नाहीत आणि संख्याही नाही. तसेच गणपत कृष्णाजींच्या गाथ्यात शीर्षके असली तरी संख्या नाही. यावरून पडवळ प्रतीत शीर्षके व संख्या कोणत्या प्रतीवरून आली हे निराळे सांगण्याची आवश्यकता नाही.

केवळ सलगतेच्या विचारांवरून पडवळ प्रतीचा आधार सांगता येतो अशातला भाग नाही. अन्यही आधार सांगता येतात. उदा. पंडित प्रतीत अ.क्र. ३३०१ म्हणजे

“जालिया दर्शन करीन मी सेवा” या चरणाने प्रारंभ होणारा अभंग आहे. हा अभंग ६ कडव्यांचा आहे. या अभंगांचा काही भाग दुसरा अभंग म्हणून पंडित प्रतीत आला आहे. त्याचा क्र. ४४८७ असा असून प्रारंभ पुढील प्रमाणे आहे. “आसावले मन जीवनाचे ओढी.” नेमके हेच दोन्ही प्रकार पडवळ प्रतीत असून त्यांचे क्रमांक ७३८ व ७५३ असे आहेत. सिद्धांताच्या सिद्धीसाठी एखादे उदाहरण पुरेसे नसते, तसेच उदाहरणांची मालिका देऊ नये असेही सांगितले जाते. यासाठी आणखी एक उदाहरण पाहून पुढे जाऊ. पंडित प्रतीत “गुळ सांडुनी गोडी घ्यावी.” या चरणाने प्रारंभ होणारा अभंग असून त्याचा क्र. ४२६९ असा आहे. या पाच कडवी अभंगाचा दुसरा अभंग पंडित प्रतीत आहे. त्याचा प्रारंभ “बीज भाजुनी केली लाही”असा आहे आणि क्र. ४३०६ आहे. नेमके पडवळ प्रतीत हेच घडले असून त्यांचे क्र. ३५७९ व ३७०८ असे आहेत. आधार देताना संहिता समोर ठेवणे आवश्यक असते, पण या आवश्यकतेच्या हव्यासापायी लेखाची लांबी अनावर होते. हे भान ठेवून संहिता वगळली आहे. जिज्ञासूंना संख्या पाहून संहिता शोधता येईल.

पडवळ प्रतीला पंडितांची प्रत हा एक निश्चित आधार आहे, हे आत्मविश्वासाने सांगण्याचे आणखी एक साधन आपल्या हाती आहे. (पंडितांची प्रतच महाराष्ट्र सरकारने काढली आहे.) या सरकारी गाथ्यात जे अभंग द्विरूक्त आहेत, ते अभंग पडवळ प्रतीतही द्विरुक्त आहेत, हे दिसून येत. नमुन्याची काही उदाहरणे समोर मांडली म्हणजे काम भागेल.

अ.क्र		सरकारी प्रत	पडवळ प्रत	
१	६८३	सोइरियासि करी पाहुणेरु बरा	सोइरियासि करी पाहुणेरु	६८३
२.	४२९६	सोइरियासि करी पाहुणेरु बरा	–”–	५८६३
१.	४११४	आपुल्या पोटासाटीं	आपुल्या पोटासाठीं	५७०८
२.	४२९७	आपुल्या पोटासाटी	–”–	५७५९
१.	४२१०	विद्या अल्प परी गर्वशिरोमणी	विद्या अल्प परि गर्व...	६०३३
२.	४४९०	–”–	–”–	५७६३

आतापर्यंत पडवळ प्रतीच्या आधाराच्या शोधात असताना सरकारी प्रत हा एक तिचा मोठा आधार आहे, हे आपल्याला दिसून आले. आता आणखी अन्य आधार पाहू.

पडवळ प्रतीचा आधार २) गणपत कृष्णाजी प्रत

(महाराष्ट्र शासनाने इ.स. १९५५ साली तुकारामांच्या इ.स. १९५० च्या गाथेचे पुनर्मुद्रण केले. या गाथ्याला असलेल्या प्रस्तावनेत (पृ.३) पुढील खुलासा आहे. प्रस्तुत गाथेत पं (छापी प्रत) म्हणून जिचा निर्देश केलेला आहे ती प्रत गणपत कृष्णाजीची आवृत्ती होय.")

१) सरकारी प्रतीत "साख्या" शीर्षकाने क्र. ११७३ ते १२०२ अशा साख्या आहेत. इथे प्रत्येक साखीला स्वतंत्र क्रमांक आहेत. पडवळ प्रतीत याच साख्यांना 'दोहरे' असे शीर्षक आहे. पण सर्व दोहऱ्यांना ७१४६ असा एकच क्रमांक दिला आहे. सरकारी प्रतीत साख्या शीर्षकावर पुढीलप्रमाणे टीप आहे. "पंढरपूर प्रतीत साख्या ऐवजी दोहरे असे सदर आहे. म्हणजे साख्या ऐवजी दोहरे हे शीर्षक आहे." पंढरपूर प्रत म्हणजे गणपत कृष्णाजीची प्रत हे आपण आताच पाहिले आहे. या प्रतीतही सर्व दोहऱ्यांना १५८९ हा एकच क्रमांक दिला आहे. याचा सरळ अर्थ श्री. पडवळांनी ग.कृ. प्रतीचा आधार घेतला आहे.

सरकारी गाथ्यात अ.क्र. ३०९३ ते ३०९८ पर्यंत प्रल्हाद चरित्र आहे. हे चरित्र पडवळ गाथ्यातही आहे. त्यांचे क्र. ७९६२ ते ७९६६ असे आहेत. पडवळांच्या गाथ्यातील ७९६४ क्रमांकाच्या अभंगातील पहिला चरण. "कोपोनियां पिता पुसे प्रल्हादासी" असा आहे. सरकारी गाथ्यात पुसे ऐवजी 'बोले' असा पाठ आहे. 'पुसे' पाठ पंढरपूर प्रतीतला, म्हणजे ग.कृ. प्रतीतला आहे. पडवळ प्रतीतली बालक्रीडा (अ.क्र. ६६६८ ते ६७६७) आणि सरकारी प्रतीतली बालक्रीडा (४५०८-४६०७) तपासून पाहता पडवळांच्या प्रतीमध्ये पंढरपूर प्रतीचे, म्हणजे ग.कृ. प्रतीचे पाठ अधिक आहेत हे सहज कळून येईल. या पाठभेदांच्या निकषांवरूनही पडवळानी ग.कृ.प्रत अभ्यासली होती असे दिसून येते.

याशिवाय ग.कृ. गाथ्याचे व पडवळ प्रतीचे संबंध अन्यही मार्गांनी दाखविता येतात. काही उदाहरणे दिली म्हणजे हे काम भागेल. सरकारी गाथ्यात (क्र.१२३) "कन्या गो करी कथेचा विकरा" या चरणाने प्रारंभ होणारा ३ कडव्यांचा अभंग आहे. पण पडवळ प्रतीत (क्र. ५९६६) हाच अभंग ४ कडव्यांचा आहे. पडवळ प्रतीमधले पुढील कडवे सरकारी प्रतीत नाही. ते कडवे असे

जै जंई केलें तैसें ते पावती।
भोग ते भोगिती केले कर्मी।।३।।

सरकारी प्रतीत नसलेले हे कडवे ग.कृ.जीच्या प्रतीत आहे. (क्र. ५१५) सरकारी प्रतीच्या या अभंगावर या स्वरूपाची टीपही दिलेली आहे.

दया तिचे नाव भूतांचें पाळण।

या चरणाने प्रारंभ होणारा ३ कडव्याचा अभंग सरकारी प्रतीत आहे. (क्र. २६४). पण पडवळ प्रतीमधील हा अभंग ४ कडव्यांचा आहे. (क्र. ४७५६) पडवळ प्रतीत पुढील कडवे अधिक आहे.

धर्म नीतीचा तो ऐकून पेव्हार।
निवडिलें सार असार ते ।।३।।

हे अधिक असलेले कडवे ग.कृ. प्रतीत आहे. (क्र. ९२२)

आतापर्यंत पाहिलेल्या नमुन्याच्या उदाहरणावरून पडवळांनी गणपत कृष्णाजीचा गाथा अवलोकन केला होता, असे म्हणायला हरकत नाही. यावरून पंडितांची प्रत आणि ग.कृ. यांची प्रत हे प्रमुख आधार पडवळांचे असले तरी तेवढ्यावरून भागत नाही. पंडित प्रतीची अभंगांची संख्या आणि पडवळ गाथ्याची अभंगांची संख्या यात दुपटीचा फरक आहे. पडवळांनी मौखिक परंपरेतून आणि हस्तलिखित बाडांवरून हे अभंग एकत्रित केले. यावेळी त्यांची केवळ संग्राहकाची भूमिका होती, त्यात चिकित्सा नव्हती हे स्पष्ट दिसून येते. कारण संत नामदेव, जनाबाई, एकनाथ यांचेही अभंग त्यांच्या गाथ्यात स्वतंत्रपणे आलेले दिसून येतात. फरक इतकाच आढळतो की, केवळ नाममुद्रा भिन्न आहेत. काही नमुन्याची उदाहरणे अभ्यासकांसमोर ठेवल्याने माझे काम भागणार आहे. इथे संहिता देण्याशिवाय अन्य मार्ग नाही, म्हणून संहिता देत आहे.

१) संत नामदेवांचा अभंग

शेती बीज नेतां थोडें। मोटे आणिताती गाडे।।१।।
एक्या नामें हरि जोडे। फिटे जन्माचें साकडे।।२।।
बाळे भोळे जन। सर्व तरती कीर्तनें।।३।।
नामा म्हणे नेणें मूढें। नाम स्मरावें साबडें।।४।।

(नां.सा.चि.गा. अ.क्र. ६२४)

संत तुकारामांचा अभंग

सेतीं बिज नेतां थोडें। मोठे आणिताती गोड।।१।।
एक्या नामें हरि जोडे। फिटे जन्माचे साकडे।।२।।
बाळे भोळे जन। सर्व तरती कीर्तनें।।३।।
तुका म्हणे तेणें मूढें। नाम स्मरावे साबडें।।४।।

(स.तु.गा. अ.क्र. ८३९४)

---

२) संत नामदेवांचा अभंग

पक्षिणी प्रभाते चारिया जाये। पिलें वाट पाही उपवासी।।१।।
तैसें माझें मन करी वो तुझी आस। चरण रात्रंदिवस चिंतितसे।।२।।
तान्हें वत्स घरीं बांधलेसे दावा। तया ह्रदयीं धावा माऊलीचा।।३।।
नामा म्हणे केशवा तूं माझा सोईरा। झणें मज अव्हेरा अनाथनाथा।।४।।

(ना.सा.चि.गा. अ.क्र. ८४९)

संत तुकारामांचा अभंग

पक्षीणी प्रभाते चरायासी जाय।
पीले गृही राहती उपवासी।।१।।
तैसें माझें मन करी तुझी आस।
चारी प्रहर रात्र पाय चिंतितसे।।२।।
तान्हें वत्स घरी बांधलेंसे देवा।
तया ह्रदयीं धावा माऊलीचा।।३।।
तुका म्हणे केशवा तूं माझा सोयरा।
झणी कृपा करा अनाथनाथा।।४।।

(स.तु.गा. अ.क्र.९९३)

३) संत नामदेवांचा अभंग

तुझा माझा देवा कां रे वैराकार।
दुःखाचें डोंगर दाखविशी।।१।।
बळें बांधोनियां देसी काळा हातीं।
ऐसें काय चिंत्ती आलें तुझ्या।।२।।
आम्ही देवा तुझी केली होती आशा।
बरवें ह्रषिकेशा कळों आलें।।३।।
नामा म्हणे देवा करा माझी कींव।
नाही तरी जीव घ्यावा माझा।।४।।

(ना.सा.चि.गा. अ.क्र. ८७६)

संत तुकारामांचा अभंग

माझा तुझा देवा काय वैराकार। दुःखांचे डोंगर दाखवीसी।।१।।
बाळें बांधोनिया दिलें काळा हातीं। येणें तुझ्या हातीं काय आलें ।।२।।

तुझी म्या धरीली होती मोठी आशा। बरवी रमाधीशा कीर्ती केली।।३।।
ऐशीया कीर्तीनें होईल तुझें नांव। तरी तुला देव म्हणेना गा।।४।।
तुका म्हणे आतां यावी माझी कींव। नाही तरी जीव देईन मी।।५।।
(स.तु.गा. अ.क्र.९६२)

अशी एकाधिक उदाहरणे देता येतील पण जाणीवपूर्वक हात आखडता घेतला आहे.

नाथांचे अभंग मुद्रा बदलून तुकारामांच्या नावावर

संत नामदेवांचे अभंग मुद्रा बदलून तुकारामांच्या नावावर आले आहेत, याचे दर्शन आपण वर घेतले. हाच प्रकार मोठ्या प्रमाणावर नाथांच्या अभंगाच्या संदर्भातही घडलेला आहे. नाथांच्या गाथ्यात अ.प्र. ३६७७ ते ३६८३ पर्यंत चोखामेळ्याचे चरित्र आहे. स्वर्गात अमृत नासले आणि ते नासलेले अमृत पंढरीत आणून संत चोखोबांकडून शुद्ध करवून घेतले, असा कथाभाग इथे आहे. पडवळांच्या गाथ्यात हे अभंग मुद्रा बदलून तुकारामांच्या नावावर आलेले आहेत. उभय संतांची ही सर्व संहिता देणे योग्य नाही. पण अभ्यासकांसाठी नमुन्याचे उदाहरण देतो.

संत एकनाथांचा अभंग

अमृतासी रोग स्वर्गीं जाहला पाही।
अमरनाथा तेही गोड नसे।।१।।
नारदाते प्रश्न करी अमरनाथ।
शुद्ध हे अमृत कोठे होय।।२।।
सांगे तये वेळीं ऐका हें भूतळी।
सांगेन नव्हाळी तुम्हापाशी।।३।।
पंढरी वैकुंठ आहे भूमीवरी।
पुंडलीकाचे द्वारीं देव उभा।।४।।
अनाथाचा नाथ विटेवरी उभा।
एका जनार्दनी गाभा लावण्याचा।।५।।
(स.सं.गा.खंड २, श्री एकनाथांचे अभंग क्र. ३६७७)

संत तुकारामांचा अभंग

अमृतासी रोग स्वर्गीं झाला पाहीं।
अमरनाथा तेही शुद्ध नसे।।१।।
नारदासी प्रश्न केला अमरनाथें।

शुद्ध हें अमृत कोठें होय।।२।।
नारद म्हणे तेव्हां ऐका हो भूतळी।
सांगेन नव्हाळी तुम्हापाशी।।३।।
पंढरी वैकुंठ आहे भूमीवरी।
पुंडलीकाचे द्वारीं देव उभा।।४।।
अनाथांचा नाथ विटेवरी उभा।
लावण्याचा गाभा तुका म्हणे।।५।।

(स.तु.गा. अ.क्र.८२०४)

हा मुद्रा बदलण्याचा प्रकार केवळ संत चोखोबांच्याच संदर्भात आहे असे नाही, तर पडवळांच्या तुकारामांच्या गाथ्यात चरित्रपर जे अभंग आले आहेत त्यात वारंवार दिसून येतो. उदाहरणांनी या विधानास बळकटी आणली पाहिजे. श्री. पडवळांच्या गाथ्यात अ.क्र. ८१४७ ते ८१५८ पर्यंत रुक्मांगद राजाचे चरित्र आले आहे. नाथांच्या अभंगातही अ.क्र. ३३६७ ते ३३८४ पर्यंत रुक्मांगदाचे चरित्र वाचायला मिळते आणि वर सांगितलेला प्रकार स्पष्टपणे पाहायला मिळतो. शिवाय पडवळांच्या गाथ्यात या चरित्रातील (अ.क्र. ८१४०) ''आणविल्या सर्व गावींच्या युवती'' या चरणाने प्रारंभ होणारा एक १६ कडव्यांचा अभंग आहे. हा अभंग म्हणजे नाथांचे ३३७०,३३७१, ३३७२ व ३३७३ हे चार अभंग होत. तसेंच अ.क्र. ८१५३, ८१८४ या अभंगात देखील नाथांचे दोन दोन अभंग एकत्रित पाहायला मिळतात.

नामदेवांच्या अभंगांची भ्रष्ट नक्कल वा त्या अभंगांच्या प्रभावातून निर्माण झालेल्या काही अभंगांची सोदाहरणे अल्प चर्चा आपण यापूर्वी केली. आता नाथांच्या अभंगांच्या संदर्भात काय घडले आहे, याची थोडी चर्चा प्रस्तुत आहे. संत तुकारामांची प्रतिभा या प्रकारच्या अनुकरणात गुंतणार नाही असे वाटते. त्यामुळे या प्रकारात समाविष्ट होणारे अभंग देहूकर तुकारामांचे नसून तुका नामधारी अन्य तुकारामाचे असावेत असे वाटते. नाथांचे काही लोकप्रसिद्ध अभंग देतो आणि त्यांच्यासमोर तुकारामकृत अभंग ठेवतो. अभ्यासकांना निर्णय घ्यायला मोकळीक असावी, म्हणून हा प्रपंच आहे. एकनाथ, तुकारामांची अशी अनंत अवतरणे सहजतया देता येतात, पण इथे त्यांचे अल्प दर्शनच घडविणार आहे.

१) संत एकनाथांचा अभंग

माझें माहेर पंढरी। आहे भीवरेचे तीरीं।।१।।
बाप आणि आई। माझी विठ्ठल रखुमाई।।२।।

पुंडलिक बंधू आहे। त्याची ख्याती सांगू काय।।३।।
माझी बहीण चंद्रभागा। करी तसे पाप भंगा।।४।।
एका जनार्दनी शरण। करी माहेरीची आठवण।।५।।

(स.सं.गा.२ एक.अ. ४३४)

तुकारामांचा अभंग

माझें माहेर पंढरी। आम्ही नांदूं भीमातिरी।।१।।
बंधू पुंडलिक मुनी । चंद्रभागा ते बहिणी ।।२।।
नित्य नामाचें भोजन। आम्हा अनाथाकारणें।।३।।
ठाव दिधला पायापाशीं। तुका जुनाट मिराशी।।४।।

(स.तु.गा. अ.क्र. ३४६३)

२) संत एकनाथांचा अभंग

संत एकनाथांचे थट्टा नावाचे एक लोकप्रसिद्ध भारूड आहे. याच्या अनुवादाची भुरळ तुकारामाला न पडली तर नवल वाटेल. पण हे भारुड खूप मोठे आहे. त्याचा प्रभाव तुकारामांच्या अभंगावर आहे, हे न सांगताही समजते. विषयाच्या शीर्षकापासून हा प्रभाव जाणवतो. यातील नारद, भस्मासुर, रावण, कीचक यांचे दृष्टांतही तुकारामांच्या अभंगात आढळतात. म्हणून असे म्हणावेसे वाटते की, नाथांच्या या भारुडाचा प्रभाव (स.सं.गा. २ एक अ. ३७९९) तुकारामाच्या अभंगावर दिसून येतो. (स.तु.गा.अ.क्र. ८२७१)

३) संत एकनाथांचा अभंग

भूत जबर मोठे ग बाई। झाली झडपण करू गत काई
सूप चाटूचे केले देवऋषी। या भूतानें धरिली केशी।।२।।
लिंबू नारळ कोंबडा उतारा। त्या भूताने धरिला थारा।।३।।
भूत लागले नारदाला। साठ पोरे झाली त्याला।।४।।
भूत लागले ध्रुव बाळाला। उभा अरण्यात ठेला।।५।।
एका जनार्दनी भूत। सर्वाठायीं सदोदित।।६।।

(स.सं.गा.२ एक.अ. ३८३५)

तुकारामांचा अभंग

नादबिंबाच्या पडल्या गांठी। तंव त्या भुताने मारिली मिठी।
भूत जबर मोठें गे बाई। झाली झडपण करू गत काई।।ध्रु.।।

भूत जडलें जाईना अंगा। आता कसी गत करूं मला सांगा।।२।।
निंबु नारळ कोंबडा उतारा। तंव त्या भूतानें धरिला थारा।।३।।
शेळी बोकड द्या भुताला। भूत जाईना देवऋषीला।।४।।
आले पंचाक्षरी केली भालदोरी। तंब त्या भुताने धरिलें थारी।।५।।
जाणाई जाती खंडोबा आला। भुत जाईना त्याच्या बाला।।६।।
सुप चाटूचे केले देवऋषी। तंव त्या भुताने धरिलें वेशी।।७।।
भुत जडलें पुंडलिकाला। पुन्हा जन्म नाहीं दासाला।।८।।
भुत चतुर्भुज पितांबरधारी। त्यानें मनुष्यपण नेलें वारी।।९।।
भुत झडपी साधुसंत। तुका म्हणे पंढरीनाथ।।१०।।
ते भुत उभें भिवरेतटीं। साधुसंतांसी देते भेटी।।११।।

(स.तु.गा. अ.त्र. ८२६५)

देहूकर तुकारामांच्या अभंगांचे अनुकरण

आतापर्यंत आपण संत नामदेव, एकनाथ इ. संतांच्या अभंगांची भ्रष्ट रूपे पाहिली. त्यातून आपल्याला त्यांचा प्रभाव जाणवला. आता देहूकर तुकारामांच्याच अभंगांची नक्कल झालेली उदाहरणे आपण पाहणार आहोत. यातून नक्कलकार तुकाराम हा देहूकर तुकारामांहून भिन्न असला पाहिजे हे सहज समजून येईल. देहूकर तुकारामांनी एखादा अभंग रचल्यावर त्याचेच अनुकरण वाटेल असा दुसरा अभंग ते करतील असे वाटत नाही. अत्यंत प्रतिभासंपन्न भक्तकवीच्या हातून असे घडणार नाही याची खात्री वाटते. नक्कलकार तुकारामांची शैली, बांधीवरचना, ठोस अर्थघनता आणि देहूकर तुकारामांची हीच शैली हाताळण्याची हातोटी आपल्या पुढे येईल आणि आपल्याला त्याचा निर्णय करता येईल. यातून तुकारामांच्या नावावरील अभंगांची संख्या कशी फुगते याचा मार्ग आपल्याला दिसून येईल. माझ्या या विधानांची सत्यता अभ्यासकांना पडताळून पाहता यावी यासाठी देहूकर तुकारामांचे केवळ दोन अभंग आणि पडवळ गाथ्यातील तुकारामाचे दोन अभंग पुढे देतो.

१) देहूकर तुकारामांचा अभंग

ऐसे कैसे जाले भोंदू।
कर्म करोनि म्हणती साधू।।१।।
अंगा लावूनियां राख।
डोळे झाकुंनी करिती पाप।
दावुनि वैराग्याची कळा।

भोगी विषयाचा सोहळा।।२।।
तुका म्हणे सांगो किती
जळो तयाची संगती।।३।।

(स.गाथा. अ.क्र. ४३१०)

पडवळ गाथा

ऐसे कळीं झाले भोंदू।
करिती कर्म म्हणती साधू।।१।।
राख लावुनी अंगास।
डोळे झांकी करी दोष।।२।।
दावी बैराग्याची कळा।
भोगी विषय सोहळा।।३।।
तुका म्हणे सांगो किती।
जळो तयांची संगती।।४।।

(स.तु.गाथा. अ.क्र. ६१३५)

२) देहूकर तुकारामांचा अभंग

चला वळूं गाई। दूर अंतरल्या भाई।।१।।
खेळ खेळतां जाला शीण। कोण करी वणवण।।२।।
गाई हकारी कान्हया। म्हणोनि लागती ते पाया।।३।।
तुका म्हणे द्यावें। नाम संकीर्तन बरवे।।४।।

(सरकारी गाथा अ.क्र. ४३८९)

पडवळ गाथा

चला वळूं गाई गेल्या। पहा दुरी अंतरल्या।।१।।
खेळ खेळूं श्रम झाला। कोणें गुंतावें खेळाला।।२।।
गाई हांकारा रे भाई। घरी मारील हे आई।।३।।
तुका म्हणे कृष्णा। डोई ठेवितों चरणा।।४।।

(स.तु.गा. अ.क्र. ८१३०)

या दोन अभंगावरून दोन भिन्न तुकारामांची कल्पना यायला हरकत नाही. अशा प्रकारचे आणखी अनेक अभंग दाखविता येतील. पण इतके करण्याची आवश्यकता नाही. दोन्ही गाथ्यातील केवळ आणखी काही अभंगांचे क्रमांक व प्रथम चरण सांगतो, आणि पुढे जातो.

३)	सर.गा.अ.क्र ६४	परिमळ म्हण चोळू नये फूल।
	पडवळ गा.अ.क्र ५२६४	सुगंध म्हणोनी चोळू नये फूल।
४)	सर.गा. अ.क्र. १८२१	तुज ऐसा कोणी न देखें उदार।
	पडवळ गा अ.क्र. ५६५	तुज ऐसा कोणी न देखे उदार।
५)	सर.गा. अ.क्र. २२९८	समुद्रवळयांकित पृथ्वीचे दान।
	पडवळ गा अ.क्र. २५९५	समुद्रवलयांकित दान देता भूमी।
६)	सर.गा. अ.क्र. ४२९८	आम्ही रामाचे राऊत।
	पडवळ गा अ.क्र. ३०१३	आम्ही राऊत रामाचे।
७)	सर.गा. अ.क्र. ३०५९	नेत्र झाकोनियां पाय जपतोसी।
	पडवळ गा अ.क्र. २६५९	नेत्र लाउनियां करितात जप।
८)	सर.गा. अ.क्र. ४१४६	जागा घरटी फिरे तस्कराची दिवसराती।
	पडवळ गा अ.क्र. ४५०२	जागा जागा चक्र फिरे।
९)	सर.गा. अ.क्र. ४२१९	परिसें गे सुनेबाई।
	पडवळ गा अ.क्र. ५८७९	आम्ही जातो वाराणसी।

श्री तुकाराम तात्या पडवळांच्या गाथ्यात समाविष्ट झालेल्या तुकारामांच्या अभंगांचा परिचय, समीक्षा आपण करीत आहोत. 'तुका म्हणे' मुद्रेने आलेल्या काही चरित्रांची पाहणी केली. संत चोखामेळा, रुक्मांगद राजा यांची चरित्रे पाहिली. आता द्रौपदीवस्त्रहरणासंबंधीच्या अभंगांचा थोडा विचार करायचा आहे. (अ.क्र. ८२१४-८२३८) तुकारामांचे हे अभंग वाचीत असताना मला मुक्तेश्वराच्या सभापर्वातील (अ.१५) द्रौपदी वस्त्रहरणाचा प्रसंग सारखा पालवीत होता. कालदृष्ट्या देहूकर तुकाराम मुक्तेश्वराच्या किती आधी झाले हे तिथिवार, शक यांच्या आधारे सांगणे जरा अवघड आहे. पण मुक्तेश्वराच्या वाङ्मयातून तुकारामांच्या विचाराचा प्रभाव दिसून आला तर किमान तुकाराम आधी आणि मुक्तेश्वर नंतर झाले हे सांगता येते. संत तुकारामांचा बीजविचार वाढावा अशी ओवी मुक्तेश्वराच्या काव्यात याच प्रसंगात आणि तीही सभापर्वात दिसून येते. ती ओवी अशी-

साधुजनांचे प्रतिपाळण। सेवकांचें संरक्षण।
करावया दुष्टांसी दंडण। नाना अवतार घेतसे।।

(सभा १५/१९४)

मुक्तेश्वरापूर्वीचे तुकाराम मुक्तेश्वराच्या वाङ्मयाचा अनुवाद करतील हे कालदृष्ट्या शक्य दिसत नाही. तेव्हा असा प्रभाव तुका म्हणे मुद्रेच्या अभंगातून दिसत असेल तर

ते तुकाराम अन्य कोणी उत्तरकालीन असावे, असे म्हणायला हरकत नाही. तुकारामांच्या या अभंगातून मुक्तेश्वराच्या काव्यातील शब्दसाम्य, चरणसाम्य, मुक्तेश्वराच्या ओव्यांवरुन तुकारामकृत अभंग असणे अशी साम्यस्थळे दिसून येतात. अभ्यासकांसमोर काही नमुने ठेवले पाहिजेत.

शब्दसाम्य

१) पडला दुष्टासीं संबंधू। (स.प.१५/९)
    द्रोण म्हणे दुष्टासी संबंध / स.तु.गा. ८२१४/४

२) गुरुस्वामी वडीलबंधू
    पवित्र सात्विक धर्मसिंधू / (स.प. १५/६८)
    सत्वाचा सागर असे धर्मराज / (स.तु.गा.८२१४/२)

३) पण्यंगना बोलिजे। (स.प.१५/१०३)
    वेश्येचे जातीची अससी कामिनी। (स.तु.गा.८२२० /३)

४) निकोप तापेचीं पातळें (स.प. १५/२२१)
    त्यासी हो फेडितां निघाले पातळ / (स.तु.गा. ८२२७/३)

५) ठसे उमटले वसनोत्तमी / (स.प. १५.२३३)
    अ) आकृती करून ठसे दिले. (स.तु.गा. ८२३०/१)
    ब) ठसे हे रेखून केली मुद्रा / (स.तु.गा. ८२३१/३)
    क) पक्षाची आकृती ठसे दहालक्ष।
    ड) गिरी द्रोण ठसे साडीवरी दिले। > (स.तु.गा. ८२३२/२,३)

चरणसाम्य

१) कंपे थरारली मेदिनी। (स.प. १५/३६)
    द्रौपदी मातेसी देखुनि मेदिनी।
    कांपली धरणी थरथरां। (स.तु.गा. ८२१५/३)

२) म्हणे वो द्रुपदाचे कुमरी। येऊनि बैसें मांडीवरी।
    होयीं अंतुरी पट्टाची।। (स.प. १५/१०९)
    बैसे मांडीवरी द्रौपदी तू।
    पट्टराणी माझी होय तूं अस्तुरी। (स.तु.गा.८२१६)

३) न फळे स्त्रीचरित्र।
    नेसली वस्त्राआड वस्त्र। (स.प. १५/२०४)
    वदे दुर्योधन स्त्रियाचे चरित्र।
    वस्त्रामाजी वस्त्र नेसलीसे।। (स.तु.गा. ८२८७/१)

४) उघडें न पडे अंगुष्ठ नख।
न दिसे मुख अपवित्रा। (स.प.१५/२४०)
द्रौपदी मातेचा न दिसे अंगुष्ठ। (स.तु.गा.८२३१/४)

५) म्हणे यासी लावितां हात। करीन दुष्टांचा नि:पात
सुदर्शन धगधगीत। हाती वसवी तांतडी (स.प. १५/२४२)
देवपितांबर शेवटीं नेसली।
हात कोण घाली पितांबरा।।
लावितांची कर सुदर्शन मुक्त
करील नि:पात तुका म्हणे ।। (स.तु.गा. ८२३४)

ओव्यांवरून अभंग

दचका बैसला दुर्योधना। हातें वारी दु:शासना।
म्हणे, हे वस्त्रभार नाना। भांडार गृही ठेवावे।।
तंव एकही न दिसे तेथें।। (स.प. १५/२४७-२४८)
दुर्योधनराव बहु कष्टी झाला।
बोले त्या बंधुला पुरे करी।।१।।
भागलासी बारे शिणलासी थोर।
न कळे चरित्र ईश्वराचे।।२।।
पुरे करीं आतां वस्त्रें हीं ठेवावीं।
भांडारी रक्षावीं बहु प्रयत्नें।।३।।
दु:शासन गेला वस्त्रे झालीं गुप्त।
कांही नाहीं तेथे तुका म्हणे।।४।। (स.तु.गा. ८२३५)

विचारसाम्य

दु:शासनाने द्रौपदीच्या निरीला हात घातला. तिची वस्त्रे फेडण्यास प्रारंभ केला. त्यातून तिथे वस्त्रांचा ढीग पडला. ही ढीगभर वस्त्रे कोणकोणत्या बाजारपेठांतून आली होती, त्यांचे वर्ण कसे होते, त्यावर कोणकोणते ठसे होते. हा वस्त्रांचा सारा तपशील (१५/२०५-२३३) मुक्तेश्वरावरून तुकारामांकडे (अ. ८२२७-८२३३) आला असे दिसून येते. ही वस्त्रे छप्पन्न देशातून (स.प.१५/२२६) आली होती, हे सांगण्यास (स.तु.गा. ८२२९) हे उभय कवी विसरले नाहीत, ही लक्षात घेण्यासारखी बाब आहे. या सर्व गोष्टींचा तपशील देण्यापेक्षा अभ्यासकांनीच हा मजकूर अवलोकन करावा म्हणजे त्यातील साम्य स्थळे सहजच समोर येतील. हे पाहून झाल्यावर मी

एवढेच म्हणेन की, पडवळ गाथ्यातील द्रौपदी वस्त्रहरणाच्या प्रसंगातील अभंग मुक्तेश्वराच्या मजुकराशी विचारांचे नाते जोडणारे आहेत. यावरून असे दिसते की, प्रस्तुतचा अभंग मुक्तेश्वरकालीन तुकारामाचा असावा.

भिन्नचरण संख्या

सरकारी गाथा आणि पडवळ गाथा यातील अभंगाची पाहणी करीत असताना कुठे कुठे या दोन गाथ्यातील अभंगांच्या चरणसंख्या भिन्न आढळतात. त्यामुळे उभय अभंगांची मुद्रा एकच असूनही त्याचे कर्ते भिन्न असावेत असे वाटते. अशा प्रकारचे बरेच अभंग पडवळ गाथ्यात दिसून येतात. आधाराला घेतलेल्या अभंगाच्या चरणसंख्येपेक्षा अन्य अभंगाची चरणसंख्या कमी असेल तर ते चरण विसरले असण्याची एक शक्यता असू शकते आणि चरणसंख्या अधिक असेल तर ती निरनिराळ्या अभंगाच्या पाठांतराचा आणि आधारासाठी घेतलेल्या विविध गाथांच्या संहितांचा परिणाम असू शकतो, या उभय कारणाशिवाय चरणसंख्या अधिक असलेल्या अभंगांमागे काही अन्य गोष्टीही दडलेल्या आढळतात. त्यातून अभंगकर्त्याची शुद्धसंहिता शोधण्याचा मार्ग दिसतो. अभंगकर्ते भिन्न आहेत, हे सांगता येते. उदाहरणासाठी एका अभंगाची चर्चा करतो आणि अन्य उदाहरणांचे संदर्भ सांगतो.

पडवळ प्रतीत ‘‘दामाजी पंताची रसद गुदरली’’ या चरणाने प्रारंभ होणाऱ्या अभंगात ४२ कडवी आहेत. (अ.क्र. ७०६६) सरकारी गाथ्यात ३० कडवी आहेत. पडवळ गाथ्यातील कडवे क्र. ३ आणि ११ ते २० ही कडवी अधिक आहेत. या अधिक असणाऱ्या कडव्यांचा मूलाधार शोधणे आवश्यक आहे. संत एकनाथांनी दामाजीसंबंधी केवळ एकच अभंग लिहिला आहे. (स.सं.गा.२ एक. अ.क्र. ३६८५) त्यात हा भाग नाही. शोधाशोध करीत असताना महिपतीच्या भक्तविजयातील दामाजी चरित्रात पडवळ गाथ्यातील अधिक कडव्यांना आधार असावा असे दिसून आले. (भ.वि.अ.४०) मंगळवेढ्याच्या संत दामाजींनी दुष्काळ प्रसंगी धान्याची कोठारे लुटली हे कथानक प्रस्तुत अभंगात आहे. बेदरच्या बादशहाने दामाजींना बेदरला बोलवून घेतले आणि दामाजी बादशहाच्या दूतांबरोबर बेदरला गेले, एवढाच भाग सरकारी गाथ्यात आहे. पण पडवळ गाथ्यात दामाजीपंत मंगळवेढ्याहून पंढरीला विठ्ठलाच्या दर्शनाला आल्याचे नमूद केले आहे. तिथे दामाजी म्हणतात,

हेचि भेटी देवा लोभ असो द्यावा।
पुनः मी केशवा नये येथे।। (७०६६/१५)
महिपतीचे दामाजी ‘‘सत्वर आले पंढरपुरा’’ (४०/९१)
आणि देवाचे दर्शन घेतल्यावर ते म्हणतात,

म्हणे देवाधिदेवा रुक्मिणीकांता।
शेवटील भेटी हेचि आता।
लोभ न सांडावा सर्वथा।
चरणीं माथा ठेवला।। (४०/९७)

पंढरपूर भेटीच्या साम्यापासून अवघ्या १२.१३ कडव्यांमध्ये खूप साम्यस्थळे पडवळांच्या गाथ्यात आणि महिपतींच्या रचनेत दिसून येतात. यावरून महिपतीच्या वृत्तांताच्या आधारे पडवळ गाथ्यातील मजकूर लिहिला आहे असे म्हणायला हरकत नाही. हे संत देहूकर तुकारामांनंतर १०० वर्षांनी महिपती झाले आहेत हे ध्यानात घेतल्यावर पडवळांच्या तुका म्हणे मुद्रेच्या या अभंगांचा काळ कोणता हे अभ्यासकांना न सांगताही ध्यानी येईल आणि हे दोन तुकाराम आहेत, हे सत्य वाङ्मयाच्या अभ्यासकांना आणि वाङ्मयाचा इतिहास लिहिणाऱ्या अभ्यासकांना पटायला हरकत नाही.

भिन्न चरणसंख्येची आणखी काही निराळी उदाहरणे वाचकांच्या विचारार्थ पुढे देतो.

सरकारी प्रतीमधील अ.क्र. ३७६३ चा प्रारंभ ''जन्म आलियाचा लाभ।'' असा आहे. पडवळ प्रतीत (अ.क्र. ३२४) असलेला ''म्हणऊनी लवलाहे। पाय आहे चिंतीत।'' हा चरण सरकारी प्रतीत नाही. पडवळ प्रतीतले चरण ग.कृ. प्रतीत आहेत. (पाहा अ.क्र. २३२५)पण हाच अभंग ग.कृ. प्रतीत पुन्हा एकवार छापला असून (अ.क्र. ३८३६) त्यात हे चरण नाही.

सरकारी प्रतीमधील अ.क्र. १७२० मधले ''मान बुद्धिमंता। थोर न मानिती पिता।'' हे चरण पडवळ प्रतीत (अ.क्र.५३८१)नाहीत पण हाच अभंग पडवळ प्रतीत पुन्हा एकवार छापला असून त्यात सरकारी प्रतीमधील चरण आहेत.

असाच प्रकार पडवळ प्रतीत वारंवार झालेला दिसतो. काही ठिकाणी मुद्रेचेही चरण दिसत नाहीत. त्यामुळे चरण संख्येचा प्रश्न निर्माण होतो. याचा अर्थ संपादनातील सावधपणा अंशत: सुटला होता असे दिसते किंवा कॉपीराईटच्या प्रश्नातून मार्ग काढण्यासाठी ही सावधता सांभाळली असावी अशीही शंका येते. यासाठी आणखी एक उदाहरण देतो. तुकाराम तात्यांनी आपल्या प्रस्तावनेत एक खुलासा केला आहे. ते म्हणतात, ''तुकारामाबाबांचे सापडलेले सर्व अभंग आम्ही भाग पहिला व दुसरा यामध्ये छापिले आहेत. तिसऱ्या भागांत तुकारामबाबांचे धाकटे बंधु कान्होबा व त्यांचे शिष्य निळोबा यांचे अभंग छापले आहेत.'' म्हणून कान्होबाचे सर्व अभंग पडवळ गाथ्यात नाहीत हे मान्य करता येते. आतापर्यंत आपण हे पाहिलेले आहे की,

पडवळांच्या गाथ्याला सरकारी गाथा हा एक मुख्य आधार आहे. पण यातील काही अभंग पडवळ गाथ्यात मिळत नाहीत. याचे कारण शोधूनही सापडत नाही. म्हणून वर व्यक्त केलेली शंका जास्तच बळावते, काही प्रसिद्ध अभंग या गाथ्यात मिळत नाहीत. उदा. १) समचरणदृष्टी विटेवरी साजिरी। २) सुंदर तें ध्यान उभे विटेवरी। ३) वेदाचा तो अर्थ आम्हांसीच ठावा। सरकारी प्रतीमधील ५२ अभंग पडवळ गाथ्यात नाहीत. वाचकांच्या सोयीसाठी त्यांचे क्रमांक आणि प्रथम चरण पुढे देत आहे.

अ.क्र.		गाथ्यातील क्र.
१.	समचरणदृष्टि विटेवरी साजिरी।	१
२.	सुंदर तें ध्यान उभे विटेवरी।	२
३.	ठेकरें जेवण दिसे साचें।	७०
४.	करून आइत सत्यभामा मंदिरीं रे।	४०१
५.	तंव तो हरि म्हणे वो निजांगने वो।	४०२
६.	तंव तो म्हणे ऐकां हृषिकेशी वो।	४०३
७.	ऐकें वचन कमळापती।	४८३
८.	आली लळिताची वेळ।	४८४
९.	नेणें गाऊं काहीं धड बोलतां वचन।	४८५
१०.	तूंच मायबाप बंधु सखा आमचा	४८६
११.	करूनि उचित।	४८७
१२.	सांडूनि वैकुंठ।	४८९
१३.	कृपाळु भक्तांचा	४९०
१४.	केला अंगीकार पंढरीच्या देवे।	४९१
१५.	अगोचरी बोलिलो आज्ञेविण आगळे	४९२
१६.	उठा भागलेली उजगरा	५०२
१७.	कृष्ण माझी माता कृष्ण माझा पिता	५१६
१८.	मृत्यूलोकीं आम्हां आवडती परी।	५२२
१९.	भक्तिप्रतिपाळे दीन वो वत्सळे।	५२५
२०.	आणीक काळें न चले उपाय।	५४२
२१.	फिरंगी वाखर लोखंडाचे विळे।	५६०
२२.	बाहिर पडिलों आपुल्या कर्तव्यें।	६८१
२३.	बरवा बरवा बरवा रे देवा तू।	६८२

कॉपीराईटच्या या मुद्याला माझे काही अभ्यासू मित्र सहमती देतील असे वाटत नाही. ते माझी कारणमीमांसा नाकारतील पण वस्तुस्थिती नाकारणार नाहीत. पडवळांनी

सरकारी गाथेचा खूप अभ्यास केला होता, हे अनेक उदाहरणांनी दाखविता येते. आणि तरीही ही परिस्थिती का आली, हा प्रश्न मनात घर करून बसतो. पडवळांच्या गाथ्याला अभंगांच्या आद्य चरणाची सूची आहे. तसेच सरकारी गाथ्यालाही ही सूची आहे. चरणसूचीवरून हा प्रश्न सहज ध्यानात येतो. पण तसे झालेले दिसत नाही. पडवळांच्या अभ्यासाची काही उदाहरणे –

१) सरकारी गाथ्यात अ.क्र. ३३०८ ते ३३११ या चार अभंगात श्वान दृष्टांताच्या आधारे भक्तीचे माहात्म्य तुकाराम सांगत आहेत. हे चार अभंग पडवळ प्रतीतही एकत्रित आले आहेत. (अ.क्र. ७७३ ते ७७६) पण याच दृष्टांताच्या आधारे भक्तीचा महिमा सांगणारे आणखी काही अभंग सरकारी गाथ्यात अन्यत्र आहेत. त्यांचे क्रमांक १८१४ व ३९९२ हे आहेत. पडवळ गाथ्यात मात्र हे सर्व अभंग एकत्रित आल्याचे दिसून येतात. (पाहा अ.क्र.७७३ ते ७७८)

२) सरकारी प्रतीत वासुदेव या विषयाचे ६ अभंग एकत्रित आलेले आहेत. त्यातील तीन अभंग कान्होबाचे म्हणून त्यांच्या धोरणानुसार त्यांनी गाळले (अ.क्र. ४२९,४३०,४३१) आणि पुढचे तीन अभंग (४३२, ४३३,४३४) स्वीकारले आहेत. (क्र. ६९३१,६९३२,६९३३) यावरून त्यांचा अभ्यास दिसून येतो. त्यांचे वर्ज्यावर्ज्य धोरण लक्षात येते. अशा प्रकारची कितीतरी उदाहरणे देता येतील. पण त्यातूनही सरकारी गाथ्यातील अभंग वगळण्याचे समर्थन योग्य प्रकारे करता येत नाही.

अन्य संतांचे चरण

पडवळ संपादित तुकारामांच्या गाथ्यात अन्य अनेक संतांच्या अभंगातील चरण आढळतात. कधी कधी देहूकर तुकारामांच्या विविध अभंगातील चरणांवरून पडवळ गाथ्यातील अभंग तयार झालेला दिसतो. यामुळे याप्रकारच्या अभंगांच्या प्रामाण्यासंबंधी शंका उत्पन्न होते आणि हे अभंग रचणारा अन्य कोणी तुकाराम असावा असे वाटू लागते. याची काही उदाहरणे दिली म्हणजे अभ्यासक माझ्या विधानांचा विचार करायला तयार होतील. उदा. "काशी हे पंढरी." या चरणाने प्रारंभ होणारा नामदेवरायांचा एक दीर्घ अभंग आहे. (अ. ४०९ सरकारी गाथा) त्यातील एक कडवे असे

वाराणसी त्रिशुळावरी। सुदर्शनावरी पंढरी।
कांही संदेह मनीं न धरी। काशी होय पंढरी।।

(आ.क्र.४०९/११)

तुकारामांचा अभंग

वाराणशी त्रिशुलावरी। सुदर्शनावरी पंढरी। (स.तु.गा.३४११/४)

यासारखे अनेक चरण नामदेवांच्या या अभंगात आहेत. पण या अभंगाची मुद्रा विष्णुदास नामा अशी आहे, हे विसरून चालणार नाही.

२) यशोदे घराकडे चाल मला जेवू घाल।

या चरणाने प्रारंभ होणारा सरकारी गाथ्यातील संत नामदेवांचा हा अभंग आहे. (अ.क्र.२४४) हा अभंग समोर ठेवून पडवळ गाथ्यातील तुकारामांचा अभंग झाला असावा. (स.तु.गा. अ.क्र. ८४४१) त्याचा पहिला चरण 'आळ घेतली सारंग धरे।' असा आहे. नामदेवांच्या गाथ्यातील अनेक चरण तुकारामकृत या अभंगात आहेत. त्याचा एक नमुना वाचकांना सांगतो.

नामदेवांचा अभंग

आई मी तुझा एकुलता एक। गाई राखितों नऊ लाख।
गाई राखून झिजली नखं। मला जेवूं घाल।। (ना.गा. २४४/७)

तुकारामांचा अभंग

माये मी तुझा एकुलता एक। गाया वळी तों नऊ लक्ष देख।
पायांची फुटलीं नखें। भातावर घृताचा गोळा टाक। मला जेंऊं घाल।।
(सा.तु. गा. ८४४१/२)

''संत नामदेवांचा सार्थ चिकित्सक गाथा'' या गाथ्यात नामदेवांचा प्रस्तुतचा अभंग अस्वीकृत ठरविला गेला आहे. (पाहा अ.प्र. १२)

३) पडवळ गाथ्यात 'ज्ञानबोध' या मथळ्याखाली 'मूळ शोधावें आपुले' या चरणाने प्रारंभ होणारे एक प्रकरण असून त्याची ओवी संख्या ६४ इतकी आहे. यातील काही ओव्या संत रामदासांच्या डफगाणे या रचनेत आढळतात. पाहा नमुना

संत रामदासांची रचना

किती आकाशींचा वारा। किती पर्जन्याच्या धारा।
तृण भूमीवर चतुरा। सांग किती।। (९आ.क्र. १७४५/२)
(श्री समर्थांचा गाथा, संपा. अनंतदास रामदासी १९२८)

आकाशाचा वारा किती। त्याची करावी गणती।
किती पर्जन्याच्या धारा। वाहती सप्तही सागरा।।

(सा.तु.गा.६२९०/१७-१८)

४) पडवळांच्या गाथ्यातील एक अभंग असा आहे (५८६९)

सासुनें केली होती सून।
सासू गेली ती मरून।
सासू मेल्या रडे सून।
भाव अंतरींचा भिन्न।।२।।
मोलें घातलें रडाया।
डोळां असूं नाहीं माया।।३।।
आशेसाठीं गुंतल्या बाया।
तुका म्हणे गेल्या वाया।।४।।

या अभंगात आलेले चरण इतके लोकप्रिय आहेत की, त्यासाठी पुन्हा तुकारामांचे अभंग देण्याची आवश्यकता नाही. त्यांचे क्रमांक सांगितले तरी भागणारे आहे. (पाहा अ.क्र. ९११, २४९७ सरकारी गाथा)

अर्वाचीन भाषा

पडवळ गाथ्यातील अभंग "तुका म्हणे" मुद्रेचे असले तरी ते सर्व अभंग देहूकर तुकारामांचे आहेत असे कोणी म्हणणार नाही. कोणकोणत्या निकषांच्या आधारे हे अभंग देहूकर तुकारामांचे नाहीत याची चर्चा आपण यापूर्वी केली आहे. आता भाषेच्या निकषाचा विचार करायचा आहे. पडवळ गाथ्यात 'घाण्याचे अभंग' या नावाने १५ अभंगांचे एक प्रकरण आहे. (क्र. ३९५२ ते ३९६६) संत तुकाराम व संतू तेली यांचा परस्परातील संवाद असे त्याचे स्वरूप आहे. या अभंगांची भाषा १९ व्या शतकातील वाटावी इतकी अर्वाचीन आहे. पडवळगाथ्यातील अभंगात महिपतीची अवतरणे येतात हे आपण पाहिले आहे. म्हणून ही भाषा तुकारामांची वाटत नाही. त्यामुळे हे अभंग ना तुकारामांचे ना संतू तेली यांचे. संताजी तेली आणि तुकाराम समकालीन आहेत की नाही, चौदा टाळकऱ्यांमध्ये या विष्णुदासाचा समावेश आहे की नाही, याचा खल करण्याची आवश्यकताच नाही, असे माझे मन मला सांगत आहे. श्री. वि.ल. भावे संपादित अस्सल गाथ्यातील संताजींचे लिखाण आणि पडवळांच्या गाथ्यातील संताजींची भाषा ही भिन्न टोके आहेत. अभंगांच्या प्रामाण्यासाठी

कालनिर्णयासाठी भाषेचा विचार आवश्यक असतो. देहूकर तुकारामांचा अभंग भाषेसाठी न देता पडवळ गाथ्यातील अभंगाचा नमुना देत आहे.

कोणे एके दिनीं संत तुकावाणी।
राऊळा अंगणी उभा होता।।१।।
तेथें संतु तेली आलासे दर्शना।
पांडुरंग चरणा वंदियेलें।।२।।
बाहेर तो आला तुका जेथें होता।
नमन करिता झाला त्यासी।।३।।
तुका म्हणे संतु पुसतों तुजला
ते प्रश्न मजला सांग आता ।।४।। (स.तु.गा.अ.प्र. ३९५२)

निर्वाणपर अभंग

श्री पडवळांच्या गाथ्यात ''तुकारामबाबांनी लोकांस नित्य पाठासाठीं स्वर्गाहून पाठविलेले अभंग'' या शीर्षकाखाली अ.क्र. ६६५० ते ६६६३ असे १४ अभंग आलेले आहेत. (त्यातील १ ल्या अभंगाचा प्रारंभ असा - जन्माचें ते मूळ पाहिले शोधून।) शीर्षकावरूनच हे अभंग तुकारामांच्या निर्वाणासंबंधी आहेत हे समजून येते. या गाथ्याशिवाय तुकारामांच्या छापलेल्या अन्य कोणत्या गाथ्यात हे अभंग मिळत नाहीत. संत तुकारामांचे बारा अभंग म्हणूनच हे अभंग ओळखले जातात. या अभंग गुच्छातील १४ व्या अभंगात असे म्हटले आहे की,

सांगितलें हें तुका कथुनियां गेला।
बारा अभंगाला सोडू नका।। (अ.क्र.६६६३)

या उल्लेखावरून जनमानसात हे नाव पक्के रुजले असावे, असे वाटते. याच नावांनी साक्षेपी अभ्यासकांनी या अभंगांच्या स्पष्टीकरणासाठी उत्तम ग्रंथरचना केल्या आहेत. ''संत तुकाराम : बारा अभंग अर्थात परमार्थ साध्यसाधन विचार'' या नावाने निंबरगी संप्रदायातील श्रेष्ठ साधक श्री. वि.चिं. केळकर यांनी उत्तम ग्रंथरचना केली आहे. तसेच स्वामी चिन्मयानंदांच्या परंपरेतील स्वामी पुरुषोत्तमानंद सरस्वती यांनीही 'संत तुकाराम महाराजांचे १२ अभंग' या नावाने एक निरुपणात्मक पुस्तक लिहिले आहे. सोलापूर येथील श्री. वामनराव कुलकर्णी यांनी निंबरगी संप्रदायातील बारा अभंग आणि ख्यातनाम अभ्यासक डॉ. नरेंद्र कुंटे यांनी 'अहिर्निशी परमार्थ' नामक ग्रंथात या अभंगाची दखल घेतली आहे. अगदी अलिकडेच 'संत तुकाराम महाराजांचे साखळीचे बारा अभंग'' या नावाने सौ. माधुरी दि. जोशी यांनी रघुवीर समर्थ मासिकात

रसग्रहणात्मक अभंगांची सुंदर लेखमाला पुरी केली. (इ.स. डिसेंबर २०१२ ते जानेवारी २०१४) निंबरगी संप्रदायातील 'नित्य नेमावली' या पुस्तकात या अभंगांना स्थान मिळाले आहे. या सर्व उदाहरणांवरून या अभंगांची उंची किती मोठ्या दर्जाची आहे, आणि लोकमानसात या अभंगांना किती मान आहे, हे समजून येते.

कर्त्याची शंका

जेव्हा जेव्हा मी हे अभंग वाचीत गेलो तेव्हा तेव्हा प्रत्येक वेळेला एक गोष्ट माझ्या मनाला खटकत होती. संत तुकारामांच्या पंडितांच्या गाथ्यात "स्वामींनी काय ब्रह्म केली ते अभंग" या शीर्षकाखाली याच विषयाचे २४ अभंग आलेले आहेत. (अ.क्र. १५८६ ते १६१९) असे असताना स्वत: तुकाराम महाराजच हा विषय पुन्हा एकदा लिहितील का? नामाचे अभंग, रूपाचे अभंग, कीर्तनपर अभंग, उपदेशपर अभंग इ. विषयांवरचे पुन्हा पुन्हा आलेले विचार आपण समजू शकतो. पण निर्वाणाचा पुन्हा आलेला विषय स्वीकारायला मन तयार होत नाही आणि म्हणून असे वाटायला लागले की, हे अभंग देहूकर संत तुकाराम महाराजांचे आहेत कां? की तुका नामधारी अन्य व्यक्तीने लिहिले आहेत? माझी ही शंका अनेक अभ्यासकांनी बोलून दाखविली असूनही, त्यांनी हे अभंग संत तुकारामांचे आहेत, असे म्हटले आहे. उदाहरण म्हणून एक मत देतो, "कांही विद्वानांचे मते हे अभंग प्रक्षिप्त समजले जातात... घटकाभर हा वाद बाजूला ठेवून आंतरिक पुराव्याच्या दृष्टीने पाहिले तर या अभंगातील विलक्षण प्रेमळपणा व ओतप्रोत भरलेला स्वानुभव यांचा विचार केला असता, हे अभंग तुकाराम महाराजांचे वाणीतूनच बाहेर पडले असावे, असे सबळ अनुमान होते." असे नित्यनेमावलीच्या प्रस्तावनेत गुरुदेव रानडे यांनी म्हटले आहे. (संत तुकाराम : बारा अभंग पृ.६) अभंगातील विलक्षण प्रेमळपणा, ओतप्रोत भरलेला स्वानुभव हे अभंग कर्त्याचे निकष असू शकतात का, याचा विचार अभ्यासकांनी करावा.

पाठभेद

या अभंगातील जडणघडणीत काही पाठभेद आढळून येतात. त्यातून अभंगांच्या संख्येची शंका उपस्थित झाली आहे. श्री. पडवळांच्या गाथ्यातील चरण पुन्हा एकवार उद्धृत करतो.

> सांगितलें हे तुका कथुनियां गेला।
> बारा अभंगाला सोडूं नका।। (अ.क्र. ६६६३)

निंबरगी संप्रदायाच्या नित्यनेमावली पुस्तकातील पाठ असा –

सांगुनि इतुके तुका कथिता झाला।
चवदा अभंगा सोडूं नका। (प्रस्तावना पृ.२५)

तृतीय पुरुषी लिखाण

इथेच आणखी एक गोष्ट वाचकांच्या नजरेला आणू इच्छितो की, वर दिलेले अवतरण हे उघड उघड तृतीय पुरुषी उल्लेखाचे आहे. अशा प्रकारचे उल्लेख मूळ अभंगकर्त्यासी विसंगत असतात. श्री. वा.सी. बेंद्रे ''तुकाराम महाराज यांचे संतसांगाती'' या ग्रंथात लिहितात, ''तुकाराम काळी रूढ नसलेले परंतु प्रचारात आलेले शब्द व कल्पना यात आढळल्या किंवा कवितेंतील उल्लेख तृतीय पुरूषी केलेला आढळला की, ती कविता बहुतेक हरदासीच असते.'' (पृ.२०)

शैली

अभंगांच्या कर्त्यांची निश्चिती करताना शैली हाही एक निकष लावावा लागतो. पडवळ गाथ्यातील या बारा अभंगांची शैली प्रश्नोत्तर शैली किंवा गुरुशिष्य संवादात्मक शैली आहे. अनेक अवतरणे देऊन लेखाची मर्यादा वाढवायला नको म्हणून या अभंगातील जीवनमुक्ताचे वर्णन करणारे एकच अवतरण देतो -

पूर्णपणे घाला राहतो कैशा रीती।
त्याची आतां स्थिती सांगतो मी।।२।।
सांगतों मी तुम्हां ऐका मनोगत।
राहतो मुर्खवत् जगामाजी।।३।। (अ.क्र. ६६५९)

ही प्रश्नोत्तर शैली आणि दाम यमक असलेली शैली ही रामदासी वाङ्मयाची ओळख सांगणारी शैली आहे. दासबोधाच्या प्रारंभीच समर्थ म्हणतात-

श्रोते पुसती कोण ग्रंथ। काय बोलिलें जी येथ।
श्रवण केलियानें प्राप्त। काय आहे।।
ग्रंथानाम दासबोध। गुरुशिष्यांचा संवाद।
येथें बोलिला विषद। भक्तिमार्ग।। (दासबोध १/१/१-२)

दासबोध हा संपूर्ण ग्रंथच या शैलीतला आहे. दासबोधाशिवाय समर्थांच्या अन्य कवितेतही ही शैली दिसून येते. पूर्वारंभ ग्रंथातील पुढील मजकूर पाहा-

जय जय सद्गुरु गोसावी। मज जें आवडलें जीवीं।
तें तें पुसेन फेडावी। आशंका माझी।।

शिष्य बोले लडिवाळपणें। म्यां संसार घेतला कोण्या गुणें
मज हें दु:ख भोगणें। किंनिमित्त घडे।।
(श्री समर्थांची लघुकाव्ये पूर्वारंभ १/१-२)

केवळ समर्थांच्याच वाड्मयात हा प्रकार आहे असे नाही, तर त्यांच्या सांप्रदायिक लेखकांनीही ही शैली आत्मसात केलेली आहे. दिनकर स्वामींचा एक नमुना देतो.

प्रकृती पुरुषे उभयता कैसी। वर्तती तयांसी निर्मी कोण।।१।।
निर्मी कोण त्यांचें नामरूप क्रिया। कोण ते विलया तया दोघां।।२।।
तया दोघां रुप येक किंवा भिन्न। वर्तती संपूर्ण कोणे रीती।।३।।
कोण रीतीं कर्म कोण यांचा धर्म। विचारें हे वर्म निरोपावें।।४।।
निरोपावें स्वामी म्हणे दिनकर। दोघे सविकार किंवा ब्रह्म ।
(श्री दिनकरांची स्फुट कविता - स्फुट अभंग ३७१)

पडवळ गाथ्यातील तुकारामांच्या या अभंगाच्या शैलीचे वळण रामदासी शैलीशी नाते सांगणारे आहे, हे सांगण्यासाठी हा अल्पविस्तार केला. शैलीचा विचार सांगून झाल्यावर तुकारामांच्या या क्षेपक अभंगांवर समर्थांच्या विचारांचा प्रभाव दिसून येतो, याचे ही थोडे शलाका दर्शन घडविणे आवश्यक आहे.

विचार प्रभाव

तुकाराम महाराज आपल्या अभंगात म्हणतात-

जन्माचें ते मूळ पाहिले शोधून ।
दु:खासी कारण जन्म घ्यावा।।१।।
पाप-पुण्य करून जन्मा येतो प्राणी
नरदेही येऊनी हानी केली।।२।। (अ.क्र. ६६५०)

याचा साधा अर्थ असा की, वासनांमुळे जन्म घ्यावा लागतो. म्हणजे जन्माचे मूळ वासनेत सापडते आणि वासना या दु:खाला जन्म देतात.

समर्थ रामदास दासबोधात याहून काही भिन्न सांगत नाहीत, हे पुढील ओवीवरून ध्यानी यायला हरकत नाही.

जन्म दु:खाचा अंकुर। जन्म शोकाचा सागर।
जन्म भयाचा डोंगर। चळेना ऐसा।। (३.१.१)

विचार प्रभावाची अशी कितीतरी उदाहरणे सांगता येतील पण ती उदाहरणे सांगण्याचे हे स्थान नसून दिशा सांगणे एवढेच काम आहे.

कालविपर्यास

तुकारामांच्या निर्वाणपर अभंगासंबंधी आणखी एक मुद्दा सांगून हे विवेचन आटोपते घेतो. तुकारामांचे सदेह वैकुंठगमन ही घटना भाविकांना आणि अभ्यासकांना आश्चर्यात टाकणारी घटना आहे. या घटनेने अनेक कल्पनांना जन्म दिला आहे. कोणी म्हणाले, तुकाराम सदेह वैकुंठात गेले, कोणी म्हणाले, तुकाराम वाराणसी मार्गे हिमायलाकडे गेले. कोणी म्हणाले, तुकाराम महाराजांनी इंद्रायणीच्या डोहात आत्मार्पण केले. कोणी म्हणाले, तुकाराम महाराज घरीच निवर्तले आणि नंतर २/३ दिवसांनी ही चर्चा ऐकून महाराजांनीच टाळ व सात अभंगाचे पत्र इकडे पाठवून आपली सुखरुपता कळविली. या घटना प्रसंगाचे काही साक्षीदार आहेत. संत बहिणाबाई, बंधू कान्होबा, महायोगी रामेश्वरभट इ. मंडळीनी हा प्रसंग पाहिला असूनही त्यांनी या घटनेशी संबंधित टाळ, गोधडीचा उल्लेख केलेला नाही. या संतांचे साहित्य उपलब्ध असूनही आणि ते या घटनेचे साक्षीदार असूनही त्यांनी या संबंधी काहीच म्हटलेले नाही. कान्होबांचा या घटनेसंबंधीचा आक्रोश जीव पिळवटून टाकणारा आहे.

संत तुकारामांच्यानंतर सुमारे शंभर वर्षांनी होऊन गेलेले तुकारामांचे पणतू म्हणजे नारायण बाबांचे नातू गोपाळबाबा यांनी आणि महिपतींनी प्रथमच टाळ, गोधडीची घटना आवर्जून नोंदविली आहे. त्यातही महिपती खूपशा घटना गोपाळबाबाकृत चरित्रावरून आपल्या चरित्रात देतात असे दिसून येते. या घटनेच्या प्रत्यक्ष साक्षीदारांनी ही घटना न नोंदविणे आणि शंभर वर्षांनी झालेल्या व्यक्तींनी याची नोंद करणे हीच या आश्चर्यकारक घटनांची जन्मभूमी आहे असे वाटते. आणि यातून पडवळ गाथ्यातील तुका म्हणे मुद्रेचे शंकित अभंग निर्माण झाले असावे. त्याचा थोडा मासला असा–

स्वर्ग लोकींहुनी आले हे अभंग।
धाडियेलें सांग तुम्हा लागीं।।१।।
टाळ आणि कंथा छाडिली निशाणी।
घ्यारे ओळखोनी सज्जनहो।।९।। (पडवळ गाथा अ.क्र. ६६६१)

गोपाळबाबांनी लिहिलेले तुकाराम चरित्र पडवळ गाथ्याच्या १ ल्या खंडात छापलेले आहे. या चरित्राच्या तिसऱ्या प्रसंगात ते म्हणतात –

ऐसें हें जाणोनि बोलणें। पत्र लिहिले श्री तुकयानें।
हातीच्या टाळासी घेऊन। दिधलें धाडून तात्काळ।।
टाळ व्योममार्गे उतरला। अकस्मात पुढे पडला।
तुकयाचे हातींचा ओळखला। तों पत्र त्याला गोविलेसे।।
(प्रसंग ३/७४-७५)

याच अर्थाचा मजकूर महिपतीकृत भक्तलीलामृतात आहे. महिपती लिहितात-

कोणी दशदिशा विलोकित । कोणी पाहती आकाश पंथ।
तो पंचमीच्या प्रात:काळी निश्चित। वर्तले चरित्र ते ऐका।
तुक्याचें हाती साचार। टाळ असे निरंतर।
आणि गोदडी होती अंगावर। ते पडिली सत्वर उर्ध्व पंथे।
(भक्त ली. ४०/२०१-२०२)

पडवळ गाथ्यातील तुका म्हणे मुद्रेच्या अभंगातील मजकूर आणि गोपाळबाबा व महिपती यांचा मजकूर शब्द, अर्थ यांनी समानच आहे हे दिसून येते. १०० वर्षानंतर झालेल्या व्यक्तींचा मजकूर तुकारामांच्या मजकूरात येईल हे कालदृष्टया अशक्य वाटते. म्हणून नम्रतेने असे सुचवावेसे वाटते की, पडवळ गाथ्यातील हे अभंग अर्थदृष्ट्या कितीही सरस असले तरी ते देहूकर तुकारामांचे नाहीत. यातून या अभंगांच्या निर्मितीचा काळही सूचित होतो, हे प्रज्ञावंतांनी जाणावे असे वाटते.

अभंग तुकोबांचे

पडवळांच्या गाथ्यातील 'तुका म्हणे' मुद्रेचे अभंग देहूकर तुकारामांचे मानण्यात ज्या अडचणी येतात, त्याचा थोडाफार विचार झाला. पण सरकारी गाथ्यात नसलेले आणि पडवळांच्या गाथ्यात असलेले 'तुका म्हणे' मुद्रेचे काही अभंग देहूकर तुकारामांचे मानावेत असे आहेत. त्यांच्या कवित्वाची उंची, विचारांची प्रौढता, मानवी स्वभावाचे सखोल चिंतन, निर्भिडता, बुडत्या जनांना पाहून ओसंडून वाहणारी करुणा, अल्पाक्षर शैलीतून आकाशाएवढा व्यक्त होणारा अर्थविलास इ. सर्वगुण त्या कवित्वात दिसून येतात. विविध प्रसंगातून यातल्या काही अभंगांना अंतरंग-अधिकारी संतांनी, अभ्यासकांनी मान्यताही दिलेली आढळते. अशा अभंगांचे एक-दोन नमुने उद्धृत करतो आणि परमार्थपथावर खुणावणाऱ्या अभंगांचे काही संदर्भ देतो.

१) वेदांचीं अक्षरें याज्ञिकें घोकावीं। आम्ही नायकावीं श्रवणीं ती।।१।।
वेद आम्हावरी रुसोनियां गेला। आम्ही त्याच्या बाला धरिलें कंठी।।२।।
तुका म्हणे वेद स्वप्नींचे चेईल। ते कां येईल जागृतीसीं।।३।।
(स.तु.गा. ३७६०)

२) कोणी नव्हत कोणाचे। अवघे संबंधी देहाचे।।१।।
देह चाले हा जंवरी। तव सोयरीं धायरी।।२।।
अंती न येती कामासी। विचारिती द्रव्यराशी।।३।।
तुका म्हणे हरिचें नाम। गाता होय पूर्ण काम।।४।। (स.तु.गा. ५२६८)

३) शरण शरण एकनाथा। चरणीं माथा ठेविला।।१।।
नका पाहूं गुणदोष। झालो दास पायांचा।।२।।
आतां मज उपेक्षितां। नाही सत्ता आपुली।।३।।
तुका म्हणे भागवत। केले श्रुत सर्वांसी।।४।। (स.तु.गा. ७०८१)

काही अन्य संदर्भ -
१) २७४, २) ९५८, ३) ९५९, ४) १८६६, ५) ५३८४, ६) ५७६५, ७) ५८४३

एखादी मात्रा कमी करण्यात यश आले तर वैय्याकरणांना पुत्रजन्माचा आनंद होतो. त्याच जातीचा आनंद तुकारामांचे अप्रकाशित अभंग मिळाल्याने होतो. कारण संत तुकाराम म्हणजे महाराष्ट्राचे एक मानबिंदू आहेत. आणि असे काही अभंग श्री तुकाराम तात्यांच्या गाथेतून मिळतात, हे या गाथेचे वैशिष्ट्य आहे.

पण काही अभंगांच्या संदर्भात मतभेद होणे अगदी स्वाभाविक आहे. हे मतभेदच ज्ञानमार्गाच्या प्रगतीला पोषक असतात. माझे अभ्यासू स्नेही डॉ. सदानंद मोरे यांनी 'तुकाराम दर्शन' आणि तुकाराम तात्या पडवळांच्या तुकाराम गाथ्याला लिहिलेल्या प्रस्तावनेत 'चोखोबा माझा गणपती। राधाई महारीण सरस्वती।' हे चरण असलेल्या अभंगासंबंधी म्हटले आहे, ''तुकाबांचे असे विचार रुढीग्रस्त लोकांना परवडणारे नसल्याने त्यांनी ते वगळले असे डॉ. बहिरट सुचवितात. हा अभंग तुकाबांचा आहे, हे शाबित करण्यासाठी संहिताचिकित्सा वगैरे विद्वत्ताप्रचुर उद्योगांची गरज नाही. कारण असे लिहिण्याची वृत्ती आणि साहस (मर्ढेकरांच्या शब्दात सांगायचे म्हणजे लेखनपूर्व आणि लेखनगर्भ आत्मनिष्ठा) असलेला तुकारामनामधारी एकच कवी मराठीत झाला आणि तो म्हणजे तुकोबा देहूकर.''(तुकाराम दर्शन पृ.२५७) या लिखाणाचा अर्थ एवढाच आहे की, हा अभंग तुकाराम देहूकरांचा आहे आणि रुढिग्रस्त वा प्रतिगामी लोक तो अभंग नाकारतात.

माझ्या मते हा अभंग तुकारामांचा नाही असे सांगण्यामागे काही निराळी कारणमीमांसा असू शकते. या अभंगापेक्षाही रुढीची कठोर बंधने तोडणारे अभंग संत एकनाथांनी लिहिलेले आहेत. आणि तेही संत चोखोबांच्या संदर्भातच आहेत. देवांचे देवपण नाकारून स्वर्गातील नासलेले अमृत शुद्ध करण्यासाठी ते पंढरीत चोखोबांच्या घरी आले आहे. एकादशीचे पारणे सोडण्यासाठी विठ्ठल नामदेवांसह सर्व गंधर्वगण, इंद्रादी देव चोखोबांच्या घरी आलेले आहेत. या पंक्तीत चोखोबा आणि त्यांच्या पत्नीने हे अमृत शुद्ध केले.; विठ्ठलाने त्यांच्या घरी भोजन केले. (स.सं.गा. २ एक अ. ३६७७-३६८४) चोखोबाला गणपती म्हणण्यापेक्षा नाथांनी केलेला हा रूढिभंग अधिक मोलाचा आहे. साऱ्या सुरवरांना दूर करण्याचे धारिष्ट नाथांनी दाखविले आहे.

असे असताना नाथांचे हे अभंग रुढिग्रस्त, प्रतिगामी लोकांनी नाकारलेले नाहीत. उलटपक्षी त्यांनी ते डोक्यावर घेतले आहेत. तेव्हा हा अभंग नाकारण्यामागे काही अन्य कारणे आली का याचा शोध घ्यावा लागेल. माझ्या मते देहूकर तुकारामांची जी शैली आहे ती सहज शैली या अभंगाची नाही. यात शैलीपेक्षा कारागिरी अधिक दिसते. रंगा, लिंगा, अंगा मारुती, मूर्ती अशी कृत्रिम यमक रचना इथे आढळते. नवविध भक्ति, नवविध रत्न यासारखी अर्थाला अवघड शब्दरचना इथे दिसते आणि म्हणून हा अभंग देहूकर तुकारामांचा नसावा असे वाटते. माझे म्हणणे मानण्यापेक्षा अभ्यासकांनीच याचा निर्णय करावा असे वाटते, म्हणून तो अभंगच पुढे देतो.

नमस्कार कीर्तन रंगा। संत श्रोते भाविक लिंगा।
प्रेम चढो माझिया अंगा। देह निःसंगा होवोनिया।।१।।
आरंभी नमितों देवता। कुळांचे कुळस्वामिनी आतां।
मुख्य सद्गुरु तो दाता। चरणीं माथां जयाच्या।।२।।
चंडी विनायक मारुती। बहिरी हरिहराच्या मुर्ती।
ब्रह्मरूप ब्रह्मींच्या मुर्ती। आदिशक्ति आदिमाया।।३।।
चोखोबा माझा गणपती। राधाई ह्मारीण सरस्वती।
गोरोबा बलभीम मारुती। अगाध कीर्ति जयाची।।४।।
सांवता माझा काळबहिरी। उदर चिरोनियां करी।
पोटीं साठविला हरी। निज निश्चयें।।५।।
आदिनाथ निवृत्तीनाथ। ज्ञानराज महाविष्णुची ज्योत।।
सेत्पाल ब्रम्हरूप मूर्त। आदि शक्ती मुक्ताई।।६।।
नवविध भक्ति नवविध रत्न। आरंभी करितों स्तवन।
तुका म्हणे आलो शरण। करितों नमन सेवेसी।।७।।

(स.तु.गा. ८४२०)

दुबार अभंग

संत ज्ञानदेव, नामदेवादी संतांच्या अभंगांचे गाथे दुबार छपाईच्या दोषातून सुटलेले नाहीत. दुबार यांचा अर्थ तो अभंग पुन्हा छापला जाणे. आम्ही श्री ज्ञानदेवांच्या सार्थ चिकित्सक गाथा (पृ. १४-१८ संपा. डॉ. मु.श्री. कानडे, श्री. रा.शं. नगरकर) आणि संत नामदेवांचा सार्थ चिकित्सक गाथा (प्रस्ता. पृ. १५-२१ संपा. डॉ. कानडे, श्री. नगरकर) यातून या विषयाकडे अभ्यासकांचे लक्ष वेधले आहे. नागपूर निवासी आमचे स्नेही डॉ. रामभाऊ आर्विकर यांनी तर आपल्या संत नामदेव गाथा या ग्रंथात नामदेवांच्या कोणत्या गाथ्यात किती अभंग दुबार झाले याचा संख्यापटच

दिला आहे. (पृ. ९६) संत तुकारामांचा गाथा याला अपवाद नाही. या दोषाचा विचार केला नाही तर अभंगांची संख्या फुगलेली दिसते पण संख्या निश्चिती मात्र होत नाही.

अभंगांच्या चिकित्सेच्या प्राथमिक अवस्थेत हा प्रश्न निर्माण होतो आणि अभंगांची गाथा निर्माण झाल्यावर त्याचे स्वरूप लक्षात येते. संत तुकारामांचे इ.स. १८६६ पासून अनेक गाथे प्रकाशित झाले आहेत. त्यात तुकाराम तात्या पडवळांचा एक गाथा इ.स. १८८९ साली प्रकाशित झाला आहे. तुकारामांच्या चरित्राचे व वाङ्मयाचे एक जाणकार अभ्यासक श्री. वा.सी.बेंद्रे ''संत तुकाराम'' या ग्रंथात लिहितात. ''तुकाराम तात्यांनी इतस्तत: उपलब्ध होणारा व तुकोबांच्या नावाने आढळणारा सर्व कवितासंग्रह एकत्रित करण्याचा स्तुत्य प्रयत्न केला. परंतु त्या संग्रहाचे संपादन करिताना विशेष काळजी घेतली न गेल्याने एकंदर साडे आठ हजार अभंगांच्या संग्रहांत दीड ते दोन हजार द्विरुक्त आहेत. कथेकरी अभंगांची विपुल भेसळ होऊन राहिली आहे. सरकारी पंडितांच्या गाथेच्या चवथ्या आवृत्तीतही असली द्विरुक्ति २००-२५० अभंगांची आहे.''(पृ.१३०) श्री. बेंद्रे यांनी हा अंदाज देऊन एक चांगले काम केले आहे. परंतु त्यांचा हा अंदाज अतिशयोक्तीच्या वाटेने जातोय असे वाटते. पंडितांच्या प्रतीत प्रस्तावनेत त्यांनी किती अभंग दुबार झाले यांची नोंद केली आहे (पृ.१८ इ.स. १९५५). पडवळांच्या प्रतीमध्ये किती अभंग दुबार आहेत याची संख्या प्रथमच या लेखात पुढे दिली आहे. वास्तव आणि अंदाज यांचा मेळ अभ्यासकांना घालता येणार नसला तरी ते हे सत्य नाकारू शकणार नाहीत.

दुबार अभंगांच्या निर्मितीच्या कारणांची उदाहरणासहित चर्चा फारशी झालेली आढळत नाही. तुकाराम तात्यांचा गाथा समोर ठेवून ही थोडीफार चर्चा पुढे करीत आहे. संहितेची नक्कल करताना अनवधानामुळे वा पाठांतर भिन्नतेमुळे चरण मागेपुढे होतात आणि दुबार अभंगांची निर्मिती होते. उदाहरण म्हणून पुढचा अभंग पाहा.

१) दाता लक्ष्मीचा पती।
    माझे मागणें तें किती।। (अ.क्र.७५२)
    माझे मागणें ते किती।
    दाता लक्षुमीचा पति।। (अ.क्र. २३६७)
२) जेणें तुझी कास भावें धरियेली। (९४२)
    जिहीं तुझी कास भावे धरियेली (१५४२)

कधी कधी अभंगाचे १ ले कडवे भिन्न आणि पुढचा सर्व अभंग सारखाच असतो. त्यातही पुढच्या अभंगाचे चरण खालीवर झालेले दिसतात. यापुढे तो अभंग निराळा म्हणून छापला जातो. याचे एक उत्तम उदाहरण पुढे दिले आहे.

१) सोइरियासि करी पाहुणेरू बरा।
काढितो ठोंबरा संतांलागी।।
गाईसि देखोनि बदबदा मारी।
घोड्याची चाकरी गोड लागी।। (५५५३)

२) गाईला देखुनी बदबदा मारी।
घोड्याची चाकरी गोड वाटे।।
सोइऱ्यास करी पाहुणेर बरा।
कांडवी ठोंबरा संतांलागी।। (अ.क्र.५८६३)

३) पर्वकाळीं धर्म न करी नासरी।
खर्ची राजद्वारी द्रव्यराशी।।१।।
सोइऱ्यासी करी पाहुणेर बरा।
कांडवी ठोंबरा संतांलागी।।२।।(अ.क्र. ५७५८)

हा अभंग द्विरूक्त असून अन्य काही अभंगातील चरण यात आढळतात.

वर दिलेली सर्व उदाहरणे सरकारी गाथ्यातही आहेत. प्रथम चरणावरून ते अभ्यासकांना सहज ताडून पाहता येतील.

श्री. वा.सी. बेंद्रे यांनी पडवळ गाथ्यात दीड ते दोन हजार अभंग दुबार आहेत असे म्हटले असले तरी प्रत्यक्षात किती अभंग द्विरुक्त आहेत, त्याचा पट पुढे मांडून दाखवीत आहे. त्यासाठी प्रथम अभंगाचा पहिला चरण देऊन नंतर त्याचा क्रमांक दिला आणि नंतर दुबार झालेल्या अभंगाचा केवळ क्रमांक दिला आहे.

१) कर्म तरी तुम्ही जाणा। (११२,७४७)
२) खाऊं बैसोनियां जोडी। (१३५, ३१८८)
३) आम्हा एकविध पुण्य सर्वकाळ। (२७७,४४४)
४) दाता लक्षुमीचा पती। (७५२,२३६७)
५) उमटे तें ठायीं। (८९७,११२८)
६) हरी तुझें नाम गाईन अखंड। (९१५,१११४)
७) जेणें तुझी कास भावें धरियेली। (९४२,१५२४)
८) माझे हातीं आहे करावें चिंतन। (११६२,६९१)
९) जाळा तुम्ही माझें जाणते मीपण। (११८४,९९६)
१०) आता माझ्या माय बापा। (१२५५-७७१)
११) आम्ही असों निश्चितीनें। (५०२,१३०९)
१२) नाही विचारीत। (१८९२, १२२३)

१३) करोनि स्नानविधि आणि देवधर्म । (१३४०,९६०)

१४) माझा तो स्वभाव आहे अनावर।(१५४९, १५२३)

१५) मी तो सर्वभावें अनधिकारी। (१५७५–१६१२)

१६) तुझा विसर नको माझिया जीवा। (१५९२–१०६०)

१७) हिरोनिया नेला मुखींचा उच्चार। (१५७९–१६०२)

१८) सुटायाचा काय करितों उपाय। (१६२२,८६७)

१९) मनाचिये साक्षी झाली सांगो मात। (१६३४,१०६१)

२०) तुझा भरवसा आम्हा। (१६९४,१८९२)

२१) कांही एक तरी असावा आधार। (११८१,१७८७)

२२) माझे विशीं तुज पडतां विसर। (११५९, १८६५)

२३) कवतुकवाणी बोलतसे लाडे। (१६७७,१९६३)

२४) निश्चितीनें होतों करूनियां सेवा। (१९९३,५०९)

२५) मागत्याची कोठें घडते निरास। (१९९८,१०५१)

२६) दाखवूनि आस। (१९०५,२०२२)

२७) आम्हां कांही आम्हां काही। (१९३१, २०४४)

२८) जीवींचा जिव्हाळा। (२३४३,२८५)

२९) गळा प्रेमसूत्र दोरी। (२३५१,३०३५)

३०) घेई माझे वाचे। (३५६,२३५२)

३१) भाग्यें ऐसी झाली जोडी। (२३५८, ४१४)

३२) माझें मागणें तें किती। (२३६७, ७५२)

३३) तुझें नाम गाऊं आतां। (२५०८,२६९)

३४) जैसा निर्मळ गंगा ओघ। (२५५६, ५२८५)

३५) धन्य आजि दिन। (२८८०, २८०८)

३६) वैष्णवांची कीर्ति गाईली पुराणी। (२९९४, २३२७)

३७) जाय तिकडे लागे पाठी। (३०४८, २४१५)

३८) आम्हां हरिदासां काही। (३१६१,३०४७)

३९) कवणा पाषाणासी धरूनि। (३१८२,२३०)

४०) बैसोनिया खाऊं जोडी। (३१८८,१३५)

४१) तुज ऐसा कोणी न देखें उदार। (३२११,५६५)

४२) आत्मस्थिती मज नको हा विचार। (३३५१,१३४९)

४३) वैकुंठीचें सुख पंढरिये आले। (३३९३,३३९९)

४४) कांगा कोणी न म्हणे पंढरीची आई। (३४०६, ६३५५)

४५) पंढरीस कोणी जाऊं जे म्हणती। (३५१७,३४१९)
४६) देव पाहो देव पाहो। (३६३३,३२३५)
४७) कामधाम आम्ही वाहिलें विठ्ठली। (३०३,३८६९)
४८) श्रमपरिहारा। (३८९६, ३०४)
४९) करूनि उचित खेळे भोवतालें। (३९०३,३८७७)
५०) जडलो अंगा अंगी। (४००९, १९७०)
५१) मन गुंतले लुलया। (४०९१,१६२७)
५२) नाहीं हित ठावें जननी जनका। (४२३६, ४९४१)
५३) घ्यारे लुटा प्रेमा खाणी। (३४८४,४३१३)
५४) भक्ति हे कठीण सुळावरील पोळी (४४११,४१२०)
५५) कोणें तुजा सांगे केला अंगिकार। (४४७६, ४२७६)
५६) कोठें नाहीं अधिकार। (४६१०, २३०५)
५७) उपदेश कोणा हातीं। (४६११,४३४७)
५८) साधनें तरी हीच दोन्ही। (४६८५,४३५३)
५९) अहो कल्पतरू नव्हती या बाभुळा। (४६९४,५०२७)
६०) जाऊनिया तीर्था काय तुवां केले। (४७९३, ४७३३)
६१) तडामोडी करा। (४७९६,४५५२)
६२) नसावें ओशाळ। (४७९७,४५४७)
६३) संतसंगती न करावा वास। (४९२९,२८६३)
६४) करीं ऐसी धावा धावी। (४९५०,१२१०)
६५) चित्ता मिळे त्याचा संग रुचिकर। (४९८८,४६४१)
६६) शिकवणेसाठी वाटते तळमळ। (५०१०,४६०८)
६७) अनुतापें दोष। (५०४२,४६६२)
६८) मायबापें जरी सर्पीण बोका। (५०६९,४६८८)
६९) ओनाम्याच्या काळें। (५०८२,२८३)
७०) एकाची उत्तरें। (५२३८,५०८५)
७१) एक भाव चित्तीं। (५२४१,४२१७)
७२) जैसा निर्मळ गंगा ओघ। (५२८५, २५५६)
७३) देखण्याच्या तीन जाती। (५२८९,२३१३)
७४) धीर नव्हे मनें। (५३४९,४८७२)
७५) हा तो नोहे कांहीं निराशेचा ठाव। (५३५८,४०११)
७६) आलिया याचका म्हणता हो पुढें। (५३६९,१९६१)

७७) काय दिवस गेलें हो वऱ्हाड। (५४०१, ४९३२)
७८) शूरां साजती हतियारें। (५५८९,५३८१)
७९) बोलविसी माझें मुख। (५५९५,५३५५)
८०) आणिकां छळावया झालासी शहाणा। (५६००, ५४८९)
८१) क्षुधा तृष्णा कांही सर्वधा न पाहे। (५८४१,५७८६)
८२) माय बाप करी चिंता। (५९०७,४७९५)
८३) जाया अलंकार। (५९१५,२१७०)
८४) आशाबध्द वक्ता। (५९७९,५७६४)
८५) वरी सुरस बोल। (६१०१, ५९८०)
८६) देवें दिला देह भजना गोमटा। (६१४३,५६८२)
८७) कवडीसाठी फोडी शिर। (६१४५,४८५२)
८८) स्वप्नींचे धन चित्रींच्या ब्राह्मणा। (६२६१,५८२४)
८९) गातां ऐके नाम कंटाळा जो करी। (६२८१,५५९४)
९०) नावडे ती एकादशी। (६२८३, ६२६८)
९१) जाणोनि अंतर। (६३११,१२२४)
९२) बहु होता भला। (६४७०,५८८५)
९३) भक्ति तें नमन। (६४७९,३६७२)
९४) तृषाकाळी उदक भेटी। (६४८२,२८२९)
९५) येईल तुझ्या नामा। (६४८८,१७३६)
९६) नेणे जपतप अनुष्ठान याग। (६४८९,४३३)
९७) कळों आलें ऐसें आतां। (६४९०, १७८१)
९८) सेवकासी आज्ञा निरोपासी काम। (६४९३,९९०)
९९) उद्वेगासी बहु फाकती मारग।(६४९६,१९७)
१००) नाहीं मागितला। (६४९६, १७१४)
१०१) आम्ही मागों ऐसे नाही तुजपासी। (६४९८,८४७)
१०२) काळावरीं घालूं तरी तो सरिसा। (६५००, १७१६)
१०३) उसंतील्या कर्मवाटा। (६५०२,६७५)
१०४) तुम्हासी हें अवघें ठावे। (६५०८,६७६)
१०५) संतांचे उपदेश आमचे मस्तकी ।(६५१२,६५०३)
१०६) सांगतां गोष्टी लागती गोडा। (६५१६,१८२२)
१०७) आतां चक्रधरा। (६५१७, ८९६)
१०८) पुष्टकांती निवती डोळे। (६५२१,४४७)

१०९) भार देखोनि वैष्णवांचे। (६५२२,२९२५)

११०) चाल घरा उभा राहें नारायणा। (६५२६,१६३३)

१११) ऐका महिमा आवडीची। (६५३०,३०२९)

११२) जोडोनियां कर।(६५४४, १३१३)

११३) न राहे क्षण एक वैकुंठी। (६५४५,३०६१)

११४) कथा त्रिवेणी संगम। (६५४९,२३०८)

११५) देवाच्या प्रसादें करावें भोजन। (६५५४,२३१२)

११६) ब्रह्मादिक जया लाभासी ठेंगणे। (६५५५,२९१०)

११७) अंतरींची घेतो गोडी। (६५५७,३०२२)

११८) मायाबापाचिये भेटी। (६५५८,३०८०)

११९) घालों सुखें ढेंकर देऊं। (६५६०,४०३८)

१२०) आमुचें जीवन हें कथा अमृत। (६५६१,२८३०)

१२१) बोलाचे गौरव। (६५७४,५५०)

१२२) आता आवश्यक करणें समाधान।(६५७७,९०१)

१२३) अवघ्या भूतांचे केले संतर्पण। (६५८१,३५९७)

१२४) तान्हें तान्ह प्याली। (६५८९,३५७८)

१२५) जन्ममरणांची विसरलो चिंता। (६५९३, ४५०)

१२६) कोणापाशीं द्यावें माय। (८५९६, ३६०८)

१२७) जळो माझी तैसी बुद्धि। (६६०२,४०६)

१२८) वृत्तीपरी येणें आम्हा कशासाठी। (६६०३,१०४०)

१२९) चालिलें न वाटे। (६६०५,२८३७)

१३०) न करावी स्तुति। (६६०७,२८५३)

१३१) मरणाहातीं सुटली काया। (६६३९,३६५६)

१३२) हरिनामाचें करूनी तारू। (६६४०, ४०२२)

१३३) आतां येणेविण नाही मज चाड। (६६४४,३५९९)

१३४) झालों आता एके ठायीं। (६८५६, ३०९)

१३५) आतां हेचि जेऊं। (६८७३,६५६५)

१३६) जळो माझें कर्म। (७१५१,११०९)

१३७) कामें नेलें चित्त।(७१५२,१३९०)

१३८) झाली होती काया। (७१६४,६५७९)

१३९) बरवा झाला बेवसाय। (७१७३,६५४६)

१४०) देवा तूं आमचा कृपाळ। (७१९१,६५४७)

१४१) आतां येणें बळें पंढरीनाथ। (७२०८,६५४८)
१४२) प्रल्हादाकारणें नरहरी झालासी। (७९६६,२२४८)
१४३) होई आता माझ्या। (८१८७,९८५)
१४४) गाऊं बाणूं तुज। (८२८६,४८३)
१४५) तुझिया नामाचा न पडे विसर। (८३२२, ३३१४)
१४६) साहि शास्त्रांतरी। (८३३१,७०४७)
१४७) जोडुनी अंजुळ। (४८१,६५३)
१४८) सकळ कल्याण। (१०७८,४७७)
१४९) आंवरा हो देवा। (११०६,१४०२)
१५०) करोनी पातकें आलो मी शरण। (११७६,१२४७)
१५१) काय करूं कीर्ति। (१२९४,७६)
१५२) पहावया बोलों जरी। (१९९५,५१०)
१५३) दाखवूनी आस। (२०२२,१९०५)
१५४) नाहीं हरिच्या दासा भोग। (२०२५, १८८०)
१५५) आतां डोळे तुम्ही पहा। (२३६४,५६१)
१५६) आवडीनें गातो। (२४४४,२६८४)
१५७) आणिक काळें न चले उपाय। (२४८२,२५८७)
१५८) नाम साराचेही सार।(२४८३,२६२३)
१५९) आलंकार लेणें तुळसी भुषणे। (२७१२,५५१८)
१६०) सुख एक येच ठायीं। (२८८४,२८६६)
१६१) वैष्णवांची कीर्ति गाईली पुराणीं। (२९९४,२३२७)
१६२) म्हणवितो दास। (३७४८,६५९१)
१६३) ज्ञान शिकोनिया भक्ति दृष्य वाटे। (४४१६,३३४३)
१६४) सांगतोंरे तुम्हा। (४४१८,४१९०)
१६५) शिकविण्यासाठी वाटे तळमळ। (४६०८,५०१०)
१६६) कोठें नाहीं अधिकार। (४६१०,२३०५)
१६७) चाल केलासी मोकळा। (४६१५,२५३०)
१६८) संकल्पा विकल्पा। (४६२४,५३९१)
१६९) सज्जनाचा शब्द। (४६७९,४४९४)
१७०) साधनें तरी हीच दोन्ही। (४६८५, ४३५३)
१७१) टाकोनियां मागें डोळा पहा हरी। (४७१३, ३३२३)
१७२) दुर्जनाचा संग आगीचें ते झाड। (४७२४,५३६५)

१७३) निजों नका जागा जागा। (४७२७, ४६५७)
१७४) नका धरूं संग। (४७३९,४५७२)
१७५) धन्य पुत्र माय पोटी। (५१४७,५४६६)
१७६) जिवा जीव साक्ष असे। (५१६३,४५१५)
१७७) भवसिंधु काय कोड। (५२३५, ३०१५)
१७८) सर्वांची अंतरे जाणतो श्रीहरी। (५४७५,५१३८)
१७९) साधु सज्जनासी सदा भेटो जाय। (५८१२,५३५२)
१८०) गळां घालोनिया माळा। (६०६१,६०७१)
१८१) ऐसे वेषधारी जगांत हिंडती। (६१३३,६०८१)
१८२) बहुरुपी नरें पालटिलें सोंग। (६१४०,६१२५)
१८३) लोकांची पंढरी आहे भुमीवरी। (६६३३,६६२१)

तुकाराम गाथ्यातील अन्य तुकाराम?

तुकाराम तात्यांनी संपादित केलेल्या संत तुकारामांच्या गाथ्यात ८४४१ अभंग आहेत. आणि पंडितांनी संपादित केलेल्या गाथ्यात ४६०७ अभंग आहेत. याचा अर्थ अधिक असलेले ३८३४ अभंग पडवळांना देहूकर तुकारामांचे वाटतात. पण याची वस्तुस्थिती काय आहे हे डोळसपणे पाहिले पाहिजे. ३८३४ अभंगांपैकी कितीतरी अभंग केवळ नाममुद्रा बदलून आलेले आहेत. संत नामदेवांच्या, संत एकनाथांच्या अभंगांची उदाहरणे घेऊन आपण याची चर्चा यापूर्वी केली आहे. तरीपण उदाहरणासाठी नामदेवांच्या नावावर असलेल्या एका प्रख्यात अभंगाचा पुरावा पुढे देत आहे.

ज्ञानराज माझी योग्यांची माउली।
जेणें निगमवल्लि प्रगट केली।।१।।
गीता अलंकार नाम ज्ञानेश्वरी।
ब्रह्मानंदलहरी प्रगट केली।।२।।
अध्यात्म विद्येचें दाविलेसें रूप।
चैतन्याचा दीप उजळिला।।३।।
छपन्न भाषेचा केलासे गौरव।
भवार्णवीं नाम उभारिली।।४।।
श्रवणाचे मिषें बैसावें येऊनी।
सामराज्य भुवनीं सुखी नांदे।।५।।
नामा म्हणे ग्रंथ श्रेष्ठ ज्ञानदेवी।
एकतरी ओवी अनुभवावी।।६।। (ना.गा.अ.क्र. ९०२)

पडवळांच्या गाथ्यातील अभंग आहे.

ज्ञानराजा माझा योग्याची माऊली।
जेणें निगमवल्ली प्रगट केली।।१।।
छपन्न भाषेचा केलासे गौरव।
भवार्णवीं नाव तरावया।।२।।
गीता अलंकारी नाम ज्ञानेश्वरी।
ब्रह्मानंद लहरी प्रगटली।।३।।
श्रवणाच्या मिसें बैसावें येवानी।
समरस होवोनि सुखे नांदा।।४।।
अध्यात्मविद्येचें करूनियां रूप।
उजळीला दीप चैतन्याचा।।५।।
तुका म्हणे ग्रंथ श्रेष्ठ ज्ञानदेवी।
एकतरी ओवी अनुभवी।।६।।

या अवतरणावरून भिन्न नाममुद्रेचा कर्ता कोण हे अभ्यासकांच्या ध्यानात यायला वेळ लागणार नाही. याशिवाय तुकारामांच्याच अभंगांच्या भ्रष्ट नकला झालेल्या दिसून येतात. आणि याप्रकाराची उदाहरणेपण वर दिलेली आहेत. संत तुकाराम आपल्याच अभंगांच्या नकला करणार नाहीत. नाममुद्रा बदलून अन्य कवींचे काव्य आपल्या नावावर घेणार नाहीत. याचे कारण म्हणजे देहूकर संत तुकाराम हे तरलप्रतिभेचे, संवेदनशील मनाचे, शब्दसृष्टीचे ईश्वर आहेत. तुकारामांची या प्रकारासंबंधीची भूमिका सालोमालो प्रकरणावरून अभ्यासकांच्या लक्षात यायला हवी. सालोमालोशी संबंधित असलेले आठ अभंग प्रसिद्ध आहेत. संत तुकाराम म्हणतात, ''सालोमालो हे आपल्याला हरीचे दास म्हणवितात. दुसऱ्याची प्रासादिक कविता ही आपलीच म्हणून सांगून त्यांनी गोंधळ घातला आहे. इतर संतांच्या वचनांची मोडतोड करून हे काव्य आपलेच आहे, अशी ते स्वत:ची थोरवी सांगत आहेत. दुसऱ्याच्या कवितेत आपले शब्द घालून ते अमृताचा नाश करीत आहेत. त्यांचे हे करणे म्हणजे आंगडे फाडून घोंगडे करण्यासारखे किंवा विहीर पाडून मशीद बांधण्यासारखे आहे.'' (सरकार गाथा अ.क्र. २३७१-२३७८) संत तुकारामांची इतर कवी आणि त्यांचे काव्य यासंबंधीची भूमिका ही आरशासारखी स्वच्छ आहे. त्यामुळे या अशा प्रकारची रचना करणारे कोणी अन्य तुकाराम असले पाहिजेत, असे वाटते.

हे अन्य तुकाराम कोणत्या काळात झाले असावेत याचाही अंदाज सांगता येतो. पडवळ प्रतीत ''दामाजीपंताची रसद गुदरली'' या चरणाने प्रारंभ होणारे ४२

कडव्यांचे दामाजींचे चरित्र आहे (अ.प्र. ७०६६). सरकारी प्रतीतही हे चरित्र आहे, पण त्यात ३० कडवी आहेत (अ.क्र. ४३५६). पडवळ प्रतीमधील अधिक असलेल्या कडव्यांना महिपतीच्या भक्तविजयातील दामाजीपंतांच्या चरित्राचा आधार असावा असे वाटते (या महिपतीचा तपशिल यापूर्वी दिला आहे). यावरून महिपतीनंतर हे तुकाराम झाले असे म्हणता येते. महिपतीचा काळ हा इ.स. १७१५-१७९० असा आहे. आणि देहूकर तुकाराम हे महिपतीपूर्वी १०० वर्षे असा काळ आहे.

श्री. पडवळांच्या तुकाराम गाथ्यात एक अभंग पुढीलप्रमाणे आहे.

शालिवाहन शके पंधराशें एकाहत्तर।
विरोधीनाम संवत्सर उत्तरायणीं।।
फाल्गुन वद्य द्वितीया दिवस सोमवार।
प्रथम प्रहर प्रात: काळ।।१।।
तये दिवशीं शेवट कीर्तन करितां।
म्हणे मज आतां निरोप द्यावा।।२।।
तुका म्हणे नमन साधुसंत पाया।
ऐसें बोलोनियां गुप्त झाले।।३।। (अ.क्र. ६६३६)

प्रस्तुतचा अभंग म्हणजे माझ्या मते पंडिती गाथ्यातील एक गद्य टीपेचे अभंगरूप होय. ही टीप पुढीलप्रमाणे आहे. ''शके पंधराशे एकाहत्तरीं विरोध नाम संवत्सरीं फाल्गुनवद्य द्वितीया सोमवासरीं प्रथम प्रहरी तुकोबा गुप्त जाले.'' पंडिती गाथा ज्या चार हस्तलिखितांवरून तयार झाला त्यात त्र्यंबक कासाराचे हस्तलिखित प्रमुख आहे. संत तुकारामांच्या निर्वाणानंतर ४० वर्षे भ्रमंती करून त्र्यंबक कासाराने हा गाथा तयार केला. त्यात शके १७०९ ची म्हणजे इ.स. १७८७ ची नोंद आहे. या गाथ्यात वरील गद्य टीप आहे. यावरून असे दिसते की इ.स. १७८७ नंतर पडवळांच्या गाथ्यातील तुकारामांचा काळ मानता येतो. ही गद्य टीप म्हणजे तुकारामांच्या काळाची एक सीमा होय. तसेच संत महिपतीनंतर याचा कालावधी सांगता येतो. याचा अर्थ एकोणिसाव्या शतकाचा प्रारंभ हा या तुकारामांचा काळ मानला पाहिजे.

या तुका नामधारी तुकारामाचा पूर्वसुरींच्या संतांचा चांगला अभ्यास आहे. देहूकर तुकारामांच्या अभंगांचा तो अनुवाद करतो याचा अर्थ त्याने तुकारामांची कविता खूप अभ्यासिली आहे. संत चोखामेळा, संत नामदेव, एकनाथ यांच्याही काव्याचे त्याने चांगले अवलोकन केले आहे, हे आपण तपशीलाने यापूर्वी पाहिले

आहे. संत नरहरी सोनारांचे अभंगही त्याला चांगले ज्ञात होते, हे पुढील एक उदाहरणाने दिसून येते. नरहरींच्या अभंगाचा प्रभाव त्याच्या काव्यावर दिसतो. हा प्रभाव अभ्यासाशिवाय असणे शक्य नाही. पाहा,

देवा तुझा मी सोनार।
जोख करीं तारोतार।।१।।
देह वागेश्वरी जाणें।
आंत रामनाम सोनें।।२।।
करीं त्रिगुणाची मुस।
आंत ओती ब्रह्मरस।।३।।
सत्व ताजवा हस्तकीं।
वजन करी तुकातुकी।।४।।
(समग्र तुकाराम गाथा. २६७०)

देवा तुझा मी सोनार।
तुझे नामाचा व्यवहार।।१।।
देह वागेसरी जाणे।
अंतरात्मा नाम सोनें।।२।।
त्रिगुणाची करुनी मूस।
आत ओतिला ब्रह्मरस।।३।।
जीव शिव करून फुंकी।
रात्रंदिवस ठोकाठोकी।।४।।
विवेक हातवडा घेऊन।
कामक्रोध केला चूर्ण।।५।।
मनबुद्धीची कातरी।
रामनाम सोनें चोरी।।६।।
ज्ञान ताजवा घेऊन हातीं।
दोन्ही अक्षरें जोखिती।।७।।
खांद्या वाहोनी पोतडी।
उतरला पैलथडी।।८।।
नरहरी सोनार हरीचा दास।
भजन करी रात्रंदिवस।। (स.सं.गा. १. नरहरी सोनार-१२)

इथे नरहरीच्या अभंगाचा प्रभाव दिसून येतो, हे सांगण्याचीही आवश्यकता नाही.

द्रौपदीवस्त्रहरण कथानकावर (अ.क्र. ८२१४-८२३८) मुक्तेश्वराच्या कथानकाचा केवढा ठसा आहे याची पाहणी आपण आधीच केली आहे. दामाजीपंतांच्या चरित्रावरून (अ.क्र. ७०६६) तुकारामाने महिपतीच्या भक्तविजयाचे वाचन केले होते, हेही आपल्या लक्षात आलेले आहे.

पडवळांच्या गाथ्यातील काही अभंगांवरून तुकारामाचा संस्कृत वाङ्मयाचा परिचय होता हे दाखविता येते. उदा.

अहिल्या द्रौपदी सीता तारा चाऱ्ही।
मुख्य मंदोदरी पतिव्रता।।१।।
आणि
व्यास अंबऋषी वसिष्ठ नारद
शौनक प्रल्हाद भागवत।।१।।

(पडवळ गाथा ३५४६, ३५४७)

हे अभंग म्हणजे प्रसिद्ध संस्कृत श्लोकांचा अनुवाद आहे, हे न सांगताही कळते.

येथवरच्या विवेचनावरून तुकारामांनी किती अध्ययन केले हे दिसून येते.

संदर्भ

१) अर्वाचीन मराठी वाङ्मयसेवक, तृतीय खंड, ले. गं.दे. खानोलकर.
२) महात्मा ज्योतीराव फुले, ले. धनंजय कीर, पॉप्युलर प्रकाशन, इ.स.(१९८४).
३) महात्मा फुले : समग्र वाङ्मय
४) रावसाहेब विश्वनाथ नारायण मंडलिक यांचे चरित्र, ले. गणेश रामचंद्र हवलदार, इ.स. १९२७.
५) मामा परमानंद आणि त्यांचा कालखंड, ले. पुरुषोत्तम बाळकृष्ण कुलकर्णी, इ.स. १९६३.
६) तुकाराम दर्शन, ले. डॉ. सदानंद मोरे, इ.स. १९९६.
७) शेठ जावजी दादाजी यांचे चरित्र, ले. पु.बा. कुलकर्णी, इ.स. १९६७.
८) मराठी प्रकाशनांचे स्वरूप : प्रेरणा व परंपरा, ले. अ.ह. लिमये, इ.स. १९७२.
९) मराठी ग्रंथनिर्मितीची वाटचाल, ले. शं.गो. तुळपुळे, इ.स.१९७४.
१०) मराठी ग्रंथप्रकाशनाची २०० वर्षे, ले. शरद गोगटे, इ.स. २००८.
११) जातीभेद विवेकसार, ले. एक हिंदू (तुकाराम तात्या पडवळ), रमेश रघुवंशींच्या प्रस्तावनेसह, आवृत्ती तिसरी.

१२) तुकारामबाबा आणि त्यांचे शिष्य यांच्या अभंगांची गाथा, तुकाराम तात्या पडवळ, भाग एक व दोन, इ.स. १८८९.

१३) समग्र तुकाराम गाथा, संग्राहक कै. तुकाराम तात्या पडवळ, आवृत्ती २री, प्रस्तावना डॉ. सदानंद मोरे, इ.स. १९९६.

१४) तुकारामकृत अभंग, माधव चंद्रोबा, सन १८६६.

१५) तुकारामबाबाची गाथा, भाग १ इ.स. १८८४ व दोन इ.स. १८८४, आवृत्ती २री, गणपत कृष्णाजी.

१६) तुकारामबाबाच्या अभंगांची गाथा, विष्णु परशुरामशास्त्री पंडित व शंकर पांडुरंग पंडित एम.ए., भाग १ ला, इ.स. १८६९ व भाग २ रा इ.स.१८७३.

१७) तुकारामबाबांच्या अभंगांची गाथा, मुंबई सरकार १९५५, प्रस्ता. पु.मं. लाड.

१८) संत नामदेवांचा सार्थ चिकित्सक गाथा, संपा. डॉ. मु.श्री. कानडे; श्री. रा.शं. नगरकर, प्रका. रामकृष्ण प्रकाशन, आवृत्ती २ री.

१९) सकल संत गाथा खंड २, श्री. एकनाथांचे अभंग, इ.स.१९६७.

२०) श्रीमुक्तेश्वराचे सभापर्व, संपा. डॉ. वि.म. कुलकर्णी.

२१) भक्तविजय ले. महिपती.

२२) श्री. नामदेव गाथा, महाराष्ट्र शासन, इ.स. १९७०.

२३) श्री समर्थांचा गाथा, संपा. अनंतदास रामदासी, इ.स. १९२८.

२४) श्री ज्ञानदेवांचा सार्थ चिकित्सक गाथा, संपा. डॉ.मु.श्री. कानडे; श्री.रा. शं. नगरकर.

२५) संत नामदेव गाथा, ले. डॉ. रामचंद्र आर्वीकर.

२६) संत तुकाराम, ले. वा.सी. बेंद्रे, नॅशनल बुक ट्रस्ट, इ.स. १९५०.

२७) सकल संत गाथा. खंड १, का.अ. जोशी, इ.स. १९६७.

३

माधव चंद्रोबा यांचा तुकारामांचा गाथा

संत तुकारामांच्या गाथ्याच्या प्रकाशनाचा पहिला प्रयत्न वा हे इवलेसे रोपटे रुजविण्याचा पहिला उद्योग यशस्वीपणे पार पाडणारे कर्तबगार गृहस्थ म्हणजे माधव चंद्रोबा डुकले, हे मराठीत परिचित आहेत. डुकल्यांचे घराणे मुळचे गोमांतकातील, कळंगूट गावचे. चंद्रोबांना दोन मुले होती. माधव हे मोठे व अनंत हे लहान. दोघांचा जन्म इ. स. १८२५ व १८२९ साली झाला. घरची परिस्थिती गरिबीची, म्हणून त्यांचे वडील आपली पत्नी व मुलांना घेऊन इ. स. १८३३ मध्ये मुंबईत आले. पण दुर्दैवाने चंद्रोबा इ. स. १८३७ च्या सुमारास निर्वतले. आईने मुलांचा सांभाळ केला. पण गरिबीमुळे या दोघा बंधूंना शाळा सोडून टाकसाळीत ३ रु. पगारावर नोकरी करावी लागली. माधवरावाने अल्पावधीतच ही नोकरी सोडून दुसरी नोकरी धरली आणि त्या नोकरीच्या निमित्ताने त्यांना इंदूर, कराची इ. ठिकाणी फिरावे लागले. पुढे ही नोकरीही सोडून माधवराव मुंबईला स्थायिक झाले; आणि त्यांनी तिथे औषधाचा व्यापार सुरू केला. त्याच काळात फोटोग्राफीची कलाही त्यांनी शिकून घेतली आणि तोही व्यवसाय सुरू केला. माधवरावांनी आपल्या लहान भावाला म्हणजे अनंताला नोकरी सोडून शिक्षण घ्यायला लावले. अनंतराव डॉक्टर झाले. सरकारने त्यांची नेमणूक लष्करात सब असिस्टंट सर्जन म्हणून केली. इंदूर, भोपाळ इ. ठिकाणी त्यांनी नोकरी केली. पुढे अनंतरावांनी तिथली नोकरी सोडली आणि ते कराचीला आले. कराचीत त्यांची रावसाहेब विश्वनाथ नारायणराव मंडलीक यांच्याशी मैत्री झाली. ते त्यांचे फॅमिली डॉक्टर म्हणून काम करीत होते. दरम्यानच्या काळात डुकले बंधूंच्या आई मरण पावल्या. त्यामुळे अनंतराव मुंबईला येऊन स्थायिक झाले आणि मोठ्या बंधूंना व्यवसायात मदत करू लागले.

माधवरावांनी १८६० साली 'सर्वसंग्रह' नावाचे मासिक पुस्तक सुरू केले. त्यातून त्यांनी तुकाराम, रामदास, मोरोपंत, मुक्तेश्वर, वामन पंडित इ. कवींची कविता प्रकाशित करण्यास प्रारंभ केला. तसेच शब्दरत्नाकर नावाचा संस्कृत-मराठी शब्दकोशही तयार केला. या मासिक पुस्तकाच्या पहिल्याच अंकात त्यांनी मासिक काढण्याचा हेतू स्पष्टपणे सांगितला आहे. ते लिहितात, "या महाराष्ट्र देशात प्राकृत भाषेत कविता करणारे पुष्कळ रसिक होऊन गेले. त्यांचे ग्रंथ फार उत्तम प्रकारचे असतानाही जसे प्रसिद्ध असावे तसे नाहीत. अशा उत्तम ग्रंथांचा बहुधा लोप दिसून येतो. हे किती दु:खकारक आहे. या कारणास्तव हे सर्वसंग्रह नावाचे मासिक पुस्तक करण्याचे योजिले आहे. आर्या, श्लोक-बद्धादि कविता समजण्यास फार कठीण असतात म्हणून त्या सुगम व्हाव्या या हेतूने त्यांची पदे पाडून जे दुर्बोध शब्द आले त्यांचे पृष्ठाच्या खाली टिपांच्या रितीने अर्थ दाखविले आहेत. त्यांची बहुतेक पदांगे वेगळी करून अर्थही दाखविला आहे आणि कित्येक कवितेत विरामचिन्हे घालण्याचा प्रयत्न केला आहे. या कृत्यास रा. रा. परशुराम तात्या गोडबोले यांचे सहाय्य घेतले आहे."

या 'सर्वसंग्रह' मासिकात संत तुकारामांचा गाथा क्रमश: इ. स. १८६२ पासून १८६६ पर्यंत प्रकाशित झाला. शेवटी सर्व भाग मिळून १८६८ साली गाथा प्रकाशित झाला असावा असे श्री. अ. का. प्रियोळकरांचे मत आहे. हा गाथा शिळाप्रेसमध्ये छापला असून, त्यात ३३२९ इतकी संख्या आहे. गाथा छापला गेला, त्या काळाचा विचार करता माधव चंद्रोबाने दाखविलेली चिकित्सक दृष्टी विलक्षण आहे, असेच म्हणावे लागेल. चिकित्साशास्त्राचे सर्व महत्वाचे नियम या गाथ्याला लागू पडतात. अनेक गाथे पाहणे, पाठभेद नोंदविणे, शब्दांचे अर्थ देणे, अर्थ-स्पष्टीकरणासाठी टिपा देणे इ. सर्व बाबी हे शास्त्र माहीत नसताना ग्रंथात त्याचा वापर करणे, हा आवाका, झेप महत्त्वाची आहे. या कामासाठी त्यांनी परशुराम तात्या गोडबोले यांची मदत घेतली, हेही खरे आहे. त्यातूनही त्यांची लोकांपर्यंत शुद्ध-पाठ पोहचविण्याची धडपड दिसून येते.

देहू प्रतीत अभंग नसणे आणि तो अभंग माधव चंद्रोबा प्रतीत असणे याला संहिता- संपादनाच्या या संकलनाच्या टप्प्यात एक विशेष महत्त्व आहे. माधव चंद्रोबांना हे अभंग मिळतात आणि देहू प्रतीच्या संपादकांना हे अभंग मिळत नाहीत, वा मिळाले असून त्यांनी ते गाथ्यात समाविष्ट केले नाहीत, याला काही कारणे असू शकतात का? देहू प्रतीचे संपादक हे अभंग प्रक्षिप्त समजून गाळतात का? त्यात त्यांना पाठभेद आढळतात का? मिळालेल्या अभंगांच्या प्रामाण्यासंबंधी काही शंका येतात का? म्हणून संकलित केलेले अभंग गाळतात का? असे प्रश्न माधव चंद्रोबांच्या गाथ्यामुळे उपस्थित झालेले आहेत. आजवर या दिशेने फारशी सकारण चर्चा झालेली दिसत नाही. यासाठी हा प्रयत्न केला आहे.

माधव चंद्रोबांच्या गाथ्यात समाविष्ट असलेल्या सर्व अभंगांची देहू प्रतीच्या अभंगांशी तुलना केली. ही तुलना करत असताना अन्य १४ गाथ्यांच्या पहिल्या आवृत्त्या हाताशी घेतल्या. त्यामुळे काही निर्णय करणे अवघड, कष्टदायक झाले असले, तरी निश्चित निर्णयासाठी वाटचाल करणे सोपे झाले. आणि त्यातून धक्कादायक निर्णय हाताशी आले. माधव चंद्रोबा प्रतीमधील ४६ अभंग असे आढळले की, ते अभंग देहू प्रतीत आढळत नाहीत. देहू प्रतीप्रमाणेच ते अभंग स्वानंद सुखनिवासी ह. भ. प. विष्णुबोवा जोग, ह. भ. प. नाना महाराज साखरे, देवडीकर गाथा, श्री. देशमुख दांडेकर यांनी संपादित केलेला गाथा यांमध्येही आढळत नाहीत. याचा अर्थ या संपादकांनी ते अभंग क्षेपक मानलेले आहेत. क्षेपक या शब्दाचा स्पष्ट उल्लेख जोग महाराजांनी आणि देशमुख दांडेकर यांनी केला आहे. देवडीकरांच्या गाथ्यास श्री. बाबुराव हरी देवडीकर यांनी 'विनंती' या शीर्षकाखाली जो मजकूर लिहिला आहे, त्यात या शब्दाचा उल्लेख आहे. ह. भ. प. नाना महाराज साखरे यांच्या गाथ्यात सातव्या भागात "खालील अभंग काही सांप्रदायिक फडांत म्हणतात व काही फडांत म्हणत नाहीत." अशी सुरुवातीलाच टीप देऊन पुढे जे अभंग दिले ते याच स्वरूपाचे आहेत. अर्थात इथे मतभेद नाहीत असे सर्वस्वी खरे नाही. पण मतभेदांची संख्या फार नगण्य आहे, हेही तितकेच खरे आहे.

अभंगाचा क्षेपक विचार हा सांप्रदायिक अभ्यासकांनी सुरू केला हे सत्य नाकारून चालत नाही. पंडितांनी ज्या चार हस्तलिखितांच्या आधारे गाथा सिद्ध केला त्यात संख्या, पाठ व क्रम ठरवण्यात आला. महाराष्ट्र सरकारच्या वतीने काढलेल्या गाथ्याचे संपादक कै. पु. मं. लाड लिहितात, "आजतागायत हा असा एकच प्रयत्न झाला की संपादकांनी महत्त्वाच्या सर्व उपलब्ध हस्तलिखितांतील पाठक्रमादी तपासून संशोधित संहिता तयार केली." (प्रस्तावना, इ. स. १९५५) परंतु क्षेपकासंबंधीचा विचार यात झालेला दिसत नाही. जो विचार होणे हे आवश्यक होते तो झाला नाही, असे म्हणण्यापेक्षा जे काम झाले आहे, त्याच्या आधारे पुढे जाणे हे उपयुक्त असते असे वाटते. यातून माधव चंद्रोबा प्रतीमधील काही अभंग देहू प्रतीत का नाहीत याचे उत्तर आपल्याला मिळाले आहे.

सांप्रदायिक अभ्यासक अभंग क्षेपक का मानायचा याचे कारण देत नाहीत. आमच्या फडावर हा अभंग म्हणत नाहीत म्हणून हा अभंग आम्ही क्षेपक मानतो असे ह. भ. प. विष्णुबोवा जोग यांनी श्री. वि. ल. भावे यांना उत्तर दिले आहे. (पाहा : अस्सल गाथा, संपा. वि. ल. भावे, प्रस्तावना.) या वाङ्मयाला वाङ्मयबाह्य निकष लावणे हे फारसे रुचत नसले तरी सांपद्रायिक अभ्यासकांनी व आधुनिक अभ्यासकांनी काढलेले निर्णय एकच आहेत हे कबूल करायला हवे. पण श्री. माडगांवकरांनी

संपादित केलेल्या गाथेच्या प्रस्तावनेवरून वाङ्मयीन मूल्यांचा विचार झालेला दिसतो. हे अपवादात्मक उदाहरण आहे, हेही लक्षात घ्यायला हवे.

माधव चंद्रोबा आणि देहू प्रत यांच्यात

चरणभिन्नता आणि जोडीला पाठभेद व चरणसंख्या भेद

१) मा. च. - बाइल मेली मुक्त झाली। देवें माया सोडविली।
विठो तुझे माझें राज्य। नाहीं दुसऱ्याचें काज।।२।।
पोर मेले बरें झालें। देवें माया-रहित केलें।।३।।
आतां मेलीं मज देखतां। तुका म्हणे हरिली चिंता। (अ. क्र. ९३५)

देहू - बाप मेला न कळतां। नव्हती संसाराची चिंता ।।१।।
विठो.....। नाहीं.....।।२।।
बाईल मेली.....। देवें माया.....।।३।।
पोर मेलें.....। देवें माया...।।४।।
माता मेली मज देखतां। तुका म्हणे .....।।५।। (अ. क्र. ११९६)

देहू प्रतीमधील 'बाप मेला...' हा चरण मा. चं. प्रतीत नाही. शिवाय देहू प्रतीत 'माता मेली' असा पाठ आहे तर मा. चं. 'आतां मेलीं' असा पाठ आहे. देहू प्रतीत ५ चरण आहेत तर मा. चं. मध्ये ४ चरण आहेत.

- - -

२) मा. चं. - या प्रतीत
जीव तोचि देव भोजन ते भक्ती।

या चरणाने प्रारंभ होणारा ५ कडव्यांचा अभंग आहे. (क्र. १५३३) हा अभंग देहू प्रतीत याच चरणाने प्रारंभ होणारा असला तरी त्यात ४ कडवी आहेत. (क्र. १७९७)

आपुले मनीचे करूनी पाखंड।
जनामध्ये भांड पोट भरी।। हे कडवे देहू प्रतीत नाही.

- - -

३) मा. चं. प्रतीत 'आशाबद्ध वक्ता' या चरणाने प्रारंभ होणारा ६ कडव्यांचा अभंग आहे (१५९६). हा अभंग देहू प्रतीत याच चरणाने प्रारंभ होत असून, त्यात ४ कडवी आहेत, (क्र. ११२७).

माधव चंद्रोबा प्रतीमधील।
गातो तेंही नाही ठावें।
तोंड वासी काय द्यावें।।

झालें लोभाचें मांजर।
भीक मागे दारोदार।।
ही दोन कडवी देहू प्रतीत नाहीत.

- - -

४) मा. चंद्रोबा प्रतीत 'न करा टाचणी' अशी सुरुवात असलेला अभंग असून त्याची चरणसंख्या १ अशी आहे (क्र. १८९०). देहू प्रतीत याच चरणाने प्रारंभ असलेला अभंग असला तरी त्याची चार कडवी आहेत (क्र. २१३७). पण देहू प्रतीमधील पुढील दोन चरण माधव चंद्रोबा मध्ये नाहीत. ते चरण असे...

आठही प्रहर । बारा मास निरंतर।।३।।
तुका म्हणे वाणी। वर्जेना न घेतां घणी।।४।।

- - -

५) 'घातलें दुकान पाड ये तैसा आहे मान.' अशा चरणाचा अभंग मा.चंद्रोबा प्रतीत आहे (क्र. २४१७). पण हाच चरण देहू प्रतीत पुढीलप्रमाणे आहे : 'घातला दुकान पढिये तैसा आहे पान' (२६६०).

- - -

६) मा. चं. प्रतीत 'आळविन स्वरें' असा प्रारंभ असलेला एक अभंग आहे (१६४७). या अभंगात ७ कडवी आहेत. माझ्या समजुतीनुसार इथे दोन अभंगांचा एक अभंग झाला आहे. 'आळविन स्वरे' या चरणाने प्रारंभ होणाऱ्या अभंगाचा मुद्रेचा चरण गाळला गेला असावा. पण यानंतर 'सकळिकांचे समाधान' या चरणाने प्रारंभ होणारा अभंग हा भिन्न अभंग आहे आणि त्याला स्वतंत्र चरणमुद्राही आहे. देहू प्रतीत हे दोन्ही अभंग भिन्न संख्येने नोंदविले आहेत. पाहा : क्र. १९०६ व १९०७.

- - -

कधी कधी अभंगाची मोडतोड करून या अर्धवट अभंगाला संपूर्ण अभंग म्हटल्याचे माधव चंद्रोबा प्रतीवरून ध्यानात येते. 'विद्या असती काहीं' या चरणाने प्रारंभ होणारा एक अभंग मा. चंद्रोबात आलेला आहे (क्र. ६९३). हा अभंग कोणत्याही उपलब्ध गाथ्यात मिळत नाही. शोधाशोध केल्यावर असे लक्षात आले की, 'बरा देवा कुणबी केला' या चरणाने हा अभंग सर्वत्र आला आहे. या अभंगाचे पहिले दोन चरण गाळून तिसऱ्या चरणापासून म्हणजे 'विद्या असती काहीं' या

चरणापासून निराळा अभंग मा. चं. मध्ये नोंदविला गेला आहे. कदाचित चुकीच्या पाठांतरातून हा प्रकार घडला असावा.

माधव चंद्रोबा आणि देहूकर प्रतींमधील काही पाठभेद :

१. मा. चं. तेलिनीसी रुसला रेडा ।
रागें कोरडें खातो भिडा। (अ. क्र. ४४९)
देहू तेलणीशी रुसला वेडा।
रागें कोरडं खातो भिडा।। (अ. क्र. ४४८)

२. मा. चं. दोन कांपे हात।
नावडे तेविषीं मात।। (क्र. ४७७)
देहू दानें कांपे हात।
नावडे ते विषीं मात।। (क्र. ४७६)

३. मा. चं. निर्गुणांनी घ्यावे गुणाचे दर्शन । (क्र. १३१४)
देहू निर्गुणासी द्यावे गुणाचे दर्शन । (क्र. १३७३)

४. मा. चं. उदारा तूं नारायणा। (क्र. १११८)
देहू उदास तू नारायणा। (क्र. १३७७)

५. मा. चं. तुमचा आम्हीं केला गोवा। (क्र.११४२)
देहू तुमचा तुम्हीं केला गोवा। (क्र. १४०१)

६. मा. चं. गाढवाचें तान्हें।
पालटलें क्षणक्षणें। (क्र. ११४७)
देहू गाढवाचें तान्हें।
पालटतें क्षणक्षणें। (क्र. १४०६)

७. मा. चं. फर्जि तो पाईक ओळीचा नाईक।
पोटासाठिं एक जैसा तैसा। (क्र. १२०२)
देहू प्रजी तो पाईक ओळीचा नाईक।
पोटासाठीं एक जैसी तैसी। (१४६१)

८. मा. चं. जग देव तरी पायांची पडावें। (क्र. १२०९)
देहू जन देव तरी पायाची पडावें। (क्र. १४६८)

९. मा. चं. आवडींच्या मतें करीती भजने। (१३८३)
देहू आवडीच्या मनें करितो भोजन। (१६३९)

१०. मा. चं. याति शुद्ध वैश्य केला वेवसाव। (१४२१)
देहू याति शूद्र वैश्य केला वेवसाव। (१६८७)

११. मा. चं. तुझें पोटिं वाव। (क्र. २७०५)
देहू तुझें पोटीं ठाव। (क्र. २९५६)
१२. मा. चं. वारिलीं बहुतें चुकउनी घात। (२७७६)
देहू तारिलीं बहुतीं चुकवूनी घात। (३०२८)
१३. मा. चं. तया वाचे अनुचित वाणी। (२८३०)
देहू नयो वाचे अनुचित वाणी। (३०८२)
१४. मा. चं. प्रायश्चित्तें देतो फुका। (२८४३)
देहू प्रायश्चित्तें देतो तुका। (३०९५)
१५. मा. चं. ठेंगण्यासी बाज गड।
उतरचढ केवढी।।१।। (प्र. ३०५२)
देहू ढेकणासी बाज गड।
उतरचढ केवढी।। (प्रा. ३३०६)
१६. मा. चं. ज्याचे खावें अन्न।
त्याचे करावें चिंतन। (३३२०)
देहू सुखें खावें अन्न।
त्याचें करावें चिंतन। (३३७३)

संत तुकारामांच्या गाथ्याचे संपादन करत असताना अभंगांचे वर्गीकरण, ओळ, शीर्षके यांचा विचार करावा लागतो. पंडितांनी गाथा संपादनाचा मानदंड ठरणारा गाथा ज्या चार हस्तलिखितांच्या आधारे सिद्ध केला त्या गाथ्यात अनेक प्रसंगी वर्गीकरणे अथवा गट आढळून येतात. प्रसंगी त्यांची संख्याही तिथे दिलेली आढळून येते. उदा. 'स्वामींनी पत्र पंढरीनाथास पंढरीस पाठविले ते अभंग' या शीर्षकाचे ६६ अभंग आहेत (अ. क्र. १९०९-१९७४). तुकारामांच्या वंशजांना वा कान्होबा, संताजी, गंगाधर मवाळ इ. भक्तांना या प्रकारचे प्रसंग माहीत असल्याने त्यांनी अभंगांचे गटशः वर्गीकरण केले असावे. पण असेही दिसून येते की, ज्या गाथ्यातून वर्गीकरण नाही, त्यांच्या अभंगांचा क्रम मात्र सारखाच आहे. माधव चंद्रोबांच्या गाथ्यात कुठलेही वर्गीकरण नाही. पण वर्गीकरण असलेल्या गाथ्यातील अभंगांचा क्रम आणि माधव चंद्रोबांच्या गाथ्यातील अभंगांचा क्रम सारखाच आहे. अर्थात माझे हे विधान वर्गीकरणाचे वा अभंगांचे जिथे विशिष्ट गट आहेत त्या मर्यादित अभंगांपुरतेच आहे, हे लक्षात घ्यायला हवे. माधव चंद्रोबांसमोर शीर्षके नसलेली एखादी भिन्न संहिता असावी काय, अशी शंका येऊन जाते.

माधव चंद्रोबांनी स्वत:ही आपला ग्रंथ कुठल्या संग्रहावर विसंबून आहे, हे

सांगितले नाही. पण त्यांचे आधार शोधणे कष्टसाध्य असले तरी निर्णायक नाहीत हे दिसून येते. हे आधार निर्णायक नसले तरी संभवनीय सत्याच्या मार्गाने जाण्यास उपयुक्त ठरतील असा विश्वास वाटतो. त्यांच्या गाथ्यात 'आन नेघो देशी तरी' या चरणाने प्रारंभ होणारा एक अभंग आहे. त्याचा क्र. ९१८ असा आहे. हा अभंग आधाराला घेतलेल्या प्रतींपैकी तुकाराम तात्या (क्र. २८००) व डॉ. म. रा. जोशी (क्र.३६२३) प्रतीशिवाय अन्य कोणत्याही गाथ्यात आढळत नाही. तुकाराम तात्यांनीही आधार दिलेले नाहीत. पण डॉ. म. रा. जोशी यांनी या अभंगाखाली प्रस्तुतचा अभंग पंढरपूर येथील अमळनेरकर महाराजांच्या संग्रहात असल्याचे नमूद केले आहे. तिथे त्यांनी त्या संग्रहातील अभंगांचा क्रमही दिला आहे (क्र. १२१०). याचा अर्थ, माधव चंद्रोबांकडे ज्या कोणी संहिता पाठविली त्यांनी हा संग्रह चाळला असणार, वापरला असणार, असे म्हणायला हरकत नाही. पण या एकाच आधारावर माधव चंद्रोबांनी अन्य संहिता पाहिल्या होत्या असा निष्कर्ष काढणे म्हणजे कच्च्या पायावर इमारत उभी करणे असे होईल. त्यासाठी अन्यही प्रमाणे अभ्यासकांसमोर ठेवतो. माधव चंद्रोबाने आपल्या गाथ्यात अनेक ठिकाणी पाठभेद नमूद केले आहेत. पाठभेद पाहिल्यावर अभ्यासकांना शंका येईल की, हा पाठभेद आहे कि तो त्या शब्दाचा अर्थ आहे. परंतु अर्थासाठी त्यांनी आकडे दिले आहेत आणि पाठभेदासाठी काही खुणा दिल्या आहेत.

अ. क्र.		अभंगातील शब्द	पाठभेद
१)	१०२/४३	पाव	पाय
२)	१८९	पाव	उपाव
३)	१०९४	पारुषला	वासा झाला
४)	१४४४	शीव	सीमा
५)	१५४५	लोहो	लोखंड
६)	१५५३	परीपाकी	परिणामी
७)	१५५७	आतुडले	मिळाले
८)	१५७७	पकवाव्या	फुगडी
९)	१६१२	केली	कलियुगांत
१०)	१६२९	उर्मी	लाटा
११)	१८७७	घरखुणा	घरगुती
		(या शब्दाला घरकुल असा आणखी एक पाठ दिला आहे.)	
१२)	२१४४	जिणे	जन्म

१३)	२१४५	खाण	भक्षण
१४)	२८३३	मीठेवीण	चवीरहित
१५)	३०१६	नाव	नौका

पाठभेदाबरोबर माधव चंद्रोबांनी भिन्न चरणही दिले आहेत. उदा.

माधव चंद्रोबांचा चरण असा-

१) बाईल म्हणे खरें मरला तरी बरा।
नासियेलें घरा थुंकोनिया।। (अ. क्र. १९४२)

भिन्न पाठ असा

सर्वत्र म्हणती मर्ता तरी बरा।
नासियेलें घरा थुंकोनिया।।

अभ्यासकांच्या पुढे हा भिन्न म्हणून जो पाठ दिला आहे, तो देहू प्रतीमधील आहे.

२) नारडें कोंबडे तरि काय नुजेडे।
करूनिया वेडे जना दावी। (अ. क्र. २९०९)

माधव चंद्रोबांनी या चरणांना भिन्न पाठ म्हणून पुढील चरण दिला आहे -
नारडे तरी काय कुजेडे कोंबडे।
हा भिन्न चरण देहू प्रतीमधील आहे.

३) पुढें तरी चित्ता।
काय येईल ते आतां।।

हे कडवे माधव चंद्रोबांच्या गाथ्यातील आहे (क्र. २५९०). ही संहिता देवडीकर व साखरे पाठात आहे. यावरून देहू प्रतीप्रमाणे देवडीकर, साखरे यांच्याही संहिता संपादकांसमोर असाव्या असे अनुमान करता येते.

माधव चंद्रोबांच्या हाताशी वा ज्याने कोणी ही संहिता माधव चंद्रोबाकडे सुपूर्त केली त्याच्या हाती देहूची संहिता असावी असे वाटते. कारण मा. चं. प्रतीचे शेकडो अभंग ज्या क्रमाने येतात त्याच क्रमाने देहू प्रतीचे अभंग येतात. उदा. या दोन्ही गाथ्यांतील १ ते १४७ हे क्रमांक सारखेच आहेत. पण यात बालक्रीडा आहे हे लक्षात घ्यायला हवे. कधी कधी या उभय गाथ्यांत अभंग खालीवर येतात, एवढाच काय तो फरक जाणवतो.

वर दिलेल्या उदाहरणांवरून किमान एवढे तरी म्हणायला हरकत नाही की, माधव चंद्रोबांनी अन्य संग्रह पाहिले होते.

माधव चंद्रोबांनी प्रकाशित केलेला तुकारामांचा हा पहिला गाथा आहे. हा गाथा सर्व लोकांना समजावा म्हणून त्यांनी केलेले परिश्रम पाहिले म्हणजे, हा क्रमाने पहिला असला तरी गुणवत्तेत श्रेष्ठ आहे असे कोणीही म्हणेल. ग्रंथाच्या उपयुक्ततेसाठी त्यांनी अवघड शब्दांचे अर्थ दिले आहेत. स्पष्टीकरणासाठी उत्तम टीपा दिल्या आहेत. अनेक ठिकाणी पाठभेद नोंदविले आहेत. ही त्यांची धडपड लोकरंजनासाठी नसून नेत्रोन्मीलनासाठी आहे हे दिसून येते. त्यांनी दिलेल्या टीपांचे २ नमुने पुढे देतो. 'द्वारेकेचे केणें आले याचि ठाया' या चरणाने प्रारंभ असलेल्या अभंगात (क्र. १२५२) 'वैष्णव मापारी नाही झाली सळे।' असा चरण आहे. या चरणातील सळ शब्दावरील त्यांची टीप अर्थवाही असूनही त्यांच्या कालाशी निगडित आहे. टीप अशी 'गवत किंवा कडबा इत्यादी मोजून घेत्यावेळी शेकड्याच्या पाठीमागे जी एक पेंडी काढतात ती.'

'गुरुमार्गामुळे भ्रष्टले सकळ' या ओळीने प्रारंभ होणाऱ्या अभंगाला (९४८) 'लोहार डोहार दास बलुति बारा' असा चरण आहे. यातील बलुते शब्दावरील टीपेत त्यांनी बारा बलुतेदारांमध्ये भाविणीचा समावेश केला आहे. यावरून ही टीप गोमंतकीय संस्कारांतून आली, हे समजायला वेळ लागत नाही. बारा बलुते यावर आढळणाऱ्या टीपांमध्ये भावीण समाज आढळत नाही, हे संकेतकोशावरून सांगता येते. कधी कधी या गाथ्यात चुकीचे शब्दार्थ दिलेले आढळतात. उदा.

'तुका म्हणे कुचर दाणा। तैसा जाणा डेंग हा।।' (अ. क्र. १४५९)

इथे कुचर शब्दाचा अर्थ 'धान्यविशेष' असा दिला आहे. वास्तविक कुचर म्हणजे न शिजणारा असा आहे. आणखी एका चरणात कुचर शब्द आला आहे (अ. क्र. ३१२६). तो चरण असा-

तुका म्हणे जैसा कुचराचा दाणा।
परी पाका जाणा रसा नये।।

इथेही कुचर शब्दाचा अर्थ 'काजरा' असा दिला असला तरी इथे मात्र कुचर शब्दाचा अर्थ 'न शिजणारा' असा आहे. पण असे प्रसंग फारच कमी आढळतात.

संदर्भ

१) तुकारामकृत अभंग : माधव चंद्रोबा
२) ओळीची गाथा : संपा. प्रका. ज्ञानेश्वर सोपानकाका देहूकर : पंढरपूर, १९६८
३) तुकाराम महाराजांच्या अभंगांची सांप्रदायिक ओळीची गाथा :
प्रका. केमकर आणि मंडळी, १९५०

४) तुकारामबाबांच्या अभंगांची गाथा : महाराष्ट्र शासन, १९५५

५) गोमंतकीय मराठी सारस्वतकार : बा. द. सातोस्कर

६) तुकाराम दर्शन : डॉ. सदानंद मोरे

७) मराठी ग्रंथनिर्मितीची वाटचाल : डॉ. शं. गो. तुळपुळे

८) मराठी प्रकाशनाची २०० वर्षे : श्री. शरद गोगटे

९) मराठी प्रकाशनाचे स्वरूप – प्रेरणा आणि परंपरा : अ. ह. लिमये

४

गणपत कृष्णाजी यांचा तुकारामांचा गाथा

मुद्रण व प्रकाशन या क्षेत्रात गणपत कृष्णाजींचे नाव मोठ्या आदराने घेतले जाते. सुमारे १७५ वर्षांपूर्वी होऊन गेलेल्या या कर्तबगार व्यक्तीला श्री. शरद गोगटे[१] यांनी ''मराठी ग्रंथ प्रकाशनाची २०० वर्षे हा आपला ग्रंथ अर्पण करून मानाचा मुजरा केला आणि त्यांचे यथोचित स्मारक केले. गणपत कृष्णाजींच्या समकालीन अभारतीयांनीही त्यांच्या संबंधी अशीच गुणग्राहकता दाखविली आहे. ''त्याचा एक नमुना सांगतो मग त्यांनी (गणपत कृष्णाजींनी) छापलेले काही ग्रंथ नेऊन डॉ. विलसन पाद्री ग्यारेट व पाद्री आलन यास दाखविले. ते पाहून हे साहेब फार खूश झाले. आणि गणपत कृष्णाजीच्या बुद्धीची प्रशंसा केली. आणि त्यांच्या उद्योगास उत्तेजन द्यावे म्हणून आपणाकडून काही काम देऊ लागले. मग जिकडे तिकडे यांच्या छापखान्याची प्रसिद्धी होऊन काम वाढत गेले.''[२] केवळ गणपत कृष्णाजीच गुणी होते अशातला भाग नाही. त्यांच्या छापखान्यात काम करणारे त्यांचे सहकारीही गुणी होते. छापखान्यातील एका बाईंडरने बाईंड केलेले एक पुस्तक विलायतेला नेऊन महाराणी व्हिक्टोरिया यांना भेट दिले. व्हिक्टोरिया राणीने ते काम पाहून संतुष्ट होऊन त्यांना एक पदक बक्षीस दिले. अशी माहिती मराठी प्रकाशनाचे स्वरूप या ग्रंथाचे कर्ते कै. अ.ह.लिमये यांनी दिली आहे.[३]

अशा या गुणी, कर्तबगार व्यक्तीचा जन्म इ.स. १७९९ मध्ये आजच्या रायगड जिल्ह्यातील थळ गावी झाला. घरच्या गरिबीमुळे इ.स. १८११ मध्ये म्हणजे वयाच्या १२ व्या वर्षी मुंबईतल्या अमेरिकन मिशनप्रेसमध्ये त्यांनी नोकरी धरली. कलकत्याहून येत असलेला देवनागरी टाईप घासण्याचे काम मिळाले. पगार होता महिना दोन रुपये. पण या जिज्ञासू वृत्तीच्या तरुणाने हळूहळू छपाईच्या सर्व तंत्राची माहिती करून घेतली.

या छापखान्यात काम करीत असताना अन्य धर्माचा प्रसार करणारे साहित्य आपण छापतो, ही खंत त्यांच्या मनाला लागली आणि त्यातूनच नवा छापखाना काढण्याचा विचार मनात येऊ लागला. हिंदू लोकांना उपयोगी पडतील अशी पुस्तके छापखाण्याचा विचार करीत असताना. इ.स. १८३१ मध्ये छापखाना सुरू झाला. या विचारांचा प्रारंभ पंचांग छपाईने झाला. रखमाजी देवजीमुळे या शिंपी जातीच्या गृहस्थाचे ज्योर्तिगणिताचे ज्ञान चांगले होते. त्यांच्या मदतीने गणपत कृष्णाजींनी या उद्योगाचा शुभारंभ केला. त्यांच्या छापखान्यात तयार होत असे तसे पंचांग अन्यत्र कोठेच होत नव्हते. त्यांच्या पंचांगाची वाहवा सर्वत्र होत होती. पंचांगाची किंमत चार आणे होती.

गणपत कृष्णाजींच्या छापखान्याचा लौकिक वाढत असतानाच्या काळात रा.सा. विश्वनाथ नारायण मंडलिक मुंबईत सरकारी क्युरेटरच्या अधिकारावर होते. विद्वानांकडून उत्तम ग्रंथ लिहून घेणे, त्यांना मोबदला देणे, ग्रंथ छापून घेणे आणि ते सरकारला पुरविणे ही कामे ते करीत असत. यातून गणपत कृष्णाजींचा आणि रा.सा. मंडलिकांचा परिचय झाला. रा. मंडलिक त्यांना आपली कामे देऊ लागले. त्यातून त्यांची मैत्री झाली. मैत्रीचे रूपांतर पुढे दृढ विश्वासात झाले. हे आपले हितचिंतक आहेत असा विश्वास गणपत कृष्णाजीच्या मनात निर्माण झाला. हा विश्वास त्यांच्या पुढच्या पिढ्यांमध्येही होता. गणपत कृष्णाजी इ.स. १८६७ साली निवर्तले. त्यांचे पुत्र कान्होबा हेही अल्पायुषी ठरले. त्यांनी तर रा. मंडलिकांना आपल्या मिळकतीचे विश्वस्त नेमले होते. नंतर यथाकाळी त्यांनी कान्होबांचे पुत्र आत्माराम यांना कायदेशीर पूर्तता करून सर्व मिळकत त्यांच्या स्वाधीन केली.

रा.सा.वि.ना. मंडलिक यांनी संत तुकाराम महाराज यांचा गाथा संपादित केला आणि त्यांनी तो गणपत कृष्णाजीच्या छापखान्यात छापला. यामागे काही कारण परंपरा आहे. एक म्हणजे या छापखान्याचे मूळ मालक गणपत कृष्णाजी आणि रा.सा. मंडलिक यांचे संबंध घरोब्याचे होते. त्यांचे पुत्र कान्होबा यांच्या मिळकतीचे ते विश्वास होते. तिसरे कारण म्हणजे या छापखान्याचे छपाईचे कसब फार चांगले होते. या शिवाय आणखी एक महत्त्वाचे कारण आहे, आणि ते म्हणजे या छापखान्यात वापरली जाणारी शाई चरबी विरहित होती. इ.स. १८६७ मध्ये ही गाथा छापली. या गाथ्यात अभंग संख्या ४५०० इतकी आहे. यातील ४४९० अभंग तुकारामांचे असून रामेश्वराचे ४४९१-४४९४, नामदेवांचे रामजन्माचे ४४९५-४४९९ व वामनी श्लोक १ मिळून ४५०० अभंग आहेत. आजपर्यंत अशी एक समजूत आहे की, हा गाथा गणपत कृष्णाजीचा आहे. रा.मं. मंडलिकांचे नाव मागे पडले होते. हा परिणाम त्या काळाचा असावा असे वाटते कारण पंडितांची प्रत इंदु प्रकाशीप्रत म्हणून लोकांना

परिचित आहे. निर्णयसागर प्रत असेही संदर्भ येतात. तसाच हा प्रकार असावा म्हणून रा.सा. मंडलिकांची प्रत ही गणपत कृष्णाजीची प्रत समजली जाते. गणपत कृष्णाजींच्या छापखान्यात जी ज्ञानेश्वरी छापली गेली, (इ.स. १८७०) ती सुद्धा छापखान्याच्या नावानेच प्रसिद्ध आहे. वास्तविक ही ज्ञानेश्वरी शंकर गणेशशास्त्री देवस्थळी यांनी शुद्ध केली होती.

गाथा छापण्यास देण्यापूर्वी रा.सा. मंडलिकांनी पंढरपूरमध्ये याचा खप कसा होईल याची चौकशी आपल्या मित्राकडे केली होती. हे मित्र म्हणजे रावजी सखाराम लिमये. श्री. लिमयांनी आपल्या पत्रोत्तरात म्हटले होते, ''तुकारामाच्या गाथांच्या प्रती पुष्कळ खपतील परंतु छापील प्रती घेण्यास लोकांचा अंदेशा आहे. कारण शाईत काही वर्ज्य पदार्थ आहेत असे त्यांच्या मनाने घेतले आहे. अक्षर मोठे सुवाच्य व शिळाछाप असावे व शाईची खात्री द्यावी.'' तुकाराम गाथ्याला अवघी चार ओळींची प्रस्तावना आहे आणि त्या प्रस्तावनेतही गाथा चांगल्या शाईत छापण्याची इच्छा व्यक्त झालेली आहे. त्यावरून ही प्रस्तावना देखील श्री मंडलिकांचीच असावी असे वाटते.

गाथा छापली जात असताना ती कोणत्या प्रतीच्या आधारे छापली याचा उल्लेख कुठेही नाही. प्रस्तावनेत केवळ इतकेच म्हटले आहे की शके १७८६-८७ मध्ये क्षेत्र पंढरपूर येथे एका स्नेह्याने उद्योग करून तुकारामबाबाच्या गाथेची एक प्रत तयार करून पाठविली, व ती सुवाच्य अक्षरानें व चांगल्या शाईने छापली असता पुष्कळ वाटकरी आदिकरून भाविक लोकांस तिचा उपयोग होईल असे कळविले. नंतर दुसऱ्या प्रती मिळवून त्यांच्या आधाराने ग्रंथ साद्यंत पाहून, जेथे लेखकानें चुका केल्या होत्या असे दिसले, त्या नीट करून साम्प्रत हा ग्रंथ अत्यादरे सादर केला आहे.'' या छोटेखानी प्रस्तावनेत आधार प्रतीचा उल्लेख नाही, अन्य कोणत्या प्रतींच्या साहाय्याने चुका दुरुस्त केल्या हे समजून येत नाही. केवळ पंढरपूराहून प्रत आली एवढाच उल्लेख इथे आहे. या एका उल्लेखाच्या आधारे सारा इतिहास लिहिणे भाग आहे.

संत तुकाराम महाराजांच्या निर्वाणाला (इ.स.१९५९ साली) तीनशे वर्षे पुरी झाली. हे निमित्त साधून महाराष्ट्र सरकारने महाराजांचा एक गाथा प्रकाशित केला. या गाथ्याला कै. पुरुषोत्तम मंगेश लाड यांनी एक चिकित्सक प्रस्तावना लिहिली. प्रस्तावनेत काही गाथांचा परिचय करुन देताना ते म्हणतात ''गणपत कृष्णाजीची ही खिळ्यांनी छापलेली आवृत्ती सुद्धा पंढरपूर परंपरेतीलच आहे. प्रस्तुत गाथेत पं (छापी. प्रत) म्हणून जिचा निर्देश केलेला आहे ती प्रत गणपत कृष्णाजीची आवृत्ती होय.''[४] कै. लाड याच प्रस्तावनेत पुन्हा लिहितात की, ''पंढरपूर प्रत हिचा ''पं'' या अक्षराने

निर्देश केला आहे. पंढरपुरातील एका मठाचे अधिपती गंगू तात्या यांनी ही प्रत शुद्ध केली होती व इतर मठाधिपतींकडून ती आणखी शुद्ध करून घेतली होती. ही गाथेची आधुनिक प्रत होती.''[५] यावरून असा निष्कर्ष हाती येतो की, गंगू तात्यांची प्रत म्हणजे पंढरपूर प्रत होय. ग.कृ. प्रत म्हणजे पंढरपूरची गंगू तात्यांची प्रत.

अभ्यासकांच्या मतांप्रमाणेच आणखी काही प्रमाणे देऊन गंगूतात्यांची प्रत आणि गणपत कृष्णाजीची प्रत ही एकच प्रत आहे हे दाखविता येते. गंगू तात्या प्रतित 'हिंदुस्थानी दोहे'' या शीर्षकाने काही दोहरे दिले आहेत. या सर्व दोहऱ्यांना ३४९९ हा एकच क्रमांक आहे. या क्रमांकात १-३० दोहरे आहेत. गणपत कृष्णाजीच्या प्रतीत असाच प्रकार आहे. अ.क्र. १५०९ मध्ये सर्व दोहरे एकत्रित दिले आहेत. पण दोहऱ्यांची संख्या मात्र ३१ अशी आहे. सरकारी गाथ्यात यांना साख्या असे शीर्षक दिले आहे. पण या साख्यांना निरनिराळे क्रमांक दिले आहेत. ११७३-१२०२ असे हे क्रमांक आहेत. या प्रतीत साख्या शीर्षकावर टीप देताना असे म्हटले आहे की ''पंढरपूर प्रतीत 'दोहरे' असे सदर आहे. गंगू तात्या प्रतीत हेच शीर्षक आहे. असेच शीर्षक सोपान काका प्रतीत आहे.[६] इथे १५५७ या क्रमांकावर १-३१ दोहरे आहेत. पंडित प्रतीत या प्रकरणात बऱ्याचा टीपा आहेत. पंढरपूर प्रतीत असा पाठ आहे, अशा टिपा जिथे जिथे दिल्या आहेत त्या टीपा गणपत कृष्णाजीच्या प्रतीत आढळतात. नमुन्यासाठी अभ्यासकांनी पंडित प्रतीतील साखी क्र. १२०१ वरील टीप आणि ग.कृ. प्रतीमधील टीप ताडून पाहावी.''

पंडित प्रतीत पंढरपूर प्रत म्हणून जिचा वारंवार उल्लेख केला आहे, ती प्रत म्हणजे गणपत कृष्णाजीची प्रत होय हे सांगण्याचा निरनिराळ्या प्रकारे आपण प्रयत्न करीत आहोत. याचाच आणखी एक मार्ग मी अभ्यासकांसमोर ठेवीत आहे. हा मार्ग कष्टकारक असला तरी अनुमानाच्या सिद्धीकडे नेणारा आहे. पंडित प्रतीमधील क्रमाने १ ते २५० अभंग आणि याच प्रतीमधील अखेरचे काही अभंग पाहिले. या पाहिलेल्या काही अभंगातून पंढरपूर प्रतीचे पाठ दिलेले आहेत. सर्व पाठ मिळून पन्नास पाठ आढलले आणि या आढळलेल्या पाठांपैकी ४३ पाठ गणपत कृष्णाजीच्या प्रतीत आढळतात.

केवळ पाठच आढळतात अशातला भाग नाही, तर पंडित प्रतीमधील काही चरणही गणपत कृष्णाजीच्या प्रतीत आढळतात. पंडित प्रतीमधील अ.क्र.६४वर दिलेल्या टीपेत म्हटले आहे की,

''काय एक नव्हे धरिता अंतरी।
कासणीचे परी वेळोवेळा।''

हे कडवे पंढरपूरच्या प्रतींत अधिक आहे - हे कडवे गणपत कृष्णाजीच्या प्रतीतले आहे. पाहा अ.क्र. ४५६. पंडित प्रतीत अशाच प्रकारच्या टीपा अ.क्र. १२३ व १७३ वर दिल्या आहेत आणि टीपातील मजकूर गणपत कृष्णाजीच्या अ.क्र. ५१५ आणि ५९१मध्ये मिळतो. हे केवळ शलाका दर्शन आहे हे मात्र अभ्यासकांनी कृपया ध्यानात घ्यावे.

गणपत कृष्णाजीची प्रत आणि जगाद्धितेच्छू छापखान्यात श्री. गोडबोले यांनी इ.स. १९१३ला छापलेली प्रत या प्रती पंढरपुरात भागवत बोवा बेलापुरकर यांची प्रत आहे त्याच्या नकला असाव्या.

ती प्रत केमकर यांनी प्रसिद्ध केली. (केमकर प्रत म्हणजे श्री. प्रियोळकरांची प्रस्तावना असलेली इ.स. १९५० प्रत होय.) यावरून गणपत कृष्णाजीची प्रत म्हणजे आज असलेली केमकरांची प्रत असे म्हणायला हरकत नाही''[७]

गणपत कृष्णाजीच्या प्रतीमधील काही अभंग सरकारी प्रतीत मिळत नाहीत. कै. पु.मं. लाड यांनी गाथ्याच्या अखेरीला पृ. ७७६-७७७ या पृष्ठांवर देहू व तळेगाव प्रतीत खाली लिहिल्याप्रमाणे ज्यांचा आरंभ झालेला नाही असे पंढरपुरच्या प्रतीमधील ३७ अभंग दिले आहेत. यातील बरेच अभंग ग.कृ. प्रतीत आढळतात आणि लाडांनी ही प्रत म्हणजे गंगूकाकांची प्रत असे म्हटले आहे.

गणपत कृष्णाजींच्या प्रतीत आहेत पण सरकारी प्रतीत नाहीत अशा अभंगाचे क्रमांक व पहिले चरण पुढे दिले आहेत. त्यामुळे अभ्यासकांना ताडून पाहणे सोपे जाईल.

क्र.	ग.कृ. प्रत अभंग क्रमांक	प्रथम चरण
१)	८२९	हेचि व्हावी माझी आस।
२)	८६८	जय जय गणपती।
३)	११५५	ऐक प्रेमगुज ऐके जगजेठी।
४)	१२०९	अन नेद्योदेशी तरी।
५)	१२३५	कथा करोनिया दावी प्रेमकळा।
६)	१८८५	दिवाळखोर नारायणा।
७)	२०३२	जाळी महाकर्मे।
८)	२२१८	लोहो परिसासीं रुसले।
९)	२२९३	माझ्या वडिलांची मिरासी गा देवा।
१०)	२५८८	लाडकी लेक मी संतांची।
११)	२९६८	आमुची जिवलगे सज्जन सोयरी।

१२)	२९६९	न्यावयासी मूल पाठवील कधी।
१३)	३१०६	पाहोनिया अधिकार।
१४)	३२१७	घालोनिया काळ अवघा बाहेरी।
१५)	३३५९	हरिच्या दासां भोग।
१६)	३४९७	आनंद अद्वय नित्य निरामय।
१७)	३४९८	संत कृपा झाली।
१८)	३६२१	पाळूनि गोमटे।
१९)	३८०४	देवें केले कैसे कैसे।
२०)	४०७७	आता काय विठोबा पाहासील अंत।
२१)	४१३२	करावी ने जोडी।
२२)	४१३६	नेणे जप तप जीवासी भारणी।
२३)	४१८२	ऐक नारायणा वचन माझे।
२४)	४१९८	जेणे देवा तुम्ही करा अंगिकार।
२५)	४२०३	म्हणाविसी दावीन अवस्था।
२६)	४२०९	करावा संकोच आपणाभोवतां।
२७)	४२२९	कैसी वर्मे आम्हा।
२८)	४२५२	अपराधी माझे करोनिया जिणें।
२९)	४२६५	कीर्ति चराचरी आहे।
३०)	४२८१	कासवीचें बाळ वाटे।
३१)	४२८५	येक म्हणत आम्ही देवची।
३२)	४३४९	पाहासी विठ्ठला काय माझा।
३३)	४३५२	काय मागों हें कोणास।
३४)	४३८२	मागितल्याची परती करा।
३५)	४३८४	पोटासाठी लेकरांची प्रोढी वाणी।
३६)	४३८६	बहुजन्मा अंती जन्मलासी नरा।
३७)	४३८८	उदानुकांट पावरी चोपडुचि आसे।
३८)	४४०७	पुराणिक म्हणविसी।
३९)	४४३१	उपजोनि मरे किती वेळोवेळा।
४०)	४४३२	हाका मारी ज्याच्या नावे।
४१)	४४३४	संतचरणी नाही गोडी।
४२)	४४३५	आचरणा ठाव।
४३)	४४३८	स्वप्नींचे ते धन।

४४)	४४४०	पोटीं पडदाळे शिले टोप वोझे।
४५)	४४४३	काय करुंनि करी धंदा।
४६)	४४४४	आजि नव्हें काळिंच्या।
४७)	४४४५	खाणोरियाचें पुसों घर।
४८)	४४६०	रत्नपारखीया रत्नाची पारख।
४९)	४४६२	स्वगोत्राचा पुत्र।
५०)	४४६३	एक ब्रह्मचारी गाढवा झोंबता।
५१)	४०९०	ज्याचें हीनपणे।

दुबार अभंग

छापलेल्या गाथ्यात अभंग दुबार छापले जाणे, हा दोष बहुतेक सर्व गाथ्यात आढळतो. अभंगांच्या प्रथम चरणांची अकारविल्ले सूची केली असता हा दोष कमी करता येतो. सर्वस्वी दोषमुक्त गाथा छापणे ही अवघड बाब आहे. अभंगांचे चरण खालीवर झाले असल्यास या प्रकारचा दोष सहसा लवकर कळत नाही. महाराष्ट्र सरकारने छापलेली गाथाही या दोषापासून मुक्त नाही. प्राचीन काळी छापलेल्या गाथ्यांना सूची नाही. त्यामुळे त्या गाथ्यांमधून हा दोष आढळला तर नवल नाही. गणपत कृष्णाजीचा गाथा १८६७ साली छापला गेला आणि त्या गाथ्याला सूची नाही. त्यामुळे या गाथ्यात बरेच अभंग दुबार झालेले आहेत. त्यांची नोंद पुढे केली आहे.

क्र	अभंग क्रमांक	प्रथम चरण	दुबारअभंग क्रमांक
१)	६६५	आंत हरि बाहेर हरि	१६३७
२)	६६६	हरीनें माझें हरिलें चित्त	१६३८
३)	१२३९	ऐका कलीचें हे फळ	२२५४
४)	१९९३	चालीले न वाटे	२३८७
५)	११३२	तुजवरी ज्याचे मन	३२६९
६)	३१३	करोनियां शुद्ध मन	३५७३
७)	२९२	शरणागत झालो	३६१३
८)	२०६८	जैसें तैसें बाळ मातेसी	३६२०
९)	३६०	यासी कोण म्हणे निंदेचे	३६३८
१०)	२१९५	न करा टांचणी	३६५२
११)	४४४	माझिया मीपणा	३७०९
१२)	१३२९	दीप न देखे अंधारा	३७३१

१३)	२७७	चित्त तें चिंतन कल्पनेचि	३८०२
१४)	३५४३	नेलें सळे बळें	३८०६
१५)	३६८२	मागील विसरू होईल सकळ	३८०९
१६)	३६९४	माझे माथा तुझा हात	३८१०
१७)	२९७	सांखळिलो प्रीती गळा	३८१२
१८)	२९८	सुणियाचा हाची भाव	३८१३
१९)	३५९३	आवडी कां ठेऊ	३८२९
२०)	२३२५	जन्मा आलियाचा लाभ	३८३६
२१)	३७६६	आरुष पचनी मातेची आवडी	३८७०
२२)	३५७५	बोलणें ते आम्ही बोलो	३९२५
२३)	३६४८	लागे तुझी सोय ऐसे करीं	३९७६
२४)	३६०४	आम्हा कथां आवश्यक	४०२८
२५)	३८२४	सुख पंढरीये आले	४०३१
२६)	३७९०	मथनें भोगे सार	४०५२
२७)	३८०७	पाठीवरी भार	४०५५
२८)	३८५५	मागे पुढें नाही	४०५६
२९)	३७८९	अहो पुरुषोत्तमा	४०५७
३०)	३७७७	हेंही एसे तेंही तैसे	४०६०
३१)	३९९३	बाळ मायेविण क्षणभरि न राहणे	४०७६
३२)	३७७४	तुम्हांसी न कळे सांगा	४११०
३३)	३८७१	असाल ते तुम्ही असा	४१११
३४)	३५७	माझे चित्त तुझें पाई	४११४
३५)	३५२६	फळो आलें तुझे जिणे	४१४५
३६)	३७३०	काहीं तरी येक असावा आधार	४१४६
३७)	३५०४	कासया वाचोनि झालो भूमीभार	४१५१
३८)	४०५१	ज्याची जण आस	४१७२
३९)	४०२४	तुझे अंगभूत	४१८५
४०)	२०७९	माझी सर्व चिंता	४२१९
४१)	३५३३	सारीन तें आता एकाचि भोजने	४२३०
४२)	३५९७	संसाराची कोण गोडी	४२४९
४३)	४०६१	साधनाचे कष्ट मोठे	४२६९
४४)	४०७८	आणिक नका करू चेष्टा	४२७०

४५)	३८९९	आता तरी मज सांगशील भावे	४२७७
४६)	४०६७	पांडुरंगा आतां ऐक हे विनंती	४२८७
४७)	३९३६	आवडी धरोनि आले ती आकारा	४२९१
४८)	३६७४	अंगी भरला ताठा	४३०७
४९)	३८९२	देऊनिया प्रेम मागितले चित्त	४३२२
५०)	३६६८	आपण तो असा	४३४७
५१)	४०२९	जरी न भरेची पोट	४३५४
५२)	३९६३	नित्य उठोनियां खावयाचि चिंता	४३८५
५३)	३६३२	आता मी पतित	४४२३
५४)	३९५७	सर्वकाळ डोळा बैसों नारायणा	४४२५
५५)	३७६५	मागत्याची काय घडते निराशा	४४२६
५६)	३५३२	नाही भ्यालो तरी	४४२७
५७)	३७४०	आता सोडवण नसे नारायणा	४४२८
५८)	३७३२	मना या साक्षीसी झाली	४४२९
५९)	४२२५	संग वाटे शीण	४४३०
६०)	४०३६	यारे नाचू अवघे जण	४४३१
६१)	३८३३	कळो येते वर्म	४४३६
६२)	३६०१	आतां बरे घरी	४४४१
६३)	३७८०	कारण पै असतां दृष्टी	४४४२
६४)	३५७७	पाठीलागे काळ येतसे	४४६१
६५)	४१३३	काय करू आता या मना	४४७८

दुबार अभंगाप्रमाणे ग.कृ. प्रतीत कधी कधी एखादा अभंग तिबार झालेला दिसतो. उदा. ग.क्र.प्रत क्रमांक ३५९३, ३८२९ व ४०२७ या क्रमांकावर एकच अभंग छापला आहे. त्याचा प्रारंभ आवडी का ठेवू असा आहे. वर दिलेल्या द्विसक्त उदाहरणातही हे उदाहरण दिले आहे.

अभंगांच्या चुकीच्या पाठांतरामुळे किंवा लिखाणामुळे अभंगांचा प्रारंभ भिन्न झालेला दिसतो. यात पाठांतर चुकीचे की लिखाण चुकीचे याचा वाद करण्याने हाती काहीच पडत नाही. परंतु हा दोष मात्र सर्वच गाथ्यात दिसून येतो. गणपत कृष्णाजीचा गाथा या दोषापासून मुक्त झालेला नाही. अभ्यासकांच्या पुढे या प्रकारच्या अभंगाचे

काही नमुने ठेवतो. यासाठी अन्य संहितेची तुलना करणे आवश्यक असते. इथे तुलनेसाठी पंडिताची प्रत घेतली आहे. प्रथम गणपत कृष्णाजीचा चरण देऊन नंतर पंडित प्रतीचा चरण दिला आहे.

१) वासुगीच्या वनी सीता शोक करी। ग.कृ. ९९५
अशोकाच्या वनीं सीता शोक करी। पं. ३३९
२) आपुले स्वहित पुढीलांचा घात! ग.कृ. १८९९
जेणे नाही केले आपुले स्वहित। पं. १४९९
३) येई हरि मज देई कृपादान। ग.कृ. २०३३
काम क्रोध अहंकार। पं. ३०२५
४) तो हा खरा खरे गाढवाचे बीज। ग.कृ. २०३५
मायझवा खर। पं. ३०२७
५) केला हाणिली आंघोळी। ग.कृ.२०४३
केला हार्णाळां आंघोळी। पं. ३९३६
६) पाहिजे ते आतां प्रमाण प्रत्यक्ष। ग.कृ. ३६८०
काय त्या दिवसाचा। पं. ३६१७

अशी अनेक उदाहरणे ग.कृ. प्रतीत दाखविता येतात. इथे केवळ नमुनाच दिला आहे.

अभंगांचा भिन्न प्रारंभ

१) सदा सर्वकाळ ग.कृ. २६९३
दासा सर्वकाळ पं. १७१३
२) दुष्टाचें चिंतन भिन्न ते अंतरी ग.कृ. २७०७
दुष्टाचे चित्त न भिने अंतरी पं. १७२८
३) तुम्ही तरी हो श्रीपति ग.कृ. ३०२०
तू श्रीयेचा पति पं. २०५५
४) धीर फळाची तों पोटी ग.कृ. २०६८
फळाची तों पोटी पं. २००८
५) नाही तरी येक असावा आधार ग. कृ.-३७३०
काही तरी पं. १६६५
६) खिस्तीचा उदीम उदीमांत हीन ग.कृ. ३९७५
खिस्तीचा उदीम ब्राह्मण कलियुगी पं. ३९२१

पाठभेद

पाठभेदाच्या दोषापासून संस्कृत भाषाही सुटली नाही. ब्राह्मण वर्गाच्या विशिष्ट पठत पद्धतीमुळे वेद वाड्मय मात्र या दोषापासून दूर राहिले. रामायण–महाभारतासारखी महाकाव्ये यातून सुटली नाहीत. बडोद्याहून रामायणाची पुण्यातील भांडारकर प्राच्यविद्या संशोधन मंदिराच्या वतीने महाभारताची चिकित्सक आवृत्ती प्रसिद्ध झाली.

संत नाथांना तर ज्ञानेश्वरीचे आद्यसंशोधक मानतात. त्यांच्यानंतर त्यांची ही परंपरा गोपाळाश्रम, गोविंद बरवा, निरंजन रघुनाथ यांनी चालविली. हे सर्व करण्यामागे संतांची शुद्धवाणी आपल्याला ऐकायला व वाचायला मिळावी, त्यातील किटाळ दूर व्हावे, बावनकशी वाणी आपल्याला मिळावी हाच हेतू होता. संत तुकारामांचे आजवर सुमारे २५ हून अधिक गाथे प्रकाशित झाले आहेत. त्यातील कोणत्याही एका गाथ्याबद्दल अभ्यासकांचे एकमत झालेले आहे असे दिसत नाही. अभ्यासकांचे एकमत होत नाही म्हणून पाठशुद्धीचा विचारच करायचा नाही असा विचार करणे योग्य नाही. एका औषधाने रोग निर्मूल झाला नाही तर अन्य औषधांचा वापर करून मानवाचे जीवन निरामय करणे हेच खरे काम आहे. पंडितांनी चार हस्तलिखितांच्या आधारे संत तुकारामांचा चिकित्सक गाथा प्रकाशित केला. त्याला खूप लोकांनी मान्यताही दिली आहे. याच प्रकारचा पाठभेदाचा विचार गणपत कृष्णाजीच्या संदर्भात करायचा आहे. पुढच्या पिढ्यांना मळलेली वाट मिळाली तर त्यांच्या अभ्यासाची गती अधिक वेगाने होईल याचसाठी ही सारी धडपड आहे.

प्रथम गणपत कृष्णाजीचा पाठ देऊन नंतर पंडित प्रतीचा पाठ दिला आहे. अभ्यासकांच्या समोर दोन्ही पाठ ठेवले तर त्याच्या योग्यायोग्यतेचा विचार त्यांना करता येईल. पाठभेद केवळ शब्दाच्या वा चरणाच्या संदर्भात न करता संपूर्ण अभंगाच्या पार्श्वभूमीवर करायचा असतो. पण इथे संपूर्ण अभंग दिला तर लेखाची लांबी खूपच वाढेल या भीतीने केवळ चरणावर निर्वाह करण्याचे ठरविले आहे.

१)	वेदरहित तुम्ही आईका हो कर्मे।	१८५७/१
	वेदविहित तुम्ही आईका हा कर्मे।	१४७२/१ पं.
२)	सुख तें डोळां पाहे।	२१२१/१
	मुख डोळा पाहे।	२८३८/१ पं.
३)	रित सांगणे तेणें दिले जीवनदान	२२३४/१
	हित सांगणे तेणें दिले जीवनदान	२९५१/ १ पं.
४)	नव्हे मी सतत अंगाचा पाईक	२२६७/१
	नव्हे मी स्वतंत्र अंगाचा पाईक	२९८५/१ पं.

५)	आतां दुसरें नाहीं मनी।	२३८४/१
	आता दुसरे नाहीं वनीं	२६२०/१ पं.
६)	वाईट आणि भले।	
	हीने दाविले चांगले।	२७०१/१
	वाइटानें भलें।	
	हीनें दाविलें चांगले	१७२२/१ पं.
७)	दया भूषण सज्जनाचें।	३००३/१
	दुष्ट भूषण सज्जनाचें।	२०३८/१ पं
८)	अंगी देखोनिया संती।	२८२५/१
	अगी देखोनिय सती।	१८४७/१ पं.
९)	ज्याचें खावें अन्न।	३४४०/१
	त्याचें करावें चिंतन।	
	सुखें खावे अन्न।	
	त्याचें करावें चिंतन।	२३३०/ १ पं.
१०)	स्वमुखें जी तुम्ही सांगा मज सेवा	३५०२
	सन्मुखाची तुम्हीं सांगावी जी सेवा	३४४१/१ पं.
११)	वेदाच्या निरोपें पिटीतो डांगोरा।	३५२६/१
	देवाच्या निरोपें पिटितों डांगोरा।	३४६८/१ पं.
१२)	आतां सांडू तरि हित ना पदरीं।	३६८९/१
	आता सांडू तरी हातीं ना पदरीं।	३६२६/१ पं.
१३)	कां रे प्रेमे मातलासी। उभे केलें विठ्ठलासी।	३९१४/१
	कां रे पुंड्या मातलासी। उभे केले विठ्ठलासी।	३८४२/१ पं.
१४)	काय पुण्य आहे सांगा। पांडुरंगा तुम्हापें	४२७३/१
	काय न्यून आहे सांगा। पांडुरंगा तुम्हांपे	४१८१/१ पं
१५)	स्वप्नीं तोहि कैसा न पडसी डोळां।	४४१०/१
	स्वामी तूं ही कैसा न पडसी डोळां।	४३३३/१ पं

पाठ भेदांचे हे दर्शन केवळ शलाकादर्शन आहे. आज त्यावरच निर्वाह करायला हवा आहे.

अन्य प्रतींचे उल्लेख

ग.कृ. प्रतीच्या प्रस्तावनेत पुढील वाक्य आहे. दुसऱ्या प्रती मिळवून त्यांच्या आधाराने ग्रंथ साद्यंत पाहून, जेथे लेखकानें चुका केल्या होत्या असे दिसलें, त्या नीट

करून साम्प्रत हा ग्रंथ अत्यादरें सादर केला आहे. यावरुन येवढेच समजते की, या संपादकांनी अन्य संग्रह पाहिले आहेत पण त्यांचे पत्ते मात्र त्यांनी दिलेले नाहीत. ग. कृष्णाजीने अधूनमधून टीपा दिल्या आहेत. त्या टीपांवरून अन्य प्रती पाहिल्याचे दाखले मिळतात. त्याचे दोन नमुने देतो.

अ.क्र. ३०३५ चा प्रारंभ ''आम्ही भाव जाणो देवा'' या चरणाने झाला आहे. या अभंगात पुढील चरण आहे. ''एक उत्तम कनिष्ठा'' या चरणावर टीप देऊन म्हटले आहे की, ''गोपी केली घटापटा'' असाही पाठ आहे. अ.क्र. ४३९८ चा प्रारंभ. ''फिरविले देऊळ जगा माजि ख्याती।'' या चरणाने झाला आहे. प्रस्तुतच्या अभंगात ''दामाजिचा झाला पांडेवार'' असा चरण आहे. या चरणावर टीप देताना म्हटले आहे की, ''लाख्या कोल्हाट्याचा ढोल पीटी'' या नमुन्याच्या उदाहरणांवरून ग.कृ.च्या संपादकांनी अन्य अभंग पाहिले आहेत असे दिसून येते. पण इथे त्यांनी निश्चित पत्ते दिले नाहीत. त्यामुळे दुधाची तहान ताकावर भागवावी लागते.

प्रस्तुतचा लेख म्हणजे संहिता संपादनाच्या विविध गोष्टी सांगणारा आहे. तुकारामांच्या या काव्याचे मूल्यमापन करणे हा इथला हेतू नाही, हे अभ्यासकांच्या सहज ध्यानी येईल.

संदर्भ

१) मराठी ग्रंथप्रकाशनाची २०० वर्षे, ले. शरद गोगटे, २००८, राजहंस प्रकाशन

२) मुंबईचे वर्णन, ले. श्री. गो.ना. माडगांवकर, प्रका. मुंबई मराठी ग्रंथसंग्रहालय १९६१

३) मराठी प्रकाशनाचे स्वरूप, प्रेरणा व परंपरा, ले. अ.ह. लिमये, प्रसाद प्रकाशन १९७२

४) रावसाहेब विश्वनाथ नारायण मंडलिक, ले.ग.रा. हवालदार पृ. ९५९

५) श्री. तुकाराम बाबांच्या अभंगांची गाथा, इ.स. १९५५ प्रस्ता. पुं.मं. लाड. पृ.३ (महाराष्ट्र सरकार)

६) तत्रैव पृ.५ परिच्छेद ९

७) देहूरकर सांप्रदायिक ओळीची गाथा, संपा. प्रभा ज्ञानेश्वर सोपानकाका देहूकर, श्रीक्षेत्र पंढरपूर इ.स. १९६८

८) तुकाराम महाराजांच्या अभंगांची सांप्रदायिक ओळींची गाथा, प्रका. केमकर आणि मंडळी, मुंबई -१९५०

५

"तुकारामबुवांचा अस्सल गाथा"
भाग १/२ बावाच्या अभंगाची गाथा

संपादक : विनायक लक्ष्मण भावे

प्रास्ताविक

एकीकडे मिठागराचा मोठा व्यापार आणि दुसरीकडे मराठी कवितेची अनावर ओढ, असे हे व्यामिश्र व्यक्तिमत्त्व म्हणजे श्री. वि. ल. भावे. अखेर त्यांच्यातल्या संशोधकाने व्यापारावर मात केली. त्यांनी व्यापार बंद केला. मराठीचा अभ्यास पुढे आला. आपल्या मराठीवरील प्रेमाने त्यांनी वाङ्मयमहोदधीतील अनेक अनमोल रत्ने शोधून बाहेर काढली. हे त्यांनी केलेले कार्य म्हणजे मराठीवरचे मोठेच उपकार होत. हे काम करून मराठी सारस्वतावर त्यांनी आपली अमिट मुद्रा उमटविली.

जन्म, माता-पिता इ.

त्यांचा जन्म पनवेल जवळच्या पळस्पे गावी इ.स. १८७१ मध्ये झाला. त्यांचा स्वभाव बालपणी थोडा हूड होता. त्यांच्या आईचे गाव सरस्वतीबाई होते. पण आईचे सुख त्यांना फार काळ लाभले नाही. त्या विनायकरावांच्या १०व्या-११व्या वर्षीच वारल्या.

शिक्षण

विनायकरावांचे वडील ठाण्याला फौजदारी वकिली करीत होते. अर्थातच विनायकरावांचे मराठी व इंग्रजी शिक्षण ठाणे इथे झाले आणि महाविद्यालयीन शिक्षण मुंबईच्या विल्सन कॉलेजमधून झाले. तिथून ते बी.एस्सी. झाले. या कॉलेजात असताना

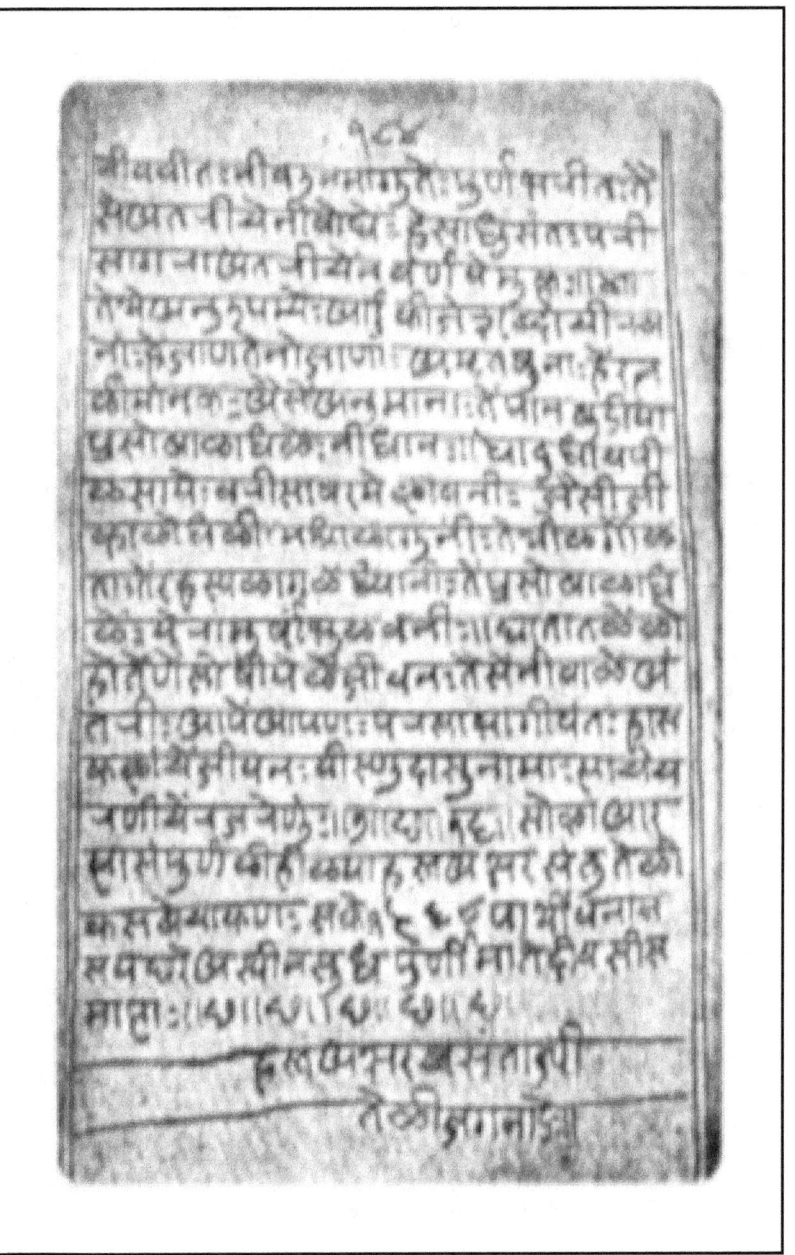

संताजी तेली जगनाडे यांच्या हस्तलिखितातील तुकारामांच्या अभंगाचे पान,
जे, वि. ल. भावे यांच्या पुस्तकात छापले गेले आहे.

त्यांना श्री. जनार्दन बाळाजी मोडक व प्रो. अलेक्झांडर यांच्यासारख्या नामवंत शिक्षकांचा सहवास लाभला. श्री. मोडक यांच्यामुळे श्री. भावे यांना मराठीची गोडी लागली. 'काव्येतिहाससंग्रह' व 'काव्यसंग्रह' यांसारख्या मासिकांमुळे भावे यांचे मराठी काव्याचे वाचन खूपच झाले. त्याचा परिणाम म्हणून कॉलेजमध्ये शिकत असताना त्यांनी 'मराठी कवी व कविता' यांवर सुमारे १०० पृष्ठांचा उत्तम निबंध लिहिला. हीच मराठी सारस्वताची पहिली आवृत्ती होय. इ.स.१८९८ मध्ये हा ग्रंथ प्रकाशित झाला.

व्यवहारारंभ

इ.स.१८९८ साली ठाण्यात प्लेग सुरू झाला होता. त्या साथीच्या रोगातच विनायकरावांचे वडील निधन पावले. मरणापूर्वी त्यांनी ठाण्याजवळ बेलापूर इथे सोनखार नावाचा एक मोठा मिठागर विकत घेतला होता. वडिलांच्या मृत्यूमुळे तो चालविणे, घरप्रपंच चालविणे ही मोठी जबाबदारी त्यांच्यावर येऊन पडली. मिठागरापायी वडिलांना मोठे कर्ज झाले होते. ते कर्ज फेडण्यासाठी मिठागर सावकारांच्या घशात जातो की काय याची भीती त्यांना वाटत होती. पण रात्रंदिवस अमाप कष्ट करून त्यांनी धंदा नावारूपाला आणला. पत परत मिळविली. पैसा खूप कमावला. लो. टिळकांना त्यांनी एक लाख रूपये परतीच्या बोलीवर दिले होते. व्यवसायानिमित्त त्यांनी ठिकठिकाणी पेढ्या काढल्या. त्यांच्यावर देखरेख ठेवण्यासाठी त्यांना प्रवास करावा लागत असे. प्रवासात असताना त्यानी संतकवींसंबंधी खूप माहिती मिळविली. अनेक ग्रंथ गोळा केले. ते प्रकाशित करण्यासाठी त्यांनी इ.स. १९०३ 'महाराष्ट्र कवि' नावाचे मासिक काढले. हे सुमारे ४-४।। वर्षे चालू होते. त्यातून दासोपंत, रंगनाथ स्वामी निगडीकर, आनंदतनय, शिवराम, निरंजन माधव इ. कवींचे ग्रंथ प्रसिद्ध झाले. हे मासिक श्री. भावे हे आपल्या समानधर्मी सहकाऱ्यांच्या बळावर मराठी ग्रंथांचा संग्रह करण्यासाठी इ.स. १८९३ साली स्थापन केलेल्या मराठी ग्रंथसंग्रहालय ठाणे या संस्थेच्या वतीने प्रसिद्ध करीत असत. जुन्या कवितेबरोबर त्यांचे इतिहासाचेही वाचन चालू होते. त्या वाचनातून त्यांनी मराठी दप्तर, रूमाल प्रकाशित केले. इ.स. १९१५ साली त्यांनी नेपोलियनचे एक मोठे चरित्र लिहून प्रकाशित केले. पुढे त्यांनी महाराष्ट्र सारस्वताच्या वाढविलेल्या आवृत्याही काढल्या. यावेळी ते आजारी पडले आणि त्यातच त्यांचा इ.स. १९२६ साली मृत्यू झाला.

सोन्यासारखी कविता

महानुभावीय साहित्यातील सोन्यासारखी कविता मराठी वाङ्मयाला मिळवून

देणे ही श्री. वि. ल. भावे यांची अजरामर कामगिरी आहे. यासाठी साऱ्या मराठी बंधु-बांधवांनी त्यांचे कृतज्ञ असले पाहिजे. ही कामगिरी सामान्य नाही. मराठी संस्कृतीचा एक अनोखा ठेवा आहे. हे भरजरी महावस्त्र आहे. इंग्रजासारख्या धूर्त, चाणक्यांना जे साधले नाही, राजवाडे यांच्यासारख्या ऋषितुल्य व्यक्तीला जमले नाही, पण श्री. भावे यांनी ते सफल केले. महानुभावीय साधूंचा विश्वास संपादन केला आणि मराठीला हे वाङ्मय मिळवून दिले. त्यांनी या ग्रंथांची सूची केली. शिवाय वस्त्रहरण, शिशुपालवध, रुक्मिणी स्वयंवर यासारखे ग्रंथ स्वखर्चाने प्रकाशित केले.

अस्सल गाथा

श्री तुकारामबुवांचा अस्सल गाथा श्री. भावे यांनी प्रकाशित केला. पण त्यात त्यांनी सांगितलेले सिद्धान्त समीक्षकांनी मान्य केले नाहीत. भाव्यांची तुकाराम समीक्षाही त्यांना मानवली नाही, पण तुकाराम प्रेमाचीही प्रामाणिक दखल घेतली नाही. श्री. भाव्यांनी या गाथ्याच्या अखेरच्या भागात जी सर्वांना विनंती केली आहे तिची दखल कोणीही घेतली नाही. ही एकांगी समीक्षा होय. श्री. भाव्यांनी सर्वांना केलेली विनंती पुढे देतो आणि हा अल्पपरिचय पुरा करतो. ‘‘थोडे दिवसांपूर्वी श्री. तुकाराम महाराजांच्या प्रत्यक्ष दर्शनासाठी हा लोक सोडून गेलेला माझा लाडका लेक अनंत ऊर्फ सोनू याचेतर्फे ही तुकाराम महाराजांच्या अभंगवाणीची अस्सल गाथा या अशा स्वरूपात मी महाराष्ट्राच्या चरणांवर वाहतो आणि हिचा स्वीकार होऊन हा तुकाराम महाराजांच्या अद्‌भुत वाणीचा गोड प्रसाद महाराष्ट्रात सर्वांच्या घरोघर पोचेल अशी भावना धरतो.’’

‘श्री संत तुकारामांच्या प्रकाशित गाथ्यांचा अभ्यास’ या विषयाचा आपण यथाशक्य विचार करीत आहोत. अभ्यास या शब्दाचा माझ्या मनात विशिष्ट अर्थ आहे. गाथ्यांचा आधार, त्यांचा स्तर, इतर क्षेपक अभंग आणि त्यांचे निकष, दुबार अभंग, अभंगांच्या मुद्रा इ.इ. बाबींचा प्राधान्याने विचार करणे हे अर्थ त्यामागे घर करून आहेत. आधारांचा विचार करण्याची परंपरा पंडितांच्या गाथ्यापासून सुरू झालेली दिसते. तत्पूर्वी माधव चंद्रोबा, गणपत कृष्णाजींचा गाथा यांच्यामध्ये हा विचार थोड्याफार प्रमाणात झालेला आहे. पण चिकित्सक गाथ्याला आवश्यक असलेला विचार पंडिती गाथ्यात दिसून येतो.

‘तुकारामबुवांचा अस्सल गाथा’ या ग्रंथात श्री. वि. ल. भावे यांनी आधारांचीही खूप चर्चा केली आहे. त्या आधारांच्या स्तरांचीही चर्चा त्यांनी केली आहे. ही चर्चा थोडी मोठी आहे, पण ती सर्व चर्चा वाचकांपुढे ठेवावी असा विचार आहे. कारण हा गाथा पाहायला मिळणे जरा अवघड आहे, म्हणून संपादकांची क्षमा मागून ती देत आहे.

'विज्ञप्ती' नामक प्रस्तावनेत श्री. भावे लिहितात, ''श्री तुकाराम महाराजांचे अभंगांची संहिता, संताजी तेली (सोनवणी) जगनाडे, चाकणकर यांच्या हातच्या वहीवरून घेतली आहे. संताजी जगनाडे हा तुकोबांच्या चौदा टाळकऱ्यांपैकी एक असून, त्यांचा जिवलग मित्र होता, हे प्रसिद्ध आहे. या संताजीने तुकाराम बुवांचे अभंग आपल्या हाताने लिहून ठेवलेले आहेत... तुकाराम महाराजांच्या मुखातून या बहुमोल[२] अभंगांची वाणी कोणत्या स्वरूपात प्रगट होई याचाही अंदाज बांधण्यास यापासून मदत होईल.

या गाथेस 'तुकाराम बुवांचा अस्सल गाथा' असे म्हटले आहे. अस्सल ग्रंथ तीन प्रकारचे असू शकतील. १) प्रत्यक्ष कवीने स्वहस्ते लिहिलेले ग्रंथ; २) कवी स्वमुखाने बोलत असता ते शब्द उतरून घेऊन तयार केलेले ग्रंथ; व ३) दुसरे कोणी केलेली ग्रंथाची प्रत कवीचे नजरेखालून गेलेली आणि त्याने दुरुस्ती केलेली असे ग्रंथ. या तिहींपैकी या गाथचे अस्सलपण दुसऱ्या प्रकारचे असण्याचा संभव आहे. कारण ज्या वहीवरून हे अभंग नकल केले ती वही संताजी जगनाडे याचे हातची आहे. संताजीच्या मागे त्याच्या वह्यांच्या वाटण्या झाल्या. त्यात ही वही एका भाऊबंदाचे वाट्यात आली आणि पुढे परंपरेने ही वही संताजीचे हल्लीचे एक वंशज, रघुनाथ लक्ष्मुमण जगनाडे तेली याचे मालकीची झाली. ती त्याने मजला दिली व त्यावरुन नकल करुन ही प्रत मी छापली...

क्षेपक म्हणून जे कित्येक अभंग आज भाविक जनांत रूढ आहेत. त्यातले काही अभंग या अस्सल वहीत आहेत. ही विचार करण्यासारखी गोष्ट आहे.''

या साऱ्या प्रस्तावनेचे सार सांगायचे झाल्यास, असे म्हणता येईल की, गाथेची संहिता खरी आहे, आणि तीत क्षेपक अभंग नाहीत.

प्रस्तावनेतील या विचारांच्या पार्श्वभूमीवर तिचा निर्विकार मनाने थोडा विचार केला पाहिजे. ज्या गोष्टींसाठी विचार केला पाहिजे ती कारणे अशी–

१) अस्सल गाथा म्हटले की त्या गाथ्यात अन्य कवींचे अभंग येता कामा नयेत असे वाटते. या गाथ्यात तुकाराम बंधु कान्होबा यांचे ३७ अभंग आहेत. हे अभंग तुकाराम म्हणतील आणि त्यांचा समावेश गाथ्यात होईल हे शक्य वाटत नाही. हे अभंग जर त्यांच्या संहितेत समाविष्ट होतील तर ते कितीही चांगले, आणि कोणाचेही असले, तरी सारे बचमंगळ होईल असे महाराजांच्या मनात येईल. अतएव हे ३७ अभंग संहितेत असल्यास त्याच्या अस्सलपणाला बाधा येईल. तुकयाबंधूचे सारे अभंग देण्याचे काही कारण नाही. अकारण जागा अडेल. त्यासाठी नमुना म्हणून काही अभंगांचे प्रथमचरण आणि क्रमांक पुढे देतो.

क्र.	प्रथम चरण	अभंग क्र.
१)	कै देवता होईन ये डोळी।	६२
२)	तु बळी बळीयां सीरोमणी	६३
३)	देवा मी चांडाळ चांडाळ	६४
४)	येक मागणे आहे रूसी केशी	६५
५)	काये काये करी तों या मना	६६
६)	न गसे न गमे हीरीवीन	१४७
७)	वीठला रे तुझे वर्णीतां गुणवाद	१४८
८)	राम म्हणतां कामक्रोधाचे दहन	१४९
९)	मरोनी जाईन गुणनामावरुणी	१५०
१०)	आतां मागोती ते आईका नारायेणा	१५१

या अभंगांपैकी अ.क्र.१४८ हा अभंग ह.भ.प. जोग महाराजांनी क्षेपक मानला आहे, हे लक्षात ठेवण्याजोगे आहे. (अ.क्र.११६)

भिन्न मुद्रा

एकाच कवीचे अभंग भिन्न मुद्रेने आणि भिन्न शैलीत आणि विचारधारेने आले तर ते क्षेपक मानायला हरकत नाही. कारण शैली आणि विचारधारा ही त्या कवीच्या मनाचे प्रतिबिंब असते. प्रस्तुतच्या गाथ्यात 'तुका पांडुरंग' मुद्रेने एक अभंग आला आहे. (अ.क्र.६८२), त्याचा प्रारंभ असा आहे; आहाहा रे भाई गगा नव्हे जळ । वृक्ष नव्हे वड पिंपळ । तुळसी रुद्राक्ष नव्हे माळ । स्रेस्ट तनु देवाच्या त्या ।।१।।

तुका पांडुरंग नावाचा कवी मराठी वाङ्मयाला परिचित आहे. मराठी वाङ्मयाचे कोशकार श्री.गं.दे. खानोलकर यांनी या कवीची ओळख करून दिली आहे. संत विद्यापीठात अधिकारवाणीने वावरणाऱ्या सर्व सांप्रदायिक अभ्यासकांनी या मुद्रचे अभंग क्षेपक मानले आहेत. त्यात ह.भ.प. नानामहाराज साखरे (अ.क्र.४०६५), जोग गाथा (२७३), सांप्रदायिक ओवीचा गाथा, सोपानकाका देहूकर (पंढरपूर) गाथा, देशमुख दांडेकर गाथा (४३४६) यांचा समावेश आहे.

दास तुका

दास तुका या मुद्रेचे काही अभंग या गाथ्यात आढळतात (अ.क्र.४६३, ७८९). ''नीट पाट करूनि थाट । दावितसे तोरा । आपणाकडे पाहो कोणी । निघाली बाजारा ।।१।।'' (अ.क्र.४६३) हा अभंग म्हणजे सौरी आहे. ती थोडी अश्लीलतेकडे झुकणारी आहे. हा अभंग श्री नानामहाराज साखरे, ह.भ.प. जोग महाराज (२७१),

देशमुख, दांडेकर प्रत (४३४४), सोपानकाका देहूकर (पंढरपूर) ओळीचा सांप्रदायिक गाथा, गणपत कृष्णाजी यांनी क्षेपक मानला आहे. अस्सल गाथ्यातील हा अभंग क्षेपक मानायला हरकत नाही.

आणखी एक सर्वज्ञात अभंगाचे उदाहरण देतो. त्या अभंगाची मुद्रा 'दास तुका' अशी आहे. अभंग असा–

धन्य देहू गांव पुण्या भूमिक ठाव ।
तेथे नांदे देव पांडुरंग ।।१।।
धन्य क्षेत्रवासी लोक जे दैवाचे ।
उच्चारिती वाचे नामघोष ।।२।।
कर कटी उभा विश्वाचा जानिता ।
वामांगी ते माता रखुमादेवी ।।३।।
गरुडधारी उभा जोडुनियां कर ।
अश्वत्थ समोर उत्तरामुख ।।४।।
दक्षिणे शंकर लिंग हरेश्वर ।
शोभे गंगातीर इंद्रायणी ।।५।।
लक्ष्मी नारायण बल्लाळाचे वन ।
तेथे अधिष्ठान सिद्धेश्वर ।।६।।
विघ्नराज द्वारी बहिरव बाहेरी ।
हनुमंत शेजारी सहित दोघे ।।७।।
तेथे दास तुका करितो कीर्तन ।
हृदयी चरण विठाबोचे ।।८।।

(सरकारी गाथा ७८९)

हा अभंग सर्वच सांप्रदायिक क्षेपक मानावा या विचाराचे नाहीत. श्री. नाना महाराज साखरे (१८०३) यांना हा अभंग क्षेपक आहे असे वाटत नाही. पण जोग महाराज (२३४), देशमुख दांडेकर (४१७०) सांप्रदायिक ओवीचा गाथा, सोपानकाका देहूकर, देवडीकर हे गाथा संपादक हा अभंग क्षेपक मानतात. दास तुकाची माहिती पंडित गाथ्यावरील माहितीत दिली आहे. तिची पुनरावृत्ती नको म्हणून ती इथे देत नाही. अभ्यासकांनी ती माहिती वाचावी अशी विनंती आहे.

श्री संत तुकाराम महाराजांच्या अभंगांचे एक मर्मज्ञ अभ्यासक श्री. बा. ग. परांजपे यांनी अस्सल गाथ्याबद्दल एक भलामोठा उत्तम लेख केसरीच्या १५ मार्च १९४९ च्या अकांत लिहिला आहे. या लेखता ते क्षेपक अभंगासंबंधी म्हणतात,

"संताजीस तुकोबांची वचने ही केव्हाही उतरून घेण्यास मोकळीक होती. शिवाय संताजीच्या लिखाणात केव्हाही क्षेपक म्हटले आहेत असे अभंग येणे शक्य नाही. तेव्हा आज संताजींच्या वहीत अभंग असून तो जर क्षेपकात जमा असेल तर ती चूक समजली पाहिजे." आपले हे मत वाचकांच्या मनावर ठसविण्यासाठी श्री. परांजपे यांनी भिजल्या वहीच्या गाथेत पुन्हा एकवार दिले आहे. (पाहा; भिजल्या वहीचा गाथा, प्रस्तावना, पृ.२०; आवृत्ती १ली; १९५०.)

संत तुकारामांच्या अस्सल गाथेचा विचार करताना गाथेतील क्षेपक अभंग आणि श्री. तुकारामांची भाषा यांचा प्रामुख्याने विचार पुढे केला आहे. क्षेपक अभंगासंबंधी या लेखातून मधुनमधून थोडे लिहिले आहे. इथे क्षेपकासंबंधी सरळसरळ दोन विचार दिसून येतात. सांप्रदायिक मंडळींनी जे अभंग क्षेपक म्हणून सांगितले आहेत. त्यांतील काही अभंग अन्य गाथ्यांतून दिसून येतात. म्हणून अस्सल गाथ्यातील अभंग क्षेपक मानावे लागतात. पण वि. ल. भावे, श्री. परांजपे हे अभंग क्षपेक मानत नाहीत. त्यांच्या मते तुकोबांच्या मुखातून हे अभंग आले असून संताजीने उतरून काढले. खरे तर अभंगाच्या अंतरंगावरून त्यांचे खरे-खोटेपण ठरवले पाहिजे. सांप्रदायिक मंडळींचा अभंग क्षेपक मानण्याकडे जो कल आहे तो बरोबर वाटतो. श्री. नानामहाराज साखरे, जोग गाथा, देशमुख दांडेकर गाथा या गाथ्यांमधून क्षेपक अभंग छापले आहेत. त्यातील बरेच अभंग समान आहेत. त्याचा थोडा मासला पुढे देत आहे.

	अस्सल गाथा		**जोग**	**दे. दांडेकर**
१)	अवघाच अनायाई	३१६	१६०	४१६७
२)	अवघ्या कोल्ह्याचे वर्म	३४४	१६१	४१६८
३)	माझे म्हणता याला	५८६	३८८	४१७०
४)	उदार कृपाळ	७१४	१५६	४४६०

यावरूनही असे दिसते की, हा अस्सल गाथा अस्सल मानण्यात बाधा येते.

दुबार अभंग

दुबार अभंग म्हणजे काय, हे अभंग का निर्माण होतात, याची चर्चा आपल्याला इथे अभिप्रेत नाही. त्यांच्या निर्मितीची कारणेही भिन्नभिन्न असू शकतात. मी या विषयाची चर्चा पंडित गाथ्याच्या परिचयात विस्तृतपणे केली आहे. शिवाय आमच्या निरनिराळ्या संपादनांतही ती केली आहे. त्यांचे सर्व संदर्भही तिथे दिले आहेत. त्यामुळे या विषयाची चर्चा पुन्हा इथे केली नाही. अभ्यासकांनी ते ते संदर्भ वाचावे अशी इच्छा आहे.

श्री. वि. ल. भावे आपल्या प्रस्तावनेत लिहितात, ''संताजीने आपल्या वह्या तुकारामाच्या मरणापूर्वीच लिहिल्या होत्या ते वर आलेच आहे. आणि संताजी हा तुकाराजांच्या प्रीतीतला, त्याचा आवडता टाळकरी, नेहमी जवळ निकट सहवासात असणारा, त्यामुळे या वह्या तुकारामबुवांच्या नजरेखालूनही गेल्या असल्या पाहिजेत हे उघड आहे. तर टाळकऱ्यांनीही त्या निःसंशय पाहिल्या असल्याच पाहिजेत आणि म्हणूनच तुकोबांच्या स्वदस्तुरच्या अभावी या प्रतीस मी तुकारामबुवांची अस्सल गाथा असे म्हटले आहे.'' (पृ.१४-१५) संताजीच्या वह्या तुकोबांच्या नजरेखालून गेल्या, इतर टाळकऱ्यांनी त्या पाहिल्या आणि म्हणून हा अस्सल गाथा होय. मग दुबार अभंग असण्याचे कारण काय अशी पाल मनात चुकचुकते. म्हणून गाथा अस्सल असेल की नाही याबद्दल शंका वाटते.

या गाथ्यात दुबार अभंगांची संख्या थोडी-थोडकी नाही. या लघुकाय गाथेत ३८ अभंग दुबार आहेत. ते पुढे दिले आहेत. सलग दुबार अभंगांखाली रेघ ओढली आहे.

अस्सल गाथ्यातील दुबार अभंग

	प्रथम चरण	क्रमांक	क्रमांक
१)	अैसे कां जालें	१८	२७९
२)	पुसावेंसें हे वाटे	२१	५१३
३)	जये ठांई आवडी ठेली	२४	२८०
४)	नाचावेंसे वाटे मना	२६	२८१
५)	लये लक्षीं मन न व्हाये	११२	५९४
६)	तक्रा सीस्या मान	१२०	७५३
७)	प्रेमभेटी आळीगण	१८७	१२४९
८)	सर्वकाळ माझे चीत्ती	१८८	१२५०
९)	मायेबापाचीये भेटी	१८९	११९०
१०)	दीप घेऊनिया धुडीती	२०५	८९६
११)	डौरलों भटकी सुंवें	२२६	२६७
१२)	पाणीपात्र दीगांबरा	२७१	९८१
१३)	सेवा ते आवडी	३०२	४७५
१४)	लेववीला तैसा शोभे अलंकार	३०३	४७६
१५)	नेणे फुंकु कान	३२३	१११०

१६)	वीठल हा चीती	३३९	११६७
१७)	उठाउठी अभीमान	३५१	१११६
१८)	कळावी ते पूजा	३६८	४१८
१९)	माया तें ची ब्रह्म	४१९	५१२
२०)	अैसे कां हो न करा	४४७	९९८
२१)	उसीर कां केला	४६३	११५६
२२)	त्याचीया चरण माझें दंडवत	४६६	९३४
२३)	जातो न यती ये वाटा	५००	१०२५
२४)	देवासी अवतार	५४४	९१४
२५)	जाणते लेकरू	६८९	१०१९
२६)	आठ प्रहर माता	६९०	१०२०
२७)	आम्ही उतराई	६९१	१०२१
२८)	धणी नुपरे गुणे गाता	७६२	१०७७
२९)	तुका बस्तर बिचार	७९२	८०७
३०)	तुकाराम बहुत मीठा रे	८१४	१००२
३१)	संतासी तो नाही	८९८	९१७
३२)	संतापासी बहु असावं	९१८	१०६८
३३)	संतांच्या हेळना	९१९	१२६६
३४)	संप करीसी ज्याच्या नावे	९७६	१२०४
३५)	माझ्या मुखा वाटा	१००९	१०९७
३६)	न मीळा पावया	१०१०	१०९८
३७)	माझ्या वीठोबाचा कैसा	१०११	१०९९
३८)	याआ या चला जाऊ	११२१	११३२

तिबार अभंग

या ग्रंथात केवळ दुबारच अभंग आहेत अशातला भाग नाही. एक अभंग तिबारही आहे. "देवासी अवतार भटकांसी संसार" या चरणाने प्रारंभ होणारा ५४४ क्रमांकाचा हा अभंग असून तो तीनदा छापला आहे. (पाहा : पृ.१८०.)

भाषा तुकारामांची

अभंगवाणी संत तुकारामांनी निवेदन केली, आणि संताजीने उतरून घेतली, म्हणून गाथा अस्सल आहे असा एकूण सारा रोख आहे. तुकारामाची ही भाषा

समजण्यासाठी जाणीवपूर्वक दोन अभंग पुढे देत आहे.

तुम्ही बैसलेती नीर्गुणाचे पोळें ।
आम्हा कां हे डोळे कान दिल्हे ।।१।।
नाईकावे तुझी अपकीर्त देवा ।
अव्हेरली सेवा न दय्यवे ।।२।।
आपले पोटीं तो राखीयेला वाव ।
आम्हासी कर भाव अल्प दील्हा ।।३।।
तुका म्हणे दुर्धर असेल कळों द्या ।
पुढीलीया धंद्या मन नेघें ।।४।।

(अस्सल गाथा अ.क्र.१७)

काये वाणु आतां न पुरे हे वाणी ।
मस्तक चरणी आसो माझा ।।१।।
थोरीव सांडीली आपली परीसे ।
नेणे सीवो कैसे लोप डासी ।।२।।
जगाच्या कल्याणा संतांच्या विभूती ।
देह कस्टवीती उपकरे ।।३।।
भुतांची दया हे भांडवल संता ।
आपल्या मर्मज्ञा नाही देही ।।४।।
तुका म्हणे सुख पराकीया सुखे ।
अब्रुत हे मुके स्त्रवतसे ।।५।।

(अस्सल गाथा क्र. ४५)

या दोन अभंगांचा भाषाशास्त्रीय विचार थोडा बाजूला ठेवून असे म्हणता येईल की, ज्यांनी ज्ञानेश्वरीची अगणित पारायणे केली, एकनाथी भागवताची एक हजार पारायणे केली, अशी कथा सांगतात, त्या तुकोबारायांच्या मुखातून अशी वाणी बाहेर पडेल यावर विश्वास बसत नाही. ऋग्वेदा (१-१.१) मध्ये 'ळ' हे अक्षर अपवादात्मक आहे. तसे या गाथ्यात 'ख' हे अक्षर अपवादात्मक आहे असे दिसते. गाथा शोधूनही हे अक्षर मिळेल की नाही याबद्दल मनात शंका येते. अमृताच्या वाणीचा वर्षाव करणाऱ्या तुकारामांची भाषा दुरुस्त करण्याचे सामर्थ्य कोणाच्या अंगी नाही, हे श्री रामेश्वर भटाने एका आरतीत म्हटले आहे. ते खरे वाटते म्हणून अस्सल गाथा अस्सल आहे की नाही याबद्दल मन शंकित होते. अब्रुत (६५७), अमृत (७७२), अमृत (१००५) आणि म्हणून भाषाशास्त्रीय विचार करण्याची आवश्यकता आहे असे वाटत नाही.

विविध ज्ञानविस्ताराच्या (वर्ष ५ अंक २) अंकात श्री. बा. अ. भिडे यांनी अस्सल गाथ्याचे परीक्षण लिहून गाथ्याची भाषा संत तुकारामांची नाही असे प्रतिपादन केले आहे. या गाथ्यात आलेला अमृत शब्द सात वेळा निरनिराळ्या प्रकारांनी लिहिला आहे. हा शब्द तुकारामांचा आहे, असे मानले तर मोठा अनवस्था प्रसंग येईल. म्हणून हा शब्द तुकारामकृत नाही, आणि म्हणून हा गाथाही अस्सल नाही, असे म्हणावे लागते. अमृत शब्दाचे लिखाण पुढीलप्रमाणे आहे : १) अंब्रुत (१४४), अमृत (२२६), अम्रत (२६७), आंब्रुत (४१७).

श्री. वि. ल. भावे यांनी संताजी जगनाडे यांच्या वह्यांवरून संपादित केलेला अस्सल गाथा हा तुकारामांच्या मुखातून बाहेर पडलेल्या अभंगांचा गाथा होय, असे प्रतिपादन करण्याचा मोठा प्रयत्न केला. पण गाथ्यात आलेले अन्य कवींचे अभंग, तुकाराम नामधारी अन्य तुकारामांचे अभंग, तुकारामांची भाषा, गाथ्यातील क्षेपक, दुबार आलेले अभंग, हे पाहता त्यांचा गाथा अस्सल गाथ्याच्या निकषाला उतरत नाही असे म्हणावे लागते.

संदर्भ

१) अर्वाचीन मराठी वाङ्मय सेवक, चतुर्थ खंड, ले. गं. दे. खानोलकर, इ.स.१९५७.
२) कै. भावे जन्मशताब्दी स्मरणिका, १९७१.
३) महाराष्ट्र सारस्वत, आवृत्ती ५ वी, १९६३.
४) श्री तुकोबारायांचे अभंग (भिजल्या वहीचे अभंग, ले. बा. ग. परांजपे, १९५०.
५) विविधज्ञानविस्तार, वर्ष ९ अंक २, जून १९२१.
६) श्री. तुकोबारायांचे अभंग, अस्सल गाथ्याबद्दल चर्चा, ले. बा. ग. परांजपे, केसरी, १५ मार्च १९४९.

६

श्री तुकारामाच्या अभंगांची गाथा

शंकर त्र्यंबक सप्तऋषी व हरिगोविंद हरिगोपाळ मोतीवाले
निर्णयसागर छापखाना, शके १८१७, सन १८९६

श्री तुकारामाच्या प्रकाशित गाथ्यांचा अभ्यास या संदर्भात विविध लेख लिहितांना जे गाथे हस्तलिखितावरून निघाले किंवा ज्या गाथ्यांना विशिष्ट संपादकीय दृष्टिकोन आहे, त्यांचाच विचार करण्याचा हेतू मनापुढे ठेवला आहे. गाथ्यावरून गाथे प्रकाशित झाले असतील तर त्यांचा विचार करायचा नाही, हेही निश्चित केले. श्री. रा. वि. माडगांवकरांनी पंडितांचा छापील गाथा पुढे ठेवून आपला गाथा प्रकाशित केला, असे असतानाही त्या गाथ्याचा विस्ताराने परिचय करून दिला आहे. याचे कारण म्हणजे त्यांचा संपादकीय दृष्टिकोन होय. त्यांचा हा दृष्टिकोन गाथ्याच्या प्रारंभी त्यांनी जे तुकारामांचे विवेचक चरित्र लिहिले आहे त्यातून दिसून येतो. चरित्राबरोबरच ज्या सविस्तर टिपा दिल्या आहेत त्यांतूनही त्यांचे निराळेपण जाणवते. शिवाय माडगांवकरांनी विषयानुक्रमाणिकेची जी पुनर्रचना केली त्यावरूनही त्यांचा स्वतंत्र दृष्टिकोन जाणवतो.

श्री सप्तऋषी व मोतीवाले यांनी प्रकाशित केलेला गाथा तुलनेने प्राचिन असला तरी तो हस्तलिखितांच्या आधारे छापला आहे असे दिसत नाही. शिवाय गाथ्याला काही निराळा दृष्टिकोन आहे असेही जाणवत नाही. गाथ्याच्या विज्ञप्तीत प्रकाशकांनी म्हटले आहे की, ''रा.रा. माडगांवकर व इंदुप्रकाशचे मालक यांच्या गाथेच्या प्रतीचा वेळोवेळी उपयोग घडला.'' प्रत्यक्ष गाथ्याची सर्व संहिता चाळून पाहिली असता ती श्री. माडगांवकर यांचा गाथा समोर ठेवून छापली आहे, हे दिसते. त्यातील अभंगांची संख्या, अभंगांचा क्रम, त्यांचे वर्गीकरण सारखेच आहे असे

आढळते. अभंगांचे प्रथम चरणही सारखेच आहेत. माडगांवकर गाथ्यात अ. क्र. ३०८७ ची सुरुवात ''ऐसें कोणी करी लागो तुझी सोय'' अशी आहे. सप्तऋषी मोतीवाले गाथ्यात अभंगाचा क्रम तोच असला तरी या चरणातील काही शब्द मागेपुढे झाले आहेत. ''लागो तुझी सोय ऐसें कोणी करी'' असा चरण आहे. ३०८० क्रमांकापर्यंतच्या अभंगांत आढळलेला हा पहिला फरक आहे. माडगांवकर गाथ्यात अ. क्र. ४०७३ ते ४०९१ असा एक गट असून, त्याचे शीर्षक 'भावाचे सामर्थ्य' असे आहे. सप्तऋषी मोतीवाले गाथ्यात अभंगांचा क्रम हाच आहे, पण शीर्षक मात्र 'पुराणेतिहासपर अभंग' असे आहे. अशा स्वरूपाचे किरकोळ फरक आहेत. माडगांवकर गाथ्यात नसलेला एक अभंग मात्र सप्तमऋषी, मोतीवाले गाथ्यात आहे. तो अभंग असा, 'राया छत्रपती ऐकावे वचन'. एकंदरीत सप्तऋषी गाथा माडगांवकर गाथ्यावर विसंबून आहे. म्हणून त्याची सविस्तर दखल घेतली नाही. केवळ त्याच्या प्राचीनतेची ही नोंद केली.

७

तुकारामांची गाथा

संपादक – रा. वि. माडगांवकर

अल्प परिचय[१]

मराठी संतसाहित्याचे अभ्यासक म्हणून श्री. रामचंद्र विष्णू माडगांवकर महाराष्ट्राला ज्ञात आहेत. त्यांचा जन्म इ. स. १८४३ साली गोमंतकातील थोरले गोवे इथे झाला. मुंबईच्या एल्फिन्स्टन कॉलेजातून इ. स. १८६२ साली ते बी. ए. झाले. ग्रॅहम नावाच्या प्रसिद्ध ब्रिटिश कंपनीत सुरुवातीला विक्रीविभागात ते नोकरी करू लागले. अंगच्या हुशारीमुळे ते पुढे त्याच कंपनीत मोठे अधिकारी झाले. नंतर इ. स. १८९३ च्या सुमाराला कंपनीच्या कामासाठी ते विलायतला गेले आणि अखेरपर्यंत तिथेच राहिले. २८ एप्रिल १९१४ ला त्यांचे निधन झाले.

मराठी निबंधाचे जनक म्हणून प्रसिद्ध असलेले गोविंद नारायण माडगांवकर यांचे रामभाऊ हे पुतणे होते. मराठी साहित्याची गोडी यांना काकांमुळे लागली असली तरी संत साहित्याची आवड मात्र डॉ. भांडारकरांमुळे लागली. ज्ञानदेवीसारखा श्रेष्ठ ग्रंथ संपादून त्यांनी तो डॉ. भांडारकरांना अर्पण केला आहे. यातून त्यांच्या कृतज्ञ स्वभावाची जाणीव होते. आपल्या अर्पणपत्रिकेत श्री. माडगांवकर म्हणतात,[२]

“महाराष्ट्र कवितेची अभिरुची मजमध्ये रोंचिली व सिंचिली. ज्यांचा स्नेह व ज्यांचे उदाहरण ही बहुत वर्षें माझ्या बुद्धीस पुष्टीकर झालीं आहेत, त्यांस हा ज्ञानदेवी सुगम करण्याचा अल्प प्रयत्न अत्यंत प्रेमभावानें व आदरानें अर्पण केला आहे.”

इ. स. १८८६ साली त्यांनी तुकारामांचा गाथा संपादित केला. त्याला कठीण शब्दांचा कोश जोडला आणि प्रस्तावना म्हणून तुकारामांचे चरित्र लिहिले. चरित्रात ठिकठिकाणी दिलेल्या टीपा ह्या त्यांच्या डोळस अभ्यासाच्या प्रतीक आहेत असे

म्हटल्यास अतिशयोक्ती होणार नाही. त्यांनी गाथ्याचे नव्याने वर्गीकरण केले. तुकाराम गाथ्यानंतर इ. स. १८९० साली त्यांनी समर्थ रामदासांचे समग्र ग्रंथ प्रसिद्ध केले. त्यांचे मित्र आणि इंडियन प्रिंटिंग प्रेसचे मालक श्री. सदानंद पालेकर यांना स्वतंत्र टाईप पाडायला लावून त्या टाइपामध्ये हे ग्रंथ प्रकाशित केले.

यानंतर त्यांनी ज्ञानदेवीची शुद्ध आवृत्ती तयार करण्याचे काम करून आपल्या नावाची मुद्रा मराठी साहित्यात उमटविली. या कामासंबंधी ते या ग्रंथाच्या प्रस्तावनेत म्हणतात[३] –

"मूळ ज्ञानदेवीत एकनाथांच्या काळापर्यंत झालेला भ्रंश एकनाथांनी केलेली पाठांतराची दुरुस्ती आणि त्यानंतर ३०० वर्षेपर्यंत झालेले प्रमाद मिळून जो ब्रह्मघोटाळा झाला आहे त्यातून मार्ग काढून ६०० वर्षांमागल्या मुळाचा खातरीने थांग लावणे कठीण आहे. एखादी काही भिन्नपाठांची जुनी पोथी सापडली, तरी तीच अस्सल ज्ञानदेवी असे म्हणणे जोखमाचे काम होईल. हल्लीच्या स्थितीत साध्य गोष्ट ही आहे की, हस्तलिखित पोथ्या जमा करून पाठांचा भरणा वाढवावा, ग्रंथकारांच्या वेळेस शब्दांची मूळरूपे कोणती होती, विभक्तींची, काळांची वगैरे रुपे कोणती होती, शब्दांची जोडणी कशी होती, दृष्टांत, उपमा, रूपके कशी होती या बाबींचा विवेचक बुद्धीने ग्रंथाचे सूक्ष्म रीतीने अध्ययन करून निर्णय करावा. शब्दांची रूपे व त्यांचे अर्थ, ज्या निरनिराळ्या स्थळी ती आढळतात त्या सर्व स्थळांची एकवाक्यता करून ठरविणे हेंही बारकाईने केले पाहिजे. हे करण्याचा मी प्रयत्न केला आहे."

आधुनिक संत वैकुंठवासी सोनोपंत तथा मामा दांडेकर यांनी माडगांवकरांच्या कार्याचे केलेले मूल्यमापन समोर ठेवले म्हणजे आणखी काही लिहिण्याची आवश्यकता नाही. मामा लिहितात :[४]

"ज्यांनी संहिताशुद्धीचा अर्वाचीन शास्त्रानुसार अभ्यास करून ज्ञानेश्वरीचे पाठ तपासून आपले पुस्तक सिद्ध केले, त्या प. वा. रामचंद्र विष्णु माडगांवकरांना साहजिकच या कार्यात महत्त्वाचे स्थान दिले पाहिजे. त्यांनी ज्ञानेश्वरीची अनेक हस्तलिखिते महत्प्रयासाने मिळवून अत्यंत चिकित्सक बुद्धीने तपासली व पाठभेदांची छाननी करून ज्ञानेश्वरांच्या काळातले नसले तरी त्या काळाजवळच्या काळांतील पाठ निवडून आपला 'ज्ञानदेवी' हा ग्रंथ सिद्ध केला.

"राजवाडेप्रतीचें व माडगांवकरांना उपलब्ध झालेल्या प्रतीचें इतके साम्य आहे की राजवाड्यांनी आपल्या शुद्धिपत्रात पहिल्या ३८२ पृष्ठांत या संहितेचे जे पाठ शुद्ध म्हणून दिले आहेत ते बहुतेक सर्व माडगांवकरांच्या हस्तलिखितांत शुद्ध स्वरूपात आढळतात."

श्री. राजवाड्यांना पाटांगणप्रत मिळाली आणि त्याच ठिकाणी माडगांवकरांना

आणखी एक ज्ञानेश्वरीची प्रत मिळाली. ही प्रत राजवाडे हस्तलिखितातील पाठांसारखीच होती. या मुळच्या प्रतीवरून माडगांवकरांनी ती पारदर्शक कागद ठेवून नकलून घेतली. पण दरम्यानच्या काळात श्री. माडगांवकर निर्वतले. त्यामुळे ती प्रत प्रकाशित झाली नाही. पण त्यांचे पुत्र बाळाभाई यांनी ती सांभाळून ठेवली आणि प्रा. न. र. फाटक यांना दिली. तीच फाटकप्रत म्हणून प्रसिद्ध आहे. वै. मामा या प्रतीसंबंधी म्हणतात,

''काही जणांनी ती तपासून तिचा उपयोगही केला व तिला फाटक प्रत असे नाव दिले. या प्रतीचें श्रेय सर्वस्वी प. वा. माडगांवकरांना दिले पाहिजे.''

असाच आणखी एका अभ्यासकांचा म्हणजे श्री. ना. बनहट्टी यांचा अभिप्राय देतो, म्हणजे माडगांवकरांच्या कामाचे मोठेपण आपल्याला जाणवेल.

''पाठसंशोधनाच्या शास्त्रीय पद्धतीचे तत्त्व माडगांवकरांनी इतके सुंदर सांगितले की, सध्याच्या विकसित विद्येला त्यात फारसा बदल करावासा वाटणार नाही.''[५]

माडगांवकरांचे मोठेपण सांगत असताना वेदनेचा आणि आनंदाचा एक भाग आपणापुढे मांडतो. माडगांवकरांची पाठशुद्ध ज्ञानदेवीची प्रत इ. स.१९०७ साली प्रकाशित झाली. पण त्यासारखे दुसरे काम व्हायला एक शतकाचा काळ जावा लागला. माझे स्नेही प्राचार्य रामदास डांगे यांनी याच स्वरूपाचे काम पुरे करून प्रकाशित केले, पण त्याला २०१० साल उजाडावे लागले.* त्यांच्या ग्रंथाचे नाव आहे, 'मूळपाठ दीपिका श्री ज्ञानदेवी'. प्रकाशक डायमंड पब्लिकेशन्स. इतक्या दिवसांत अशा स्वरूपाचे काम झाले नाही म्हणून दु:ख होत असले तरी शतकानंतर का होईना हे काम नव्याने पुरे झाले याचा आनंद होत आहे. शतकाशतकांचा कालावधी अशा कामांसाठी लागतो हेच खरे. म्हणून मराठी माणसांनी ही कामे करणाऱ्या दीपस्तंभांचे कृतज्ञ असले पाहिजे.

वृत्तमंजूषा

श्री माडगांवकरांनी विविधज्ञान विस्तारच्या पुस्तक ५ वे व ६ वे मध्ये

*** टीप :**

कै. प्राचार्य रामदास डांगे यांचे 'मूलपाठ दीपिका खंड १ ला, पुण्याच्या 'श्री वामनराज प्रकाशन' संस्थेने २००४ साली माडगांवकर प्रतीस १००वर्षे झाल्याच्या निमित्ताने प्रकाशित केला होता. या खंडात ज्ञानेश्वरीच्या ९ अध्यायांची पाठशुद्ध आवृत्ती समाविष्ट असून दुसरा खंडही त्याच संस्थेतर्फे प्रकाशित करण्याचे जाहीरही झाले होते, मात्र ते कार्य तडीस जाऊ शकले नाही आणि दुसर खंड पुण्याच्या डायमंड प्रकाशानतर्फे प्रकाशित झाला. कै. रामदास डांगे यांच्या 'मूलपाठ दीपिका' या पुस्तकाच्या निमित्ताने 'ललित' ललित दिवाळी २००७ मध्ये एक लेखही प्रकाशित झाला आहे. अभ्यासकांनी तो अवश्य पहावा.

– संपादक

(इ. स. १८७३, १८७४) वृत्तमंजूषा या नावाची एक लेखमाला लिहून आपल्या काव्यशास्त्राच्या अभ्यासाचा प्रत्यय घडविला. या लेखातून त्यांनी वृत्तांची सोदाहरण माहिती फार सोप्या शब्दांत दिली आहे. नमुना म्हणून अभंगवृत्ताची माहिती त्यांच्याच शब्दांत देतो.

"ह्या छंदात ओवीपेक्षा अधिक नियमितपणा आहे. अभंगास कनिष्ठपक्षी तीन व सामान्यत: पाच-सहा कडवी असतात. कोठे कोठे १०, १५ ही आढळतात. प्रत्येक अभंगातील सर्व कडवी सारखीच असतात, असे म्हटल्यास चालेल. यास अपवाद क्वचित सांपडेल. निरनिराळ्या अभंगांत कडव्यांतील चरण भिन्न प्रकारचे असतात. चरणभेदापासून अभंगाचे सहा प्रकार होतात...

अभंगी त्रिपादीं। अक्षरें सा चौथीं।
चार; यमके ती। दुजीं तीजी।।

या अभंगास चार चरण असून पहिल्या तीन चरणांत सहा सहा आणि चवथ्यात चार अक्षरे असतात; आणि दुसऱ्या व तिसऱ्या चरणांस यमके असतात. उदाहरण :

मुंगीयांच्या घरा। कोण धाडी मूळ।
देखुनीयां गूळ। धांव घेती।।
दुःखे पीडीयेला। जाय वैद्यघरा।
दुःख परिहारा। आपुलिया।
तुका म्हणे कां रे। न करा स्वहीत।
कारण हे प्रीत। धरा नामीं।।

माडगांवकरांची ही लेखमाला अभ्यासनीय आहे.

आधारग्रंथ

श्री. रा. वि. माडगांवकरांनी इ. स. १८८६ साली 'तुकारामाची गाथा' या नावाने गाथा संपादून प्रकाशित केली आणि ही छापली इंडियन प्रिंटिंग प्रेसमध्ये. पंडिती गाथ्याच्या संपादकांनी प्रकाशनासाठी घेतलेल्या आधारांची जशी माहिती दिली आहे तशी माहिती माडगांवकरांनी दिली नाही. केवळ ग्रंथाच्या पहिल्या पृष्ठावर "यात या प्रसिद्ध कवीच्या सर्व उपलब्ध अभंगांचा संग्रह असून आरंभी कवीचे चरित्र व विषयानुक्रम व शेवटी सर्व अभंगांची अनुक्रमणिका व कठीण शब्दांचा कोश ही जोडली आहेत." एवढीच ग्रंथासंबंधी माहिती दिली आहे. पण त्यावरून आपल्या ग्रंथसंपादनासाठी कोणते ग्रंथ उपयोगात आणले हे समजत नाही. सर्व उपलब्ध अभंगांचा

संग्रह केला या विधानावरून अनेक ठिकाणचे अभंग उपयोगात आणले एवढेच समजते. पण निश्चित माहिती मिळत नाही.

असे असले तरी त्यांच्या ग्रंथाच्या अंतरंगावरून त्यांनी पंडिती गाथ्याचा आधार घेतला आहे, हे सांगता येते. 'श्री तुकोबारायांचे अभंग' या ग्रंथाचे संपादक श्री. बा. ग. परांजपे म्हणतात, ''अनुक्रमांक ४/६ (म्हणजे माडगांवकरांचा गाथा व 'सुबोध प्रकाश' मधला तुकाराम तात्यांचा गाथा) ही अनुक्रमांक ३ ची (म्हणजे पंडिती गाथ्याची) नक्कल आहे.[६] केवळ अंदाज, शक्यता इ. मार्गांचा अवलंब करण्यापेक्षा काही ठोस पुराव्याच्या आधारे माडगांवकरी गाथ्याचे आधार सांगता येतात. पंडिती गाथ्यातील व माडगांवकर गाथ्यातील मंगलाचरणाचे सहा अभंग व त्यांचा क्रम एकच आहे. माडगांवकरांनी काही संपादकीय अधिकार चालवून मंगलाचरणानंतर पंडिती गाथ्यातील विराण्यांचा २५ अभंगांचा गट उचलून तो प्रासंगिक अभंगात समाविष्ट केला. यानंतर पुन्हा या दोन्ही गाथ्यांचे क्रम सारखेच येतात. म्हणजे अ. क्र. ७ ते अ. क्र. ११० पर्यंत हा क्रम सारखाच आढळतो. अ. क्र. ११० नंतर पंडिती गाथ्यात 'काला चेंडुफळी' या शीर्षकाने १०० अभंगांचा गट येतो. माडगांवकरांनी हा गट पौराणिक आख्यानात समाविष्ट केला. त्यानंतर पुन्हा दोन्ही अभंगांचे क्रम १११ ते १९६ पर्यंत सारखेच येतात. हाच प्रकार सर्व गाथाभर दिसून येतो. पंडितांच्या गाथेत 'वासुदेव' या शीर्षकाखाली सहा अभंग आहेत (४२९ ते ४३४). या सहा अभंगांत तीन अभंग तुकया बंधूचे व तीन अभंग तुकारामांचे आहेत. याच पद्धतीने माडगांवकर गाथ्यातही हे अभंग येतात (३९४१ ते ३९४६). यावरून माडगांवकरांपुढे पंडिती गाथा होता असे म्हणता येते. पंडिती गाथ्यातील काही गटांची जागा बदलली एवढाच भाग दिसून येतो. एखादे प्रकरण संपले की, पुन्हा दोन्ही गाथ्यांतील क्रम सारखेच दिसतात. अभंगांच्या जागा बदलल्या तरी आधार बदलत नाहीत हे त्यावरून सांगता येते. पंडिती गाथ्यातील अ. क्र. ३४०५ पासून ४५०४ पर्यंतचे अभंग माडगांवकर गाथ्यात क्रमाने येतात. अभंगांची ही संख्या जवळजवळ १४०० इतकी भरते. यावरून माडगांवकरांचा गाथा पंडितांच्या गाथ्यावरून छापला असे म्हणायला हरकत नाही. या १४०० अभंगांत फार अल्प अभंगांत क्रमांचे फरक आहेत हेही इथेच नमूद करतो. पण अभ्यासकांच्या हे सहज ध्यानात येणार आहे की, माडगांवकरी गाथ्याचा आधार कोणता आहे.

अन्य आधार

श्री. माडगांवकरांचा गाथा प्राधान्याने पंडिती गाथ्यावरून घेतला असला तरी, त्यांनी अन्य गाथे पाहिले नाहीत आणि त्यांचा वापर केला नाही असे मात्र म्हणता येत

नाही. माडगांवकरांनी कोणते अन्य गाथे वापरले हे मधुनमधून येणाऱ्या पाठभेदांवरून समजून येते. काही उदाहरणे दिली म्हणजे माझे म्हणणे सुकर होईल. अनेक उदाहरणे देण्याच्या भरीला मी पडणार नाही. मार्ग दिसला म्हणजे पुरे होईल एवढीच कल्पना आहे.

भिन्न पाठ

पंडिती गाथ्यात -

सुखें बोले ब्रह्मज्ञान।
मनीं धन अभिमान।।

या चरणाने प्रारंभ होणारा अभंग आहे (६००). माडगांवकर गाथ्यात या अभंगाचा प्रारंभ -

मुखें बोले ब्रह्मज्ञान।

असा आहे (क्र. २९३). माडगांवकरांचा पाठ असलेला अभंग गणपत कृष्णाजीच्या गाथ्यात आहे (११७५). यावरून माडगांवकर अन्य गाथ्यांचाही उपयोग करतात असे दिसते. अभंगाच्या विचाराचा रोख पाहता ग. कृ. पाठ योग्य वाटतो.

पंडिती गाथ्यात तुकयाबंधूचे अभंग विखुरलेले आहेत. तोच प्रकार माडगांवकर गाथ्यातही आहे. म्हणून जाणीवपूर्णक तुकया बंधूच्या अभंगाचा एक नमुना देतो.

धदिं धदिं तुझ्या करिन धदिंड्या।

या चरणाने प्रारंभ होणारा अभंग पंडित प्रतीत आहे (२९९५). माडगांवकर प्रतीत या अभंगाचा पाठ 'धींद धींद' असा असून (४५५३) तो ग. कृ. प्रतीत आढळतो (२००१).

भिन्न चरणसंख्या

पंडित प्रतीत 'बाईल मेली मुक्त जाली' या चरणाने प्रारंभ होणाऱ्या अभंगात (७७८) चार कडवी आहेत. माडगांवकर प्रतीत याच अभंगात पाच कडवी असून (अ. क्र. ४०३) 'बाप मेला न कळता' हे प्रारंभीचे कडवे अधिक आहे आणि हे अधिक कडवे असलेला अभंग ग. कृ. प्रतीत आहे (अ. क्र. १२२५).

अभंगसंख्या

अभंगांच्या काही गटांना शीर्षक देणे आणि त्या गटापुढे संख्या सांगणे हे पंडिती गाथ्याचे निराळेपण आहे. शीर्षकांमुळे प्रसंग सांगता येतो आणि गटापुढे

टाकेलल्या संख्येवरून त्या घटनेत किती अभंग आहेत हे समजते. या निकषावरूनही माडगांवकर कोणते कोणते गाथे वापरतात हे सांगता येते. ''स्वामींनी तेरा दिवस निद्रा केली. मग भगवंते येऊन समाधान केले की कवित्व कोरडे आहे. ते काढणे उदकातून.'' या शीर्षकाखाली पंडितांच्या गाथ्यात (२२४१-२२४७) सात अभंग आहेत, पण ही संख्या मात्र दिलेली नाही. माडगांवकर गाथ्यात हे शीर्षक आहे आणि त्यापुढे सात ही संख्याही दिलेली आहे. सात ही संख्या ग. कृ. प्रतीत आहे. यावरून माडगांवकरांनी ही संख्या गणपत कृष्णाजींच्या गाथ्यावरून घेतली असे सांगता येते.

असाच प्रकार पंडिती गाथ्यात आणखी एका ठिकाणी घडला आहे. 'देवांनी स्वामीस चिंचवडास नेले होते ते अभंग' या शीर्षकाखाली पाच अभंग दिलेले आहेत (२८८१ ते २८८५). पण संख्या दिलेली नाही. माडगांवकरांच्या गाथ्यात हे शीर्षक आणि पाच ही संख्या दिलेली आहे. संख्येसह दिलेला सर्व तपशील ग. कृ. प्रतीत आढळतो.

नवी शीर्षके, नव्या संख्या

श्री. रा. वि. माडगांवकरांनी पंडितांचा गाथा वापरला असला तरी त्यावर काही ठिकाणी संपादकीय सुधारणा केलेल्या दिसतात. या सुधारणांचे स्वरूप म्हणजे अभंगांना नवी शीर्षके देणे, नव्या संख्या सांगणे, नवीन वर्गीकरण करणे, कुठे कुठे मुळातला मजकूर काढून टाकणे, असे हे स्वरूप आहे. याची काही उदाहरणे दिली म्हणजे विषयाचे आकलन सहज होईल.

१) स्त्रियांचा तो संग नको नारायणा (५२३)
२) पराविया नारी रखुमाई समान (५२४)

हे पंडिती प्रतीतील दोन अभंग आहेत. या प्रतीत या अभंगांना शीर्षक नाही आणि शीर्षकापुढे संख्याही नाही. श्री. माडगांवकरांनी या अभंगांना नवे शीर्षक दिले आणि नवी संख्याही सांगितली. माडगांवकरांनी दिलेले शीर्षक असे : 'एक स्त्री विषयसुखप्राप्तीच्या बुद्धीने स्वामींपाशी गेली.' अभंग २ संपादकाची ही नवनिर्मिती असून ती योग्य वाटते.

१) कार्तिकीचा सोहळा। चला जाऊं पाहूं डोळा। (३३१)
२) जया दोषां परिहार। नाहीं नाहीं धुंडिता शास्त्र। (३३२)

चरणांनी प्रारंभ होणारे पंडिती गाथ्यातील ओवीरूपातील अभंग आहेत. यांना मुळात शीर्षके नाहीत. पण माडगांवकरांनी त्यांना 'कार्तिकीचा सोहळा' (४०७०) व 'पंढरपूर' (४०७१) अशी शीर्षके देऊन पौराणिक आख्यानात त्यांचा समावेश केला आहे.

वर्गीकरण

'स्वामींचे स्त्रीने स्वामीस कठीण उत्तरें केली' या शीर्षकाखाली पंडिती गाथ्यात सात अभंग दिले असून, शीर्षकापुढे त्यांची संख्याही दिली आहे. त्या अभंगांचे प्रथम चरण व क्रमांक असे –

१) मजचि भोंवता   ५६६

२) काय नेणो होता   ५६७

३) गोणी आली घरा   ५६८

४) आता पोरा काय खासी   ५६९

५) बरें झालें गेलें   ५७०

६) न करवे धंदा   ५७१

७) कोण घरा येते आमुच्या   ५७२

माडगांवकरांनी याच शीर्षकाखाली आठ अभंग दिले आहेत. त्यांचे क्रमांक असे – ४२९६, ४२९७, ४२९८, ४२९९, ४३००, ४३०२,४३०३ यात ''निजो नेदी सकाळ वेळी'' हा ४३०१ क्रमांकाचा अभंग अधिक आहे. या अभंगाचा विषय पाहता माडगांवकरांचे वर्गीकरण योग्य वाटते. डॉ. प्र. न. जोशी यांनी माडगांवकरांच्या या नव्या वर्गीकरणाला मान्यता दिली आहे.[७]

पंडिती गाथ्यात 'साही शास्त्रां अति दुरी' हा रामचरित्रपर अभंग आहे (क्र. ३१०७) पंडित प्रतीत अ. क्र. १०९५ ते ११०८ हे रामचरित्रपर अभंग निराळे आहेत. माडगांवकरांनी मात्र हे सर्व अभंग एकत्रित दिले आहेत. संपादकांची ही सुधारणा मान्य करायला हरकत नाही.

>   अणुरणीयां थोकडा। तुका आकाशाएवढा।।

हा पंडिताच्या गाथ्यातील प्रसिद्ध अभंग (९९३) कोणत्याही वर्गीकरणाशिवाय आणि शीर्षकाशिवाय सलग अभंगांत आहे. माडगांवकरांनी 'पौराणिक अभंग' या वर्गीकरणात तो समाविष्ट करून (४३२४) त्याला सुरेख शीर्षकही दिले आहे. ते शीर्षक असे 'देवास आपल्या स्वरूपाचे ज्ञान होण्यासाठी केला तो अभंग.' माझ्या समजुतीनुसार माडगांवकरांनी हे शीर्षक महिपतीच्या ओव्यांवरून दिले असावे. (भ. ली. ४०/१२.२०). यातून माडगांवकरांचा संत साहित्याचा व्यासंग केवढा मोठा होता हे दिसते.

'अवघी भूतें साम्या आली' हा एका घटनेशी निगडित असलेला अत्यंत प्रसिद्ध अभंग आहे. पंडितांच्या गाथ्यात त्याचा क्र. १५०८ असा आहे. या अभंगाला

वर्गीकरण नाही आणि शीर्षकही नाही. पण माडगांवकरांनी तो स्फुट अभंगांतून प्रासंगिक अभंगात समाविष्ट केला (४२२३). माडगांवकरांनी दिलेल्या शीर्षकामुळे अभंगाची पार्श्वभूमी समजते ते शीर्षक असे : 'स्वामींस पाहून पक्षी दाणे टिपीत होते ते उडाले, त्यामुळे त्यास खेद झाला तो अभंग' हे समर्पक शीर्षकही माडगांवकरांनी महिपतीच्या ओव्यांवरून दिले असावे असे वाटते.[९]

पंडित प्रतीत 'दसरा' या अभंगानंतर (५०६) 'ओवाळू आरती पंढरीराया' ही आरती आली आहे (५०७). माडगांवकरांनी ही आरती इथून उचलून 'आरती' या वर्गीकरणात घातली आहे (४२७२). माडगांवकरांनी केलेला हा बदल योग्य वाटतो.

माडगांवकरांनी केलेल्या वर्गीकरणाचा आपण विचार करीत आहोत. त्यांनी केलेली ही वर्गीकरणे बऱ्हंशी योग्य आहेत असे दिसते. पण कुठे कुठे त्यांचा पुन्हा विचार केला पाहिजे असे जाणवते. उदा. लोहगावास परचक्र वेढा पडला – अभंग ३' हे पंडित प्रतीतले शीर्षक आहे. त्यांचे प्रथम चरण व क्रमांक असे –

१) न देखवे डोळा अ. क्र. ५५७
२) काय म्या मानावें अ. क्र. ५५८
३) भीत नाही आतां अ. क्र. ५५९

यानंतर हे वर्गीकरण संपले आहे. पण माडगांवकरांनी या वर्गीकरणात 'फिरंगी वाखर लोखंडाचे विळे' (५६०) या अभंगाची भर घालून ते वर्गीकरण चार अभंगांचे केले आहे. माडगांवकरांनी भर घातलेल्या अभंगाचा विषय परचक्र वेढ्यातील अभंगापेक्षा भिन्न आहे. आणि म्हणून माडगांवकराचे वर्गीकरण मान्य करता येत नाही.

असाच प्रकार आणखी एका वर्गीकरणात दिसून येतो. 'स्वामींस संतांनी पुसलें की तुम्हांस वैराग्य कोण्या प्रकारें जाले ते सांगा, ते अभंग ३.' या शीर्षकाखाली तीन अभंग दिले आहेत. अ. क्र. १३३३, १३३४, १३३५. 'याती शूद्र वंश केला वेवसाव' असा या प्रकरणाचा प्रारंभ आहे. याच शीर्षकाखाली माडगांवकर गाथ्यात ११ अभंग अशी संख्या दिली आहे. यातील अ. क्र. ४४१९, ४४२० व ४४२१ हे तीन अभंग पुढच्या आठ अभंगांचा (अ. क्र. ४४२२ ते ४४२९) प्रस्तुत विषयाशी संबंध आहे असे दिसत नाही. अभ्यासकांनी प्रत्यक्ष अभंग पाहून याचा प्रत्यय घ्यावा.

पंडिति गाथ्यातील अभंग माडगांवकर गाथ्यात नसणे

श्री. माडगांवकरांनी आपण पंडितांचा गाथा आधाराला घेतला हे कुठेही सांगितले नसले, तरी त्यांनी हा गाथा आधारासाठी घेतल्याचे आपण यापूर्वी पाहिले आहे. पण तरीही पंडितांच्या गाथ्यांतील काही अभंग त्यांच्या गाथ्यात आढळत

नाहीत हे आश्चर्य आहे. पंडिती गाथ्यातील जे अभंग माडगांवकर प्रतीत नाहीत त्यांचे प्रथम चरणा व क्रमांक असे –

१) काय या संतांचे मानू उपकार।	अ. क्र.	१७८
२) काय खावें आता कोणीकडे जावें।	अ. क्र.	६७६
३) म्हणऊनी लवलाहें।	अ. क्र.	२५६१
४) विठ्ठल माझा जीव।	अ. क्र.	३१०८
५) सत्य आठवितां देव।	अ. क्र.	३६३६
६) मज नाहीं कोठें उरला दुर्जन।	अ. क्र.	३८४८
७) कोणा एकाचिया पोरें...।	अ. क्र.	४२७७
८) आतां तरी माझी परिसा विनंती।	अ. क्र.	४२८४
९) जिहीं तुझी कास भावें धरियेली।	अ. क्र.	४२८६
१०) तुजवीण मज कोण आहे देवा।	अ. क्र.	४४६५
११) आसावलें मन जीवनाचे ओढी।	अ. क्र.	४४८७
१२) अल्पविद्या परि गर्व शिरोमणी।	अ. क्र.	४४९०

माडगांवकरांच्या प्रतीत नसणाऱ्या या अभंगांतील काही अभंग अत्यंत लोकप्रिय आहेत, काही अभंग त्यांच्या आत्मचरित्राशी निगडित आहेत, असे असूनही संपादकांनी हे अभंग का गाळले हे समजत नाही. कदाचित यातील काही अभंग गणपत कृष्णाजींच्या प्रतीत नाहीत म्हणून ही गाळागाळी झाली असावी, गणपत कृष्णाजींची प्रत त्यांनी कुठे कुठे आधाराला घेतली आहे, हे आपल्याला माहीत आहे. ग. कृ. प्रतीत नसलेल्या अभंगाचे क्रमांक असे : १७८, २५६१,४४६५, ४४८७, ४४९०. उर्वरित अभंगांना हा न्याय लावता येत नाही. तेव्हा काही अंदाज सांगण्यापेक्षा अंदाज आज अनुत्तरित ठेवणे बरे वाटते.

माडगांवकर प्रतीमधील अभंग पंडित प्रतीत नसणे

पंडितांच्या गाथ्यातील काही अभंग माडगांवकर प्रतीत नाहीत हे आपण आता पाहिले. नेमकी याच्या उलटही वस्तुस्थिती दिसून येते. माडगांवकरांच्या गाथ्यातील पुढील अभंग पंडितांच्या गाथ्यात नाहीत. त्यांचे प्रथम चरण आणि क्रमांक असे–

१)	लोहो परिसासी रुसेल।	२१७५	मा. प्र.
२)	पाळुनिया गोमटे।	२७४३	मा. प्र.
३)	खादलेंच खावें वाटे।	२८२०	मा. प्र.

पंडितांच्या गाथ्यात हे अभंग नाहीत असे असताना माडगांवकरांना हे कुठे मिळाले हा

प्रश्न समोर येणे स्वाभाविक आहे. माडगांवकरांच्या गाथेची जवळीक गणपत कृष्णाजीच्या गाथेशी आहे, हे आपणास ज्ञात आहे. वरच्या तीन अभंगांपैकी 'लोहो परिसासी रुसले' आणि 'पाळुनिया गोमटे' हे अभंग ग. कृ. गाथ्यात आहेत. त्यांचे क्रमांक असे २२१८ व ३६२१. हे दोन्ही गाथे फारच दुर्मिळ असल्याने त्यांचे क्रमांक देण्यापेक्षा संहिता देणे उचित होय. ग. कृ. गाथेची संहिता दिली म्हणजे माडगांवकरांची संहिता दिल्यासारखीच आहे. ती संहिता अशी –

लोहो परिसासीं रुसलें। सोनेपणासी मुकलें।
येथे कोणाचें काय गेलें। ज्याचें तेणे अनहित केलें।
गंगा आली आळशावरी। आळसी देखोनि पळे दूरि।
गावाखालील वोहळ। रागें गंगेसी न मिळे।
तुका केशवाचा दास। गुरुसीं न भजे शिष्य।।५०।। (२२१८)

– – –

पाळूनि गोमटें। त्याच्या बोटें खेळवी।।१।।
जवळूनि न वजे दूरी। लाडें करी कवतूक।।२।।
खूण उभा विटेवरी। कट करी धरियेलें।।३।।
तुका म्हणे घातली वरी। झुली थोरी मोलाची।।४।। (३६२१)

'खादलेंच खावे वाटे' हा माडगांवकर प्रतीतला अभंग असून याचा क्र. २८२० असा आहे. पंडित प्रतीत (३६३५) या चरणाने प्रारंभ होणारा अभंग असला तरी त्याची संहिता भिन्न आहे, हे ध्यानात घ्यायला हवे. पंडित प्रतीतला आणि माडगांवकर प्रतीतला अभंग समोर ठेवतो म्हणजे काम भागेल.

खादलेंच खावें वाटे। भेटलें भेटे आवडी।
वीट नाही पांडुरंगीं। वाढे अंगीं आर्त लें।।१।।
इंद्रियांची हाव पुरे। परिं हे उरे चिंतन।।२।।
तुका म्हणे पोट भरे। परि ते उरे भूक पुढें।।३।। (पंडित प्रत ३६३५)

– – –

खादलेंच खावें वाटे। भेटलें भेटे आवडी।।
वीट नाहीं काहीं करणें चिंता। धरी सत्ता सर्व तो।।१।।
भावें भाव राहे पायीं। देव तैं सं:निध।।२।।
तुका म्हणे कृष्णनामें। शीतळ प्रेम सर्वांसी।।३।।

(माडगांवकर गाथा २८२०)

पुन्हा प्रश्न येतो की, माडगांवकरांना हा अभंग कुठे मिळाला? माधव चंद्रोबाचा हा गाथा पूर्वीच प्रकाशित झाला असून, त्यात हा अभंग नाही. मात्र तुकाराम तात्या पडवळांच्या गाथ्यात (२५६४) हा अभंग असला तरी तो गाथा माडगांवकरांच्या नंतर तीन वर्षांनी (१८८९) प्रकाशित झाला आहे. याचा एक अर्थ असू शकतो की, माडगांवकरांच्या गाथ्यातील अभंग तुकाराम भक्तांमध्ये प्रचलित असावा आणि तो अभंग मांडगावकरांनी छापला आहे.

दुबार अभंग

माडगांवकरांचा गाथा छपाईच्या दुबार दोषापासून मुक्त आहे. 'मोहरोनी चित्ता' हा एकमेव अभंग (१४६२) पुन्हा २२४३ क्रमांकावर छापला आहे. इथेही पुन्हा एकवार पंडिती गाथा आणि माडगांवकर गाथा यांचे नाते स्पष्ट झालेले आहे. पंडितांच्या गाथ्यात २८ अभंग दुबार झालेले आहेत, पण माडगांवकरांनी ते सर्व दुबार अभंग वगळून प्रत शुद्ध करण्याचा प्रयत्न केला आहे.

इतिहासाचा विपर्यास

श्री. रा. वि. माडगांवकरांच्या गाथ्याला त्यांच्या पूर्वीच काही वर्षे छापल्या गेलेल्या पंडिती गाथ्याचा भक्कम आधार आहे, हे आपण यापूर्वी अनेक प्रकारांनी पाहिले आहे. असे असतानाही मराठी वाङ्मयाच्या इतिहासात यासंबंधी काही विपर्यास करणारी माहिती दिली गेली आहे. याचे थोडे विवेचन करणे या प्रसंगी आवश्यक आहे. हे विवेचन कोणी केले, का केले हे सांगणे आणि त्याकडे दोषैक दृष्टीने पाहणे हा या लिखाणाचा हेतू नाही, हे मी नम्रपणे पण आवर्जून सांगू इच्छितो. केवळ वाङ्मयाचा कालिक इतिहासात वस्तुस्थिती डावलून बदल घडू नये असे वाटते म्हणून हे निवेदन आहे.

'श्री तुकोबारायांचे ग्रंथ' या ग्रंथाच्या प्रस्तावनेत ले. श्री. बा. ग. परांजपे लिहितात, ''तेव्हा अनुक्रमांक १-५ या गाथ्यांतून (माधव चंद्रोबा, गणपत कृष्णाजी पंडित, रा.वि. माडगांवकर, तुकाराम तात्या) कोणती तरी जुनी हस्तलिखित प्रत मिळवून गाथा छापायची रीत प्रथम इंदिरा प्रेसने मोडली व त्या नव्या रीतीचा स्वीकार करून पुढील बऱ्याच प्रकाशकांनी इंदिरा प्रेसचा कित्ता गिरविला आहे (पाहा प्रस्ता. पृ. ३). माझ्या समजुतीनुसार हा कित्ता प्रथम माडगांवकरांनी सुरू केला आहे. इ. स. १९०१ मध्ये श्री. जोग-गुळवे यांनी इंदिरा छापखान्यात प्रसिद्ध केलेल्या गाथ्याने नाही. माडगांवकरांनी जसा पंडिती गाथ्याचा वापर केला तसाच प्रकार सप्तऋषी-मोतीवाले यांच्या गाथ्याचा आहे. सप्तऋषी-मोतीवाले यांचा 'तुकारामाच्या अभंगांची

गाथा' हा ग्रंथ इ. स. १८९६ साली निर्णयसागर छापखान्यात छापून प्रकाशित झाला आहे. हा गाथा सर्वस्वी माडगांवकरांचा गाथा पुढे ठेवून छापला आहे. या उदाहरणांवरूनही इंदिरा प्रेसच्या पूर्वीच हा प्रकार रूढ झाला होता, असे सांगता येईल.

मला एक गोष्ट इथे सांगितली पाहिजे की, परांजपे यांच्या विवेचनाला अभंगांच्या वर्गवारीची पार्श्वभूमी आहे. माडगांवकरांनी पंडितांच्या गाथ्यातील अभंगाची जागा बदलली असली, तरी त्यातून अभंगांची ओळ, क्रम बिघडवला नाही. अभंगांच्या अर्थासाठी आवश्यक असणारा अंतर्गत दुवा मोडला जात नाही आणि त्यामुळे अर्थ लावण्यात अडचण निर्माण होत नाही. या सर्व बाबींचा उत्तरकालीन अभ्यासकांनी विचार करून वर्गवारीसंबंधी लिहावे अशीच प्रामाणिक इच्छा आहे, म्हणून हा लेखनविस्तार केला.

माडगांवकर गाथ्याचे निराळेपण

माडगांवकरांनी आपल्या गाथ्याला प्रस्तावना म्हणून जोडलेले तुकाराम चरित्र आणि त्यातील टिपा हे या गाथ्याचे खरे निराळेपण आहे. त्यांच्या टीपा म्हणजे त्यांच्या डोळस दृष्टीच्या अभ्यासाचा परिचय आहे. तुकारामांचे चरित्र आपण कोणकोणत्या साधनांच्या आधारे लिहिले याचा प्रथम खुलासा करून मग त्यांचे आडनाव, जात, पूर्वज इ. बाबीचा टीपांच्या माध्यमातून विचार केला आहे. पूर्वजांचा विचार करताना विश्वंभराचा आठवा पूर्वज जावळीचा चंद्रराव मोरे असेल हे मुळीच संभवत नाही अशी साधार माहिती दिली आहे. त्याचप्रमाणे तुकाराम–छत्रपती भेट, लोहोगावचा वेढा यांसंबंधीच्या टीपा वाचनीय आहेत. त्यांचे हे ४७ पृष्ठांचे चरित्र निर्णयसागरने स्वतंत्र पुस्तिकारूपात छापले आहे, त्यामुळे त्याचा फार तपशील देण्याचे कारण नाही.

संपादकांनी दिलेला विषयानुक्रम हे त्यांचे आणखी एक निराळेपण आहे. गाथ्यातील सर्व अभंगांचे तीन भागांत वर्गीकरण केले आहे. पहिला भाग स्फुट अभंगांचा असून, दुसरा पौराणिक आख्यानांचा आणि तिसरा प्रासंगिक अभंगांचा आहे. वर्गीकरणाचे हे विभाग पाहिले की, त्या विभागात कोणते विषय असतील याची ढोबळ कल्पना येते आणि हेच त्यांचे यश आहे. त्यांची ही मांडणी अभ्यासकांना–भक्तांना उपयुक्त वाटणारी आहे.

एक शंका

श्री. माडगांवकरांच्या तुकाराम गाथ्यासंबंधी एक शंका मांडून हा लेख पुरा करतो. माडगांवकरांचा गाथा इंडियन प्रिटिंग प्रेस मुंबईमध्ये छापून इ.स. १८८६ साली प्रकाशित झाला. या गाथ्यातील अभंगसंख्या ४५८३ इतकी आहे. तुकाराम बुवांच्या अस्सल गाथ्याच्या प्रस्तावनेत (पृ.१) श्री. वि. ल. भावे आणि श्री तुकोबारायाचे अभंग

या ग्रंथाच्या प्रस्तावनेत (पृ.३) श्री. बा. ग. परांजपे यांनी तुकारामांच्या काही गाथ्यांची माहिती दिली आहे. माडगांवकर गाथ्यासंबंधी ते उभयता लिहितात की, हा गाथा इ.स. १८८६ साली निर्णयसागरमध्ये छापला असून, त्याची अभंगसंख्या ४६४५ इतकी आहे. याचा अर्थ, एकाच वर्षात हे दोन गाथे छापले गेले आणि निर्णयसागरने छापलेल्या अभंगांची संख्या ६२ ने अधिक आहे. इंडियन प्रिटिंग प्रेसने छापलेल्या गाथेच्या तीन प्रती मी पाहिल्या. पैकी दोन प्रती पुणे विद्यापीठाच्या जयकर ग्रंथालयात असून, तिसरी प्रत भांडारकर प्राच्यविद्या संशोधन मंडळाच्या ग्रंथालयात आहे. पण निर्णयसागरने छापलेली प्रत मला पाहायला मिळाली नाही. 'मुद्रित तुकाराम वाङ्मय' नावाची श्री. अ. का. प्रियोळकरांची एक पुस्तिका इ. स. १९५६ साली मुंबई मराठी ग्रंथसंग्रहालयाने प्रकाशित केली आहे. तीमध्ये ४५८३ अभंगसंख्या असलेल्या प्रतीची नोंद आहे. ४६४५ अभंगांची म्हणजे निर्णयसागरने छापलेल्या गाथेची नोंद नाही. पण 'समग्र तुकाराम' या ग्रंथाचे संपादक आणि माझे स्नेही डॉ. म. रा. जोशी या ग्रंथाच्या प्रस्तावनेत (पृ.३०) म्हणतात, इंडियन प्रिटिंग प्रेसमध्ये छापलेल्या ४५८३ अभंगांची गाथा बहुधा पहिली आवृत्ती असावी. भावे-परांजपे यांनी निर्देश केलेल्या संपादणीहून माडगांवकरांची ही दुसरी संपादणी वेगळी असून, दोहोंमध्ये ६२ अभंगांचा फरक आहे. प्रत्यक्ष ग्रंथ पाहायला मिळत नाहीत तोपर्यंत वाङ्मयाच्या इतिहासातील या नोंदी अशाच दोलायमान राहणार. एकाच वर्षात एकाच संपादकांचे एकाच विषयाचे दोन भिन्न गाथे वेगवेगळ्या छापखान्यात प्रकाशित होतात. हेच आश्चर्य आहे आणि शंकेचे मूळही हेच आहे.

संदर्भ

१) अर्वाचीन मराठी वाङ्मयसेवक - पंचम खंड, ले. गं. दे. खानोलकर - इ. स.१९६२. गोमंतकीय मराठी साहित्याचे शिल्पकार, ले. बा. द. सातोस्कर, पणजी, १९७५.

२) ज्ञानदेवी - रा. वि. माडगांवकर १९०७.

३) पाहा क्र. २ प्रस्तावना.

४) श्री ज्ञानेश्वरी द्वितीयावृत्ती, प्रकाशक : मुंबई सेंट्रल प्रेस, १९६०. प्रस्तावना.

५) श्री ज्ञानदेवी : प्रतिशुद्ध संहिता, अध्याय पहिला आणि सातवा, संपादक - श्री. ना. बनहट्टी, १९७३, प्रस्ता. पृ. ११.

६) श्री तुकोबारायांचे अभंग, संपा. बा. ग. परांजपे, प्रस्ता. पृ. २.

७) श्री. तुकारामांचा सार्थ गाथा, खंड ३, अ. क्र. ३२८७ वरील टीप.

८) भक्तलीलामृत अ. ४०/१२-२०

९) भक्तलीलामृत, अ. ३९ / १२९-१५०.

८

सार्थ श्री तुकारामांची गाथा

संपादक आणि अनुवादक – विष्णुबुवा जोग महाराज

श्री जोग महाराजांचा अल्प परिचय – बालपण[१]

ह.भ. प. विष्णुबुवा जोगांचा जन्म १४ सप्टेंबर १८६७ रोजी पुण्यात झाला. त्यांच्या वडलांचे नाव नरसोपंत आणि आईचे नाव सरस्वतीबाई. श्री जोग महाराजांना तीन मोठे बंधू आणि यमुनाबाई ही लहान बहीण होती. श्री. भगवंत तथा पिलोबा, गोपाळ तथा गुण्याबाबा नंतर पांडोबा महाराज. पांडोबानंतर श्री. जोग महाराजांचा जन्म झाला. श्री जोगांचे घराणे श्रीमंत होते. सावकार जोग म्हणूनच हे घराणे ओळखले जायचे. या घरातील सर्वांन मल्लविद्येचा छंद होता. पुण्यातील प्रसिद्ध लक्ष्मीरोडवरील नगरकर तालमीचे गुण्याबाबा हे वस्ताद होते. गुण्याबाबा नंतर पांडोबा हे वस्ताद झाले. आणि पांडोबा नंतर हे पद श्री. विष्णुबुवा जोगांकडे आले. श्री. पांडोबा महाराजांच्या अचाट शक्तीसंबंधी एक आठवण त्यांचे चरित्रकार सांगतात. त्यांच्या आईंना एकदा ऊसाचा रस पिण्याची इच्छा झाली. श्री. पांडोबांनी बाजारतून ऊस आणला आणि तो हाताने पिळून त्याचा रस काढला आणि आईला दिला.[२]

वै. जोग महाराजांचे शिक्षण मराठी चौथीपर्यंत झाले होते. त्यांना त्यांची सही करायलाही दोन मिनिटे लागत असत. इंग्रजी भाषेचे त्यांना अत्यल्प ज्ञान होते. अशा अवस्थेतही त्यांनी केलेली ग्रंथरचना हा एक चमत्कार मानला पाहिजे. याचे एक प्रमुख कारण असे सांगता येईल की, त्यांची प्रज्ञा प्रखर होती. शिवाय त्यांनी ह. भ. प. नाना महाराज साखरे यांच्याकडे सांप्रदायिक पद्धतीने संत साहित्याचे अध्ययन केले. केशवानंद उदासी यांच्याकडे शारीरभाष्य वाचले आणि त्यांच्या मनातील काही

शंका त्यांनी श्रीकृष्णानंदस्वामी यांच्यापुढे मांडल्या. पुढे दोन तपे त्यांनी आपल्या मतांचे चिंतन केले आणि अमृतानुभवाचा नवा अर्थ सांगण्याची तयारी केली.

साधकावस्था

बुवा जन्मजात साधक होते. साधकाची सर्व लक्षणे घेऊनच ते जन्माला आले असे वाटते. संत तुकारामांचा साधकाची लक्षणे सांगणारा एक नितांत सुंदर अभंग आहे.

साधकाची दशा उदास असावी।
उपाधि नसावी अंतर्बाही ।।१।।
लोलुपता काय निद्रेतें जिणावें।
भोजन करावें परिमित।।२।।
एकांती लोकांती स्त्रियांशी वचन।
प्राण गेल्या जाण बोलों नये।।३।। (अ.प्र. २८४६)

साधक नेहमी उदास असावा. त्याच्या अंगी वैराग्य बाणलेले असावे. त्याने मर्यादित भोजन करावे. प्राण गेला तरी एकांतात वा समुदायात स्त्रियांशी बोलू नये. श्री. विष्णुबुवा हे अविवाहित होते. हा अभंग म्हणजे वारकऱ्यांचा एक आदर्श आचारधर्मच आहे. बुवांनी आळंदीत जाऊन अजानवृक्षातळी ज्ञानेश्वरीची पारायणे सुरू केली. पण तिथे त्यांना दर्शनार्थींचा त्रास होऊ लागला. बुवा तिथून उठले आणि भंडारा डोंगरावर जाऊन राहिले. तिथे त्यांनी ज्ञानेश्वरी, तुकाराम गाथा यांची पारायणे केली. त्यांनी कधी देवपूजेचे अवडंबर केले नाही की,जपाचे स्तोम माजवले नाही. ते केवळ विष्णुसहस्त्रनामाचा जप करीत असत. ज्ञानेश्वरी आणि वेदांत ग्रंथांच्या अभ्यासाच्या मार्गानेच त्यांनी सिद्धी मिळविली. या सिद्धीच्या बळावरच त्यांनी कथा-कीर्तने करून अमाप जनजागृती केली. कीर्तन-प्रवचने हेच त्यांचे जीवनकार्य ठरले. धर्मरक्षणासाठी आटापिटा करणे आणि परपीडकांना ताळ्यावर आणणे हीच कामे त्यांनी संतांचा निरोप्या म्हणून आमरण केली.

कीर्तनाचा हेतू

समाजाची समाजघातक दृष्टी बदलायची आणि त्याची नीतिमत्ता उंचवायची यासाठी कीर्तन हे उत्तम साधन असे संत समजत असत. संत नामदेव, एकनाथ, तुकाराम इत्यादींनी याच मार्गाचा अवलंब केला. श्री. जोग महाराजही याच मार्गाने गेले. हरिकथा ही केवळ मन:शुद्धी करते इतकेच नाही तर ती हरीची भेट घडवून आणते असा त्यांचा ठाम विश्वास होता. कीर्तनात परमार्थाशिवाय अन्य विषय त्यांनी

हाताळला नाही. कीर्तनाची कधी त्यांनी बिदागी घेतली नाही. कीर्तनात ते जे सांगत तसाच त्यांचा आचार होता.

कीर्तनाला योगदान

स्वानंदसुखनिवासी जोग महाराजांच्या कीर्तनाचे एक वैशिष्टय सांगता येते. श्री. बुवांपूर्वीचे कीर्तनकार कीर्तनात ज्ञानेश्वरीचा वापर जवळ जवळ करीत नसत. याला ह. भ. प. नानामहाराज साखरे व ह. भ. प. भाऊसाहेब कासीकर यांचा अपवाद सांगता येतो. पण कीर्तनात ज्ञानेश्वरीचा वापर करण्याची पद्धत जोरदारपणे श्री जोग महाराजांनी सुरू केली.[३]

कीर्तनपद्धती

श्री जोग महाराज कीर्तनात प्रथम अभंगाचा अर्थ सांगत असत. नंतर प्रत्येक कडवे एकानंतर एक कसे येते हे स्पष्ट करीत. अभंगातील प्रमुख विषय सांगून त्याभोवती ही कडवी कशी गुंफली याचे ते निवेदन करीत. त्यांच्या या पद्धतीमुळे श्रोत्यांना कीर्तन समजणे फार सोपे जात असे. पण त्यामुळेच कीर्तनकाराचा अभ्यासही समजत असे. महाराजांच्या या पद्धतीमुळे श्री. तुकारामांच्या गाथ्याचे वर्गीकरण करण्यास ते कसे अधिकारी पुरुष होते, हे समजून येते. त्यांच्या कीर्तनाचा आणखी एक विशेष भाग म्हणजे अभंगातील सिद्धांत सांगून ते त्याला वेदांताचा आधार सांगत असत.[४]

ग्रंथरचना

श्री. जोग महाराज कीर्तनकार, प्रवचनकार म्हणून ख्यातनाम असले तरी त्यांची ग्रंथनिर्मिती[५] लक्षात घेण्यासारखी आहे व ती अशी-(१) श्री तुकाराम महाराजांच्या अभंगाची गाथा (इ.स. १९०१), (२) सार्थ तुकाराम गाथा (३) अमृतानुभव (इ.स. १९०५) (४) श्री निळोबांचा व ज्ञानेश्वर महाराजांचा गाथा (इ.स. १९०७) (५) सार्थ हरिपाठ व चांगदेव पासष्टी (६) एकनाथी भागवतादि सहा ग्रंथ (इ.स. १९११) (७) वेदांत विचार (इ.स. १९१५), (८) महीपतीकृत ज्ञानेश्वरीतील वेचे (सार्थ) इ.स. १९१७. त्यांचा त्र्यंबक हरी आपटे यांनी प्रकाशित केलेला तुकारामांचा गाथा हा मराठीला मिळालेली एक अनमोल देणगी आहे. (इ.स. १९०१) त्याचे कारण म्हणजे हा गाथा अभंगांचे चिंतन करून, विषयवार वर्गीकरण करून प्रसिद्ध केला आहे. यापूर्वी असे विषयवार वर्गीकरण झालेले नव्हते. महाराजांचे अभंग वरवर सोपे वाटले तरी अर्थाला अवघड आहेत. त्यामुळे बुवांनी केलेल्या वर्गीकरणामुळे अर्थ समजायला सोपी पायवाट झाली. त्यांच्या या वर्गीकरणाचा प्रभाव अनेक प्रकाशकांवर आणि अभ्यासकांवर पडलेला दिसतो. निर्णयासागर प्रकाशकांनी श्री वासुदेव शास्त्री पणशीकर

यांचा श्री तुकाराम गाथा प्रकाशित केला. (इ. १९०४) त्यात असे म्हटले आहे की,[६] "त्रिंबक हरी आवटे, इंदिरा प्रेसचे मालक, पुणे यांनी आपल्या पुस्तकांत ठेवलेल्या क्रमाप्रमाणेच यादी, पुस्तकाचा क्रम असावा, अशा अनेकांकडून सूचना आल्या." साहित्यसम्राट न. चिं. केळकर यांचा अभिप्राय लक्षात ठेवण्यासारखा आहे. ते म्हणतात, "बोवांची इतकी खोल बुद्धी' तुकारामांच्या अभंगांचा अर्थ त्यांनी सांगितला म्हणून तो समजतो, एरवी तो कळला नसता."

समाजकार्य [७]

बुवांचे सामाजिक कार्याकडे दुर्लक्ष होते अशातला भाग नाही. पंढरीतले नामदेव मंदिर हे त्याचे एक उत्तम उदाहरण आहे. या मंदिराच्या उभारणीचा इतिहास त्यांचे चरित्रकार प्रा. शं. वा. दांडेकर यांनी दिला आहे. श्री. जोगांनी उभी केलेली वारकरी शिक्षण संस्था ही तर खऱ्या अर्थाने त्यांचे चिरंतन स्मारक आहे. संस्थेच्या सातत्यासाठी त्यांनी केलेली व्यवस्था, स्वत: दिलेली २५००० रुपयांची रक्कम, विद्यार्थ्यांचा अभ्यासक्रम, त्यांच्या उदरनिर्वाहाची व्यवस्था इ. बाबी त्यांच्या दूरदृष्टीच्या द्योतक आहेत.

शिष्यवर्ग व सहकारी [८]

समाजातील परमार्थप्रवणता कायम राहायची असेल तर समविचारांची, त्यागी, विरागी, अभ्यासू माणसे घडविणे हे एक प्रमुख काम असते. महाराजांनी हे काम फार उत्तम प्रकारे पार पाडले आहे. त्यांनी शिष्यसमुदाय आणि सहकारी वर्ग निर्माण करून परमार्थाची परंपरा चालू ठेवली. त्यांच्या शिष्यवर्गाची केवळ नावे वाचली तरी त्यांची कर्तबगारी दिसून येते. त्यांचा शिष्यवर्ग असा - (१) वै. ह. भ. प. बंकटस्वामी (२) वै. ह. भ. प. लक्ष्मणबुवा इगतपुरीकर (३) वै. ह. भ. प. मारुतीबुवा गुरव (४) वै. ह. भ. प. लक्ष्मणबुवा कुंडकर (५) प्रख्यात पंडित पांडुरंग शास्त्री शर्मा, (६) ह. भ. प. तुकारामबुवा पवार, (७) वै. तुकारामबुवा गोरे, (८) डॉ. दासोपंत पटवर्धन (९) पूज्य नारायण स्वामी (१०) वै. ह.भ. प. शं.वा. दांडेकर. या सर्वांची अल्पचरित्रे आणि कार्य यांचा परिचय वै. मामांनी श्री. जोगमहाराज चरित्रात दिला आहे.

देशनिष्ठा

ईश्वरनिष्ठांच्या मांदियाळीत बुवा शोभून दिसत होते, तसे ते देशनिष्ठही होते. पहिल्या महायुद्धात इंग्लंडचा विजय झाला तेव्हा ते उद्वेगाने म्हणाले, "माझे लेखी देव मेला। असेल त्याला असो।"[९] स्वदेशीचा पुरस्कार, परदेशी मालावर बहिष्कार, मद्यपान निषेध ही त्यांनी स्वीकारलेली व्रते होती. बुवांच्या मनात महर्षी अण्णासाहेब

पटवर्धन यांच्यासंबंधी खूप आदर होता. आळंदीचे नरसिंह सरस्वती हे अण्णासाहेबांचे गुरू होते. त्यांच्या पुण्यतिथी उत्सवात बुवा नियमाने कीर्तन करीत होते.

लोकमान्य टिळक[१०]

लोकमान्य टिळक हे बुवांचे अंतरंग मित्र होते. त्यांच्या मैत्रीसंबंधींची काही उदाहरणे सांगितली तरी भागणार आहे. बुवांनी कीर्तनात एकदा महानुभाव पंथाविरुद्ध काही विधाने केली होती, त्यावरून जळगावच्या कोर्टात त्यांच्यावर फौजदारी खटला भरला होता. दावा लढण्यासाठी आवश्यक असणारे संदर्भ लोकमान्यांनी त्यांना काढून दिले होते. इ.स. १९१४ साली लोकमान्य मंडालेची सहा वर्षांची शिक्षा संपवून परत आले. तेव्हा काही लोकांना मध्यरात्रीच्या वेळेला त्यांनी गायकवाड वाड्यात बोलावले होते. त्यात महाराजांचाही समावेश होता. लोकमान्यांनी गीतारहस्य प्रकाशित केल्यावर त्याच्या वाचनाचा एक उपक्रम महाराजांनी सुरू केला होता. चिरोलच्या खटल्याच्या वेळी लोकमान्यांनी विलायतेस जावे असे ठरले. त्यावेळी त्यांची एक मोठी मिरवणूक काढली होती. मिरवणुकीत लोकमान्यांच्या शेजारीच महाराज रथात बसले होते. बुवांच्या निर्वाणानंतर त्यांची शोकसभा गायकवाड वाड्यात झाली. त्या वेळी लोकमान्यांचे हृदयस्पर्शी भाषण झाले. त्यांच्या मैत्रीचे असे अनेक प्रसंग सांगता येतात पण इथे ते आवरते घेतलेले आहे.

निर्वाण[११]

वै. जोग महाराजांनी आपले शरीर चांगले कमावले होते. पण शेवटी शेवटी ते काम देईनासे झाले. त्याचे कारण त्यांना दोन-तीन रोगांनी ग्रासले होते. त्यांना भगेंद्राचे दुखणे होते. मधुमेह होता. शेवटी कफक्षयही झाला. इ.स. १९१७ च्या अखेरीस त्यांना ताप येऊ लागला. त्यातून महाराजांना औषधाचा तिटकारा होता. याच वर्षाच्या माघ महिन्यात महर्षी अण्णासाहेब पटवर्धनांचे निधन झाले. पण त्यांच्या अंत्ययात्रेला महाराज जाऊ शकले नाहीत. पुढे थोड्याच काळात ते सोनोपंतांना म्हणाले की, "ज्ञानेश्वर महाराजांनी मला जी मुदत दिली आहे, ती संपत आली आहे." १९२० साली आळंदीस मार्गशीर्ष वद्य एकादशीच्या वारीस ते पूर्ण वेळ कीर्तन करु शकले नाहीत. पौषातील त्र्यंबकेश्वराच्या निवृत्तीनाथांच्या वारीला ते जाम शकले नाहीत. पुढे माघ महिना जवळ आला तसे ते आळंदीस जायचे असे म्हणू लागले. श्री. सोनोपंत दांडेकर व लक्ष्मणबुवांनी त्यांना आळंदीत नेले. तिथे घासवाला धर्मशाळेत ते पोहोचले. नंतर त्यांना इंद्रायणीचे तीर्थ व ज्ञानेश्वर महाराजांचे तीर्थ आणून दिले. थोड्याच वेळात महाराजांच्या सांगण्यानुसार त्यांना बसते केले. ते

उत्तरेकडे तोंड करून मांडी घालून बसले आणि म्हणाले, 'जातो' – त्यांनी देह ठेवला तो गुरुवार होता. उत्तरायण होते. वेळ सकाळची ९ ची होती. माघवद्य प्रतिपदा म्हणजे गुरुप्रतिपदा होती. अशा प्रकारे त्यांच्या जीवनाची इतिश्री झाली. (इ. स. १९२०) महाराजांचे मरण मरून गेले होते आणि त्यानेच महाराजांना अमर केले. महाराज गेल्यानंतर सर्वत्र निरोप पाठविले. आळंदीत मोठी प्रेतयात्रा निघाली. ही प्रेतयात्रा माऊलीच्या मंदिरासमोर आली आणि "तुझ्या दारीचा कुतरा। नको मोकलू दातारा" हा अभंग म्हटला गेला. त्यावेळी सारी प्रेतयात्रा पाणावली. नंतर इंद्रायणीच्या काठी तुळशीकाष्ठांच्या आणि चंदनाच्या चितेस महाराजांच्या पुतण्याने अग्नी दिला. तेराव्या दिवशी पुण्यात गायकवाड वाड्यात शोकसभा झाली. अनेकांनी श्रद्धांजली वाहिली. त्यात लोकमान्यांचे अंत:करण हेलावून सोडणारे भाषण झाले.

आधारप्रत

(१) श्री. पंडितद्वयांनी मुंबईच्या इंदुप्रकाश छापखान्यात संत तुकारामांचा गाथा दोन भागात छापला (इ.स. १८६९ व १८७४). त्या गाथ्याच्या प्रस्तावनेत आधारासाठी छापलेल्या चार हस्तलिखितांची माहिती विस्ताराने दिली आहे. असा प्रकार वै. जोग महाराजांच्या गाथ्यासंबंधी सांगता येत नाही. पण काही अभ्यासकांनी या संदर्भात व्यक्त केलेली सावध मते, वाङ्मयाचा इतिहास म्हणून पाहणे आवश्यक आहेत. "श्री तुकोबारायांचे अभंग" (भिजल्या वहीचे अभंग) या ग्रंथाच्या प्रस्तावनेत श्री. बा.ग. परांजपे म्हणतात (पृ.२), "जगध्दितेच्छूने छापलेली प्रत (ही प्रत म्हणजे सार्थ तुकाराम गाथा इ.स. १९०९ होय.) आळंदीस हैबतनाथांची जी प्रत आहे, त्या प्रतीवरून छापली आहे."

(२) याच ग्रंथाच्या प्रस्तावनेत श्री. परांजपे अन्यत्र लिहितात (पृ.४) "श्री जोग व गुळवे यांनी माधव चंद्रोबा, गणपत कृष्णाजी पंडित या तीन प्रतींची वर्गवारी करून नवी प्रत छापली." (ही प्रत म्हणजे इ.स. १९०१ चा गाथा होय.)

(३) "विष्णुबोबा जोगांनी आपली सार्थ गाथ्याची प्रत बहुतांशी पंडितांच्या प्रतीची नक्कल केलेली आहे.[१२] (पाहा परांजपे गाथा. प्रस्ता. पृ. ६)

या विविध मतांच्या पार्श्वभूमीवर वै. विष्णुबोवा जोगांना आधारासाठी दिलेली माहिती प्रामाण्याला पूरक मानली पाहिजे. आपल्या सार्थ गाथ्याच्या प्रस्तावनेतच्या अखेरीला ते म्हणतात, "आजपर्यंत जे गाथे छापून प्रसिद्ध झाले आहेत त्यांतून पुष्कळसे पाठ चुकीचे राहिले आहेत. ते वारकरी संप्रदायाप्रमाणे शुद्ध नाहीत. आम्ही पूर्वी अभंगांचे वर्गीकरण करून विषयवार गाथा तयार केला होता, तो रा. रा. त्र्यंबक

हरि आवटे यांनी छापून प्रसिद्ध केलाच आहे. त्यांतही सांप्रदायी पाठासंबंधांच्या चुका राहिल्याच आहेत. त्या सर्व दुरुस्त करून आम्ही हा पहिला भाग अर्थासह छापला आहे.''[१३] याचा सरळ अर्थ असा आहे की, श्री जोग महाराजांनी कोणतेही हस्तलिखित आधारासाठी घेतलेले नाही. श्री. त्र्यं. ह. आवट्यांचा छापील गाथा हाच त्यांचा आधार होय. वै. जोग गाथ्याच्या चर्चेपुरता हा प्रश्न सुटला तरी श्री. आवट्यांनी कोणते आधार उपयोगात आणले हा प्रश्न अनुत्तरितच राहतो.

मान्यताप्राप्त गाथा

वै. जोग महाराजांचा संत तुकारामांवर्गीकृत गाथा (इ.स. १९०१) प्रसिद्ध होण्यापूर्वी अनेक गाथे प्रकाशित झाले होते. पण त्या गाथ्यातून नीट वर्गीकरण झालेले दिसत नव्हते. हे काम वै. जोग महाराजांनी केले आणि अत्यंत अल्पावधीतच त्यांच्या या कार्याची उत्तम पावती त्यांना वारकरी सांप्रदायिक अभ्यासकांकडून आणि अन्य संपादकांकडून मिळाली. श्री. वासुदेव लक्ष्मणशास्त्री पणशीकरांनी संपादित केलेला आणि निर्णयसागरने छापलेल्या गाथ्यात (इ.स.१९०४) म्हटले आहे की, ''आमची तुकारामाच्या गाथेची पहिली आवृत्ती ईशकृपेने लवकरच संपल्यामुळे हल्ली पुन: दुसरी आवृत्ति छापली आहे. पहिली आवृत्ति बाहेर पडतांच रा. रा. त्रिंबक हरी आवटे, इंदिरा प्रेसचे मालक पुणे यांनी आपल्या पुस्तकांत ठेवलेल्या क्रमाप्रमाणेच याही पुस्तकाचा क्रम असावा, अशा अनेकांकडून सूचना आल्या, व विशेषेकरून स्फुट अभंग या सदराखालील अनेक अभंग फोडून ते निरनिराळीं प्रकरणे करून त्यात घालावे अशी श्री तुकारामांच्या अभंगांचे निरंतर परिशीलन करणारे रा. रा. दादा बाबाजी पाटील, मु. जोपुळ, व कै. रा. रा. बळवंत खंडुजी पारख वगैरे मंडळींनी फार अगत्यानें सूचना केली व थोडी माहितीही दिली. त्यावरून त्या त्या प्रकरणात ते ते अभंग घालून हे पुस्तक छापले आहे.''[१४]

वै. जोग महाराजांचे चरित्रकार वै. शं. वा. तथा मामासाहेब दांडेकर यांनी या गाथ्यासंबंधी चरित्रात म्हटले आहे की, त्यांचे हे कार्य म्हणजे व्यासकृत्य आहे. त्यांचेच शब्द पुढे मांडतो, ''मराठी साध्याभोळ्यांचा वेद जो तुकारामबुवांची गाथा, त्याची विषयवार विभागणी आणि स्थिती, नाम, करुणा, बालक्रीडा, कला, उपदेश, दांभिकनिंदक अशी वेगवेगळी रचना करणे हे श्रेय बोवांचे! तेव्हा त्यांना महाराष्ट्र वेदाचे व्यास म्हणण्यास काहीच प्रत्यवाय नाही.'[१५] (पृ.८६) वै. मामांनी पुनरुक्तीचा दोष पत्करूनही हे गुणगान अनेक ठिकाणी केले आहे. (पृ.५४-५५) वै.ह. भ. प. मामांसारखे शिष्य केवळ आंधळ्या गुरुभक्तीमुळे असा गौरव करतील असे वाटत नाही. तर त्यांच्या डोळस दृष्टीतून कै. जोगांच्या कार्याचे हे मूल्यमापन झाले आहे, असे म्हणावे लागते.

वै. जोगकृत अभंगांच्या वर्गीकरणाबद्दल नोंदविला गेलेला आणखी एक महत्त्वाचा बारकावा अभ्यासकांपुढे ठेवत आहे. इ.स. १९०१ सालच्या जोग-गुळवे गाथ्याच्या प्रस्तावनेत कोणकोणत्या शीर्षकाखाली वर्गीकरण केले आहे, त्याचा तपशील आला आहे. त्यातच उपदेशपर अभंग असा एक गट आहे. या अभंगांचेही वर्गीकरण केलेले दिसून येते. हे वर्गीकरण करताना म्हटले आहे की, ''उपदेशपर अभंगात एका अर्थाचे अभंग वाटले ते ओळीनेच देऊन, दुसऱ्या अर्थाचे अभंग लागण्यापूर्वी प्रत्येक ठिकाणी रेघ मारली आहे. आरंभापासून हे अभंग लक्षपूर्वक वाचले असता त्यात ओळीनेच गृहस्थास उपदेश, साधकास उपदेश, ढोंग्यास उपदेश, सामान्य जनास उपदेश, मनास बोध असे गट केलेले दिसून येतील. असाच प्रकार अद्वैतपर अभंगांसंबंधीही दाखविला आहे. अभ्यासकांच्या आकलनासाठी केवळ गट व त्यांची क्रमसंख्या पुढे दर्शविली आहे.[१६]

उपदेशपर अभंग

१) अ. क्र. २५४१-२६१७
२) अ. क्र. २६१८-२७१८
३) अ. क्र. २७१९-३१३०
४) अ. क्र. ३१३१-३२१५
५) अ. क्र. ३२१६-३६८२
६) अ. क्र. ३६८३-३७०९

अद्वैतपर अभंग

१) अ. क्र. ३७१०-३७२४
२) अ. क्र. ३७२५-३७३०
३) अ. क्र. ३७३१-४०५८
४) अ. क्र. ४०५९ (एकच अभंग)

ह. भ. प. वै. जोग महाराजांच्या परिणत प्रज्ञेच्या अभ्यासामुळे आपल्याला अभंगांचा अर्थ समजला हा साहित्यसम्राट श्री. न. चिं. केळकरांचा अभिप्राय आपण पूर्वीच वाचला आहे.

समीक्षकांचे मत

अशा प्रकारचे कार्य वै. जोगांनी केलेले असताना ते समीक्षकांच्या नजरेतून सुटलेले नाहीत. पण त्यांनी केलेल्या समीक्षेचा ताटस्थ्याने विचार केला पाहिजे.

श्री. बा. ग परांजपे हे या समीक्षेचे अध्वर्यू आहेत. त्यांनी केलेल्या विस्तृत टीकेचा सारांश असा सांगता येईल. श्री. जोग-गुळवे व इंदिरा प्रेसचे मालक यांनी, आधी प्रकाशित झालेल्या गाथेतील अभंगात वर्गवारी करून नवी आवृत्ती छापण्याची टूम काढली. हा प्रकार तत्कालीन अभ्यासकांना मान्य झाला असे दिसते. या वर्गवारीचा एक फायदा असा झाला की, कीर्तनकारांना हव्या त्या विषयावरील अभंग एकत्रितपणे अल्पसायासात मिळू लागले. पण या पद्धतीने एक नुकसान झाले. ते म्हणजे माधव चंद्रोबा, गणपत कृष्णाजी व पंडित यांच्या गाथातून तुकारामांच्या अभंगाची जी ओळ, क्रम, माळ थोडीफार शिल्लक होती ती नष्ट झाली. अभंगांचे निरंतर परिशीलन करणारे वारकरीच ही पद्धत स्वीकारा म्हणून आग्रह करू लागले. याहून खेदाची दुसरी गोष्ट नाही. महाराजांचे अभंग कोणत्या वृत्तीतून निर्माण झाले आणि त्यातून निर्माण झालेला क्रम कसा असावा याचा विचार कोणी केला नाही. या सर्व मंडळींनी जुन्या प्रती दूर करून नवीन प्रथा स्वीकारली, ती म्हणजे परीस टाकून काच पदरात घ्यावी अशी झाली. सुटे सुटे अभंग सार्थ छापून मोकळे होण्याची ही प्रथा ह. भ. प. विष्णुबोवा जोगांनी पाडली.[१७] परीस आणि काच यांचा श्री. परांजपे यांनी दिलेला दृष्टांत तुकारामांच्या अभंगातील आहे. (सरकारी गाथा १२९७) ''घेऊनि कांचवरि परिस दिला।''

परीस देऊन काच स्वीकारण्याची चूक खरोखरीच वै.जोग महाराजांकडून घडली आहे का हे पाहणे, हेच या टीकेचे उत्तम उत्तर आहे. उत्तर शोधणे अवघड नसले तरी कष्टाचे आहे, हे कोणीही कबूल करील. हे कष्ट घेतले नाहीत तर या टीका अभ्यासकांच्या मनात आणि ग्रंथात पिढ्यान्‌पिढ्या टिकतील. उत्तरकालीन अभ्यासकांना याची खरी कल्पना असावी म्हणून हा वाङ्मयीन खटाटोप करीत आहे.

पंडितांच्या गाथ्यात जिथे जिथे ओळ, क्रम आहे ती पाहून वै. जोग महाराजांनी ती मोडली आहे. पुढे याचे कोष्टक अभ्यासकांसमोर मांडतो, म्हणजे अन्य भाष्य करण्याची आवश्यकता उरणार नाही.

कोष्टक

माझ्यासमोर पंडितांनी इ.स. १८६९ व १८७४ साली संपादित केलेली दोन खंडातील गाथा आहे. पहिल्या खंडात २२४७ अभंग आहेत. या अभंगातून ४५ ठिकाणी ही ओळ, क्रम वा माळ आलेली आहे. या सर्वच्या सर्व नोंदी वाचकांपुढे मांडायच्या म्हणजे लेखाची लांबी खूप मोठी होणार आहे. त्यासाठी शलाकादर्शन घडवून माझा निष्कर्ष समोर मांडतो. ओळ म्हणजे गट असे समजायला हवे. पंडितांनी दिलेला हा गट वै. जोगांनी एक जागेवरून दुसऱ्या जागी ठेवला तर ती ओळ मोडली

असे होत नाही. गटातील संख्येत फरक पडला, एका गटातील अभंग दुसऱ्या गटात समाविष्ट केला आणि त्यामुळे अर्थहानी झाली तर ओळीचा भंग झाला असे समजायला हवे. पंडितांच्या गाथ्यात जिथे जिथे गट आहेत तिथे तिथे त्या गटाला शीर्षके दिलेली आहेत आणि अभंग संख्याही दिलेली असून, जिथे गट संपला तिथेही त्या संख्येची नोंद केलेली आहे. क्वचित ठिकाणी गटाच्या अखेरीला संख्या दिलेली दिसत नाही. वै. जोगांच्या गाथ्यात गटाला शीर्षक दिले असून, ते कदाचित पंडित गाथ्याहून भिन्न दिसले तरी त्या गटातून भिन्नार्थ निष्पन्न होत नाही. आणखी एक गोष्ट महत्त्वाची आहे. ती म्हणजे काही ठिकाणी वै. जोगांच्या गटात पंडितांच्या गटातील अभंगांपेक्षा कमी अभंग दिसतात. ज्या ठिकाणी अशी कमी संख्या आढळते तिचेही मूळ शोधता येते. जोगांच्या गाथ्यात जिथे ही संख्या कमी दिसते ते अभंग त्यांनी दिलेल्या क्षेपक अभंगात मिळतात, म्हणून त्यांची संख्या कमी झालेली दिसते. अशी ही काही उदाहरणे कोष्टकात देतो.

	श्री. पंडित गाथा		**श्री. जोग गाथा**
१.	विराण्या २५ अ. क्र. ७-३१	१.	विराण्या २५ अ. क्र. ३३९६-३४२०
२.	जोहार ३ अ. क्र. १२७-१२९	२.	जोहार ३ अ. क्र. ३२९६-३२९८
३.	ब्रह्मचारी फिर्याद गेला १ अ. क्र. २५०	३.	एका ब्रह्मचाऱ्याचा निषेध १ अ. क्र. ३३४२
४.	हनुमंत स्तुती ४ अ. क्र. २८३-२८६	४.	हनुमंत स्तुति ४ अ. क्र. ३२८७-३२९०
५.	स्वामीस सद्गुरुची कृपा जाली ४ अ. क्र. ३६८-३७१	५.	तुकोबावर सद्गुरु कृपा ४ अ. क्र. ३४२७-३४३१
६.	डांका ८ अ. क्र. ४१३-४२२(या गटाची संख्या ८ सांगितली असली तरी ती प्रत्यक्षात १० आहे.)	६.	डांकेचे अभंग अ. क्र. ३९५८-३९६७ (जोगांच्या गटातही १० अभंग आहेत.)
७.	सौऱ्या ११ अ. क्र. ४५५-४६५	७.	सौऱ्या. ८ अ. क्र. ४००९-४०१६ पुढचे तीन अभंग क्षेपक मानले. एकूण ११

८.	बाधा १ अ. क्र. ४६६	८.	जोगांनी हा अभंग क्षेपक मानला आहे.
९.	शाक्तावर अभंग १३ अ. क्र. ७९०-८१२	९.	वाममार्गी शाक्तांचा निषेध अ. क्र. ३४३१-३४४३
१०.	साख्या ३० अ. क्र. ११७३-१२०२	१०.	दोहरे अ. क्र. ३४८३ (यात ३० दोहरे आहेत.)
११.	आरत्या १३ अ. क्र. १५७०-१५८५	११.	आरत्या १७ अ. क्र. ४११३-४१२९
१२.	स्वामींनी काया ब्रह्म केली ते अभंग २४. अ. क्र. १५८६-१६०९	१२.	स्वामी वैकुंठास गेले ते वेळचे अभंग अ. क्र. ३५९५-३६१७ (अ. २३) क्र. १ अभंग क्षेपक)
१३.	स्वामींनी पत्र पंढरीनाथास पंढरीस पाठविले ते अभंग ३६ अ. क्र. १९०९-१९४४	१३.	पंढरीरायास पत्र पाठविले ते अभंग अ. क्र. ३५२९-३५६४
१४.	स्वामींनी स्त्रीस उपदेश केला ते अभंग ११ अ. क्र. १९८१-१९९१	१४.	तुकोबाचा स्त्रीस उपदेश अ. क्र. ३४९२-३५०२
१५.	देवे मग निद्रा केली ते अभंग २० अ. क्र. २२२२-२२४१	१५.	कवित्वाचा निषेध व त्याचा परिहार अ. क्र. ३५०३-३५२१ (संख्या १९) एक अभंग क्षेपक मानला आहे.

वर दिलेल्या शलाकादर्शक कोष्टकावरून अभ्यासकांच्या हे सहज ध्यानी आले असेल की वै. विष्णुबोवा जोगांनी पंडित गाथ्यातील ओळीत कोणतीही मोडतोड केलेली नाही. या शिदोरीच्या बळावर श्री. परांजपे यांचे जे परीस टाकून काच पदरात घेतली हे अर्थपूर्ण विवेचन ध्यानी घ्यायला वाचक मोकळे आहेत. श्री. परांजपे यांनी या प्रश्नाची चर्चा करताना ओळ मोडल्यामुळे अर्थाचा अनर्थ झाला हे सिद्ध करणारी काही उदाहरणे दिली असती तर चर्चेला मोठा आधार मिळाला असता. त्यांनी उदाहरणे दिली नाहीत असे मी म्हणत नाही. पण संताजीच्या गाथ्यातील जी उदाहरणे दिली आहेत, ती पाठशुद्धीची आहेत.१८ अस्सल गाथ्याची प्रत अस्सल मानायची की नाही याबद्दल शंका आहे. कारण श्री. वि. ल. भावे यांच्या अस्सल गाथ्यात ३७ अभंग अन्य कवीचे म्हणजे कान्होबाचे आहेत. ३८ अभंग दुबार आहेत. त्यातही

काही सलग अभंग दुबार आहेत. या प्रश्नाची सविस्तर चर्चा मी अस्सल गाथ्याच्या लेखात केली आहे. म्हणून तिची उजळणी पुन्हा करीत नाही. या साऱ्या ऊहापोहाचे सार इतकेच आहे की, वै. जोग महाराजांनी पंडित गाथ्यातील ओळीची, क्रमाची, माळेची मोडतोड केलेली नाही.

आग्रहाचा अतिरेक

श्री. बा. ग. परांजपे हे संत तुकारामांच्या अभंगांचा अर्थ करताना त्यात सलगता असावी असा आग्रह करताना दिसतात. यासाठी ते प्रसंगी कठोर टीकाकाराची भूमिकाही घेतात, हे आपण वै. जोग महाराजांवरील टीकेच्या वेळी पाहिले आहे. पण कधी कधी या विचारांचा अतिरेक होतो की काय अशी शंका मनात येते. भक्त आणि भगवंत यांच्यात एकरूपता यावी असे सांगत त्यासंबंधी येणाऱ्या अडचणींचा पाढा अ.क्र. २२ पासून ३२ पर्यंतच्या ११ अभंगात मांडताना श्री. तुकाराम दिसतात. श्री. परांजपे हे या संदर्भातील निवेदनात म्हणतात की (२२) ''स्त्री पुत्रादि कीं राहिला आदर। ... येथ पासून जी तक्रार सांगण्यास सुरुवात केली, ती (३२) भोगावरी आम्ही घातला पाषाण - येथे संपली आहे. श्री. परांजपे कथित विचारांची ही साखळी स्वीकारायला मन तयार होत नाही. श्री. परांजपे आवर्जून सांगतात की, पंडितांच्या प्रतीत विचारांची ओळ दिसते. हे जर मानायचे तर भिजल्या वहीतील अभंगांचे क्रमांक आणि सरकारी प्रतीमधील अभंगांचे क्रमांक यात सलगता आली असती, पण तसे दिसत नाही. या दोन्ही गाथ्यातील अभंगांचे क्रमांक समोरासमोर मांडले की, अन्य भाष्याची गरज नाही.

भिजल्या वहीचे क्रमांक		सरकारी प्रतीचे क्रमांक	
१.	२२	१.	८८५
२.	२३	२.	२९८५
३.	२४	३.	३६६५
४.	२५	४.	३६६६
५.	२६	५.	३६६७
६.	२७	६.	८५२
७.	२८	७.	८८६
८.	२९	८.	८५३
९.	३०	९.	८५४
१०.	३१	१०.	८५५
११.	३२	११.	८५६
१२.	३७	१२.	१३०४

अभ्यासकांनी ओळ या प्रकाराचा किती आग्रह करावा यासाठी हे विवेचन केले. यासारखी कितीतरी उदाहरणे श्री. परांजपे यांच्या गाथांतून दाखवून देता येतील, पण तो मोह टाळला आहे. ओळीसंबंधी आणखी एका मताचा विचार केला पाहिजे. (तुकाराम दर्शन या ग्रंथात डॉ. सदानंद मोरे लिहितात, ''ओळीचे महत्त्व जोग महाराजांना समजले नाही. ते पहिल्यांदा व्यवस्थित मांडून दाखविले ते बॅ. बा. ग. परांजपे यांनी (पृ. ३०७, आवृत्ती १ ली.) डॉ. मोरे याच ग्रंथात अन्यत्र म्हणतात की, दुर्दैवाने जोग महाराज प्रभृतींनी ज्ञानपर, वैराग्यपर, भक्तिपर, संतपर, नामपर अशी बाळबोध पण कीर्तनकारांस उपयुक्त वर्गीकरणे करून अभंगांची ओळ व गट यांची पार वाट लावली.'' (पृ. ४५८) डॉ. मोरे यांच्या या मताचा स्वीकार करण्यापूर्वी अभ्यासकांनी १० वेळा निर्विकार मनाने विचार केला पाहिजे असे वाटते.

क्षेपक अभंग

विषयवार अभंगांचे वर्गीकरण करणे हे जसे वै. जोगांनी केलेले महत्त्वाचे कार्य आहे, तसेच थोड्याफार प्रमाणात क्षेपक अभंगांचा निराळा वर्ग करणे हेही मोलाचे काम त्यांनी केले आहे. मी थोड्याफार प्रमाणात म्हटले याचे कारण असे की, वै. जोगांपूर्वी सुमारे एक वर्ष (इ.स. १७०८) ब्र.भू. नाना महाराज साखरे यांचा श्री. त्र्यं. ह. आपटे यांनी प्रकाशित केलेल्या श्री. तुकारामांच्या गाथ्यात क्षेपकांचा विचार झाला आहे.[१९] आणि त्याहीपूर्वी श्री. वा. ल. पणशीकरांचा श्री. तुकाराम गाथा निर्णयसागराने प्रकाशित केला असून (इ.स. १९०४ आवृत्ती २ री) त्यातही हा भाग स्पष्ट नोंदला आहे. (श्री. पणशीकरांच्या पहिल्या आवृत्तीची अभंग संख्या १९०४ च्या गाथ्या इतकीच आहे. पण मला तो गाथा पाहायला मिळाला नाही. म्हणून २ ऱ्या आवृत्तीची नोंद केली.) श्री. वा. ल. पणशीकर आणि वै. जोग महाराज यांच्या विचारात फार मोठी दरी आहे, असे दिसून येत नाही. श्री. पणशीकरांनी ३९८ अभंग क्षेपक मानले तर वै. जोगांनी ४०७ अभंग क्षेपक म्हटले आहेत. पण आणखी एक गोष्ट इथे नजरेआड करता येणार नाही, ती म्हणजे जोगांनी क्षेपक मानलेले ३४ अभंग पणशीकरांनी क्षेपक मानलेले नाहीत. श्री. पणशीकरांचा गाथा हा उपलब्ध होणे ही खरोखरीच दुर्मीळ गोष्ट आहे. म्हणून त्यांचे प्रथम चरण आणि क्रमांक पुढे दिले आहेत.

	प्रथम चरण		क्रमांक
१.	अति त्याई देतां जीव	१.	अ. क्र. ३३१९
२.	आतां आम्हां हेचि काम	२.	अ. क्र. १५५७
३.	उच्चारूं यासाठी	३.	अ. क्र. १४४७
४.	कळे परि न सुटे	४.	अ. क्र. १८१२
५.	कामिनीसी जैसा	५.	अ. क्र. ३०६६
६.	काय मागें आम्ही	६.	अ. क्र. ६३७
७.	कां रे पुंडया	७.	अ. क्र. २३४६
८.	कोठें देवा बोलो	८.	अ. क्र. ७६९
९.	ग्रासोग्रासीं भाव	९.	अ. क्र. ३३२३
१०.	चालिती आडवाटा	१०.	अ. क्र. ३३५५
११.	चला वळूं गाई	११.	अ. क्र. ३६९
१२.	जेणें तुझी कास	१२.	अ. क्र. १३७३
१३.	तुज मज ऐसी करी	१३.	अ. क्र. ३५०५
१४.	दिवाळखोर नारायण	१४.	अ. क्र. ३३७९
१५.	देवासी पै भांडो	१५.	अ. क्र. ९८६
१६.	धन्य देहू गांव	१६.	अ. क्र. १८१
१७.	धांवोनियां आलो	१७.	अ. क्र. १६३४
१८.	धिग तो दुर्जन	१८.	अ. क्र. २८५१
१९.	नको येऊं लाजे	१९.	अ. क्र. ३४४९
२०.	न लागावी दिठी	२०.	अ. क्र. १६३७
२१.	पडली घोर रजनी	२१.	अ. क्र. १९३०
२२.	पैल आली आगी	२२.	अ. क्र. २०१
२३.	भक्तीचिया पोटी	२३.	अ. क्र. ३८६३
२४.	महा जी महादेवा	२४.	अ. क्र. ३८६५
२५.	मुसळाचें धनु	२५.	अ. क्र. २६०९
२६.	येईल घरादेव	२६.	अ. क्र. ३०४२
२७.	वर्णाश्रम करिसी चोख	२७.	अ. क्र. २०६०
२८.	वेद नेले शंखाक्षुरे	२८.	अ. क्र. ८२२
२९.	श्रीराम सखा ऐसा	२९.	अ. क्र. ३४३९
३०.	संसार करितो	३०.	अ. क्र. २७६८

३१.	स्थिरावली वृत्ती	३१.	अ. क्र. ३५४७
३२.	स्वामी तूं ही कैसा	३२.	अ. क्र. ८
३३.	स्वप्नींचे धन	३३.	अ. क्र. २६७३
३४.	स्वामिसेवा गोड	३४.	अ. क्र. १५२४

श्री. पणशीकरांच्या गाथ्यात (इ.स.१९०४) क्षेपक अभंगानंतर भिन्नपाठाचे अभंग म्हणून ३९ अभंगांचा एक गट आला आहे. या गटावर टीप देताना संपादक म्हणतात, ''एथून अभंग थोड्या फरकाने पूर्वी आले असून ते पुन्हा दिले आहेत.'' यातील काही अभंग वै. जोगांनी क्षेपक मानले आहेत. ते असे,

१.	आम्हां हेचि काम	अ. क्र.	१५०
२.	जन्मोजन्मीचे संचित	अ. क्र.	५५
३.	सांडियेला गर्भ	अ. क्र.	४०७
४.	सेकीं हे ना तैसे	अ. क्र.	१३
५.	स्वये आपणाचि	अ. क्र.	३२९
६.	भाते भरूनी	अ. क्र.	२८२
७.	संतचरणी नाही	अ. क्र.	३१७

वै. जोग महाराजांच्या व श्री. पणशीकरांच्या संपादनातील क्षेपक अभंगासंबंधी आपला विचार चालू आहे. इथे संपादन क्षेत्रातील आणि संशोधनातील काही तथ्यांचा भाग मी आपणापुढे विचारार्थ मांडत आहे. निर्णयसागर शताब्दी महोत्सवानिमित्त त्यांनी श्री. पणशीकरांची तुकारामांची गाथा इ.स. १९६८ साली पुन्हा प्रकाशित केली. त्या गाथ्याचे संपादक श्री. का. रा. यादव यांनी गाथ्याला एक लहानशी प्रस्तावना जोडली आहे. या प्रस्तावनेत ते लिहितात, ''हा गाथा तयार करतांना वारकरी संप्रदायांत प्रचलित असलेल्या गाथेच्या बहुतेक प्रती शंभर वर्षांपासून उपलब्ध असलेल्या सरकारी प्रतीसह तुलनेसाठी घेतल्या. प्रत्येक अभंगाचा प्रत्येक चरण पारखून सर्वमान्य अशी ही गाथा सिद्ध केली आहे, हे कोणाही अभ्यासूंच्या सहज लक्षांत येईल. ही तपासणी करताना श्री तुकाराम महाराजांच्या मूळ अभिप्रेत अर्थावरच विशेष लक्ष केंद्रित केले. परंपरागत पाठांतील जें जें काही ग्राह्य होते, तें तें या आवृत्तीत आणण्याचा कसोशीने प्रयत्न केला. यासाठी संस्थेच्या मूळ आवृत्तीतील कित्येक अभंग अजिबात काढूनच टाकावे लागले. मुळांतल्या कैक अभंगाच्या सुरुवातीचे चरण बदलावे लागले. थोडक्यात सांगायचे म्हणजे ही गाथा आतां मुळांतली एका संस्थेची न राहता समग्र वारकरी संप्रदायाची व एकंदर बहुजन समाजाची प्रातिनिधिक

गाथा झालेली आहे.'' (अवतरण थोडे मोठे आहे, याची पूर्ण जाणीव असूनही संपादकांचे मनोगत तीत प्रतिबिंबित झाले आहे.) म्हणून ही प्रस्तावना वाचल्यावर माझ्यापुढे प्रश्न आला की, आता ही गाथा श्री. पणशीकरांची मानायची का यादवांची? या प्रकारच्या संपादनामुळे अध्ययनांचे आधार कापले गेले. संशोधनाच्या क्षेत्रातील अध्ययनाचे आधार नष्ट करायचे नाहीत, हे प्राथमिक तथ्यही इथे सांभाळले गेले नाही असे वाटते. यामुळे श्री तुकारामांच्या अभंगांसंबंधी काही प्रश्न निर्माण होतात, हे कोणते प्रश्न निर्माण होतात त्याची एक आकडेवारी विचारवंतापुढे मांडण्याचे धाडस मी करीत आहे.

श्री. पणशीकरांच्या इ.स. १९०४ च्या दुसऱ्या आवृत्तीत ३९८ अभंग क्षेपक मानले आहेत. आणि इ.स. १९६८च्या आवृत्तीत ही संख्या ३७५ झाली आहे. इथे २३ अभंगाचा फरक पडतो तसेच इ.स. १९०४ च्या आवृत्तीत भिन्नपाठाचे ३९ अभंग आहेत आणि १९६८ आवृत्तीत ३२ अभंग असून इथे ७ अभंगांचा फरक पडतो. एक शंका अशी येते की, वै. जोगांच्या गाथ्याच्या प्रभावातून हे सात अभंग कमी झाले कां? कारण हे सात अभंग वै. जोगांनी क्षेपक मानले आहेत. त्यांची नोंद वर केलेली आहे. श्री. पणशीकरांच्या मूळच्या आवृत्तीतून जे अभंग काढून टाकले ते कोणते आहेत, त्याला कोणते निकष लावले हे समजत नाही. फडातील अभंगांच्या अभिमानातून हे घडले कां? कारण अशा स्वरूपाचे उत्तर वै. जोगांनी श्री. वि. ल. भाव्यांना दिल्याची नोंद अस्सल गाथ्याच्या प्रस्तावनेत आहे.

पंढरपुरातील एक मठपती ह.भ.प. गंगुकाका शिरवळकर यांच्या हस्तलिखितावरून श्री. देवडीकरांनी संत तुकारामांचा गाथा प्रकाशित केला आहे. या गाथ्याच्या विनंतीत म्हटले आहे की, या प्रतीत शेवटी अभंगांची वर्णानुक्रम सूची दिली आहे, त्यात ज्या अभंगांचे मूळ सापडणार नाही ते अभंग क्षेपक आहेत असे समजावे. हे विधान करीत असताना त्यांचा पारमार्थिक अधिकार मान्य करूनही त्यांनी गाथ्यातून अभंग वगळण्यासंबंधी आपली भूमिका स्पष्ट केली असती तर बरे झाले असते असे वाटते. ही भूमिका स्पष्ट झाली असती तर ती अनेक अभ्यासकांना पथदर्शक झाली असती.

संशोधनांची शिस्त पाळून संहितेतील अभंग गाळण्याची एक घटना देहू संस्थानने प्रकाशित केलेल्या गाथ्यासंबंधी सांगता येते. संत साहित्याचे उपासक डॉ. सदानंद मोरे आणि प्रा. दिलीप धोंडे हे या आवृत्तीचे संपादक आहेत. या संपादकद्वयांनी छत्रपती शिवराय आणि संत तुकाराम यांच्या संबंधीचे पाच अभंग गाथ्यातून वगळले आहेत. वगळलेल्या अभंगांचे क्रमांकही त्यांनी दिले आहेत. आणि हे अभंग वगळण्यामागची त्यांची भूमिका त्यांनी विषद करून संशोधनाची शिस्त सांभाळली

आहे. त्यांची भूमिका पटो वा न पटो हा भाग भिन्न आहे. त्यांनी वगळलेले अभंग दिले असते तर अभ्यासकांना इतर प्रतींच्या शोधात राहावे लागले नसते.

श्री. पणशीकरांच्या गाथ्यातील प्रस्तावनेवरून (इ.स. १९०४) त्या गाथ्याचे व वै. जोगमहाराज यांच्या गाथ्याचे नाते सूचित झाले आहे. म्हणून या उभय गाथ्यांसंबंधी थोडी चर्चा केली.

संपादित केलेल्या गाथ्यातून विविध कारणांनी काही अभंग वगळणे तसेच काही अभंगांची भर घालणे, ही दोन्ही कामे संहितेच्या प्रगतीशीच निगडित आहेत. या चर्चाविषयाची तोंडओळख मी पंडित गाथा आणि पडवळ गाथा यांच्या लेखातून करून दिली आहे, याची आठवण अभ्यासकांना करून देतो आणि हा विषय थांबवितो.

अभंग नसणे

अशा प्रकारे वै. जोग महाराजांच्या गाथ्याचा अभ्यास करीत असताना आणखी एक प्रश्न समोर आला. तो अभ्यासकांना सांगतो आणि हा लेख संपवितो. हा प्रश्न म्हणजे "आम्हांपाशी सरे एक शुद्ध भाव" हा अभंग श्री. जोगांच्या सार्थ गाथ्यात आढळत नाही. पण इ.स. १९०१ सालच्या जोग-गुळवे गाथ्यात उपदेशपर अभंगात (३५३८) तो आढळतो. इ.स. १९०१ च्या गाथ्यात अभंग असणे आणि इ.स. १९०९ च्या गाथ्यात तो नसणे यात माझ्या मते अनवधान एवढेच कारण असावे. तसेच "हे तो टाळाटाळी" हा अभंग श्री जोगपूर्व गाथ्यातून आणि नंतरच्याही गाथ्यातून तो दिसतो. पण श्री जोगांच्या स्वीकृत संहितेत आणि क्षेपक विभागात तो दिसत नाही. याला समाधानकारक कारणमीमांसा मात्र सांगता येत नाही.

वै. जोग संपादित सार्थ गाथ्यात ४१४१ इतकी अभंग संख्या असून दोन अभंग निळोबांचे, चार अभंग रामेश्वर भट्टांचे, निळोबाकृत एक आणि रामेश्वर भट्टकृत एक आरती मिळून संख्या ४१४९ इतकी आहे. क्षेपक अभंग ४०७ आहेत.

संदर्भ

१. वै. जोग महाराज - चरित्र, प्रा. शं.वा. दांडेकर, वारकरी प्रकाशन मंडळ, नागपूर, आ. २ री, शके १९१०

२. पाहा. क्र. १ पृ. ११

३. पाहा. क्र. १ पृ. ४९

४. पाहा क्र. १ पृ. ५०

५. पाहा क्र. १ पृ. ५५-५९

६. तुकारामांची गाथा - संपा. वा.ल. पणशीकर, आ. २ री. सन १९०४, निर्णयसागर छापखाना
७. पाहा क्र. १ पृ. ६०-६८
८. पाहा क्र. १ पृ. १७५-१८५
९. पाहा क्र. १ पृ. ५
१०. पाहा क्र. १ पृ. ६९-७३
११. पाहा क्र. १ पृ. ११८-१२५
१२. श्रीतुकोबारायांचे अभंग, ले. बा. ग. परांजपे १९५०, आ. १ ली पृ. २,४,६
१३. सार्थ श्रीतुकारामाची गाथा, संपादक-अनुवादक - विष्णुबुवा जोग महाराज, प्रस्तावना पृ. १२-१३
१४. पाहा क्र. ६
१५. पाहा क्र. १ पृ. ९६, ५४-५५
१६. तुकारामकृत अभंगांची गाथा, संपा- श्री. विष्णुबुवा जोग व श्री. शंकर गणाप्पा गुळवे, प्रका. त्र्यं. हं. आवटे, १९०१, प्रस्तावना पृ. २-३
१७. पाहा क्र. १२, प्रस्ता. पृ. ४-५
१८. पाहा क्र. १२ पृ.१५-१८
१९. श्रीतुकाराम महाराज यांची गाथा, प्रका. त्र्यं. ह. आवटे इ.स. १९०८, पृष्ठ ६७३
२०. पाहा क्र. ६ पृ. ८४९

९

श्री तुकाराम महाराजांची सांप्रदायिकगाथा

संपादन : ह. भ. प. बाबुराव हरी देवडीकर

ह. भ. प. बाबुराव हरी देवडीकरांनी संपादित केलेला श्री. तुकाराम महाराजांचा गाथा, पंढरपुरातील मान्यवर मठाधिपती ह.भ.प. गंगूकाका शिरवळकर यांच्या हस्तलिखितावर आधारित आहे. या गाथ्याला लिहिलेल्या लहानशा 'विनंती'त त्यांनी म्हटले आहे की, ''श्रीक्षेत्र पंढरपूर येथे प्रल्हादभाऊ बडवे साक्षात्कारी राहत असत. त्यांचे घरी श्री तुकारामबाबांचे अभंगांची वही होती. शिरवळ येथील राहणारे गंगूकाकासाहेब यांनी पंढरपुरी येऊन नामस्मरणाचे अनुष्ठान सात दिवस उपवासी राहून केले, तेव्हां देवांनी प्रल्हादभाऊ बडवे यांचे वंशजांचे स्वप्नी येऊन 'तुमचेकडे असलेली तुकोबारायाचे अभंगांची वही तुम्ही गंगूकाका शिरवळकर हे उपोषित असून अनुष्ठानास बसलेले आहेत, त्यास प्रसाद म्हणून देऊन त्यास भोजन द्यावे' असे सांगितले. त्या स्वप्नाप्रमाणे बडवे यांचे वंशजांनी गंगूकाका यांस स्वप्नातील मजकूर सांगून अभंगांची वही प्रसाद म्हणून दिली आणि त्यास यथाशक्ती भोजन घातले. या गोष्टीस सुमारे ८०/८५ वर्षे झाली. सदर वहीवरून हल्लींची प्रत तपासून छापिली आहे.''

तुकारामांच्या सांप्रदायिक गाथ्यांमध्ये श्री. देवडीकरांच्या गाथ्याला मोठा मान आहे, असे दिसून येते. माझ्या समजुतीनुसार त्याचे एक कारण असे असावे की, तुकारामांच्या वंशजांनी म्हणजे महाराजांचे पणतू महादेव आवाजी गोसावी यांनी देहूहून पंढरीस वास्तव्यास येताना आणलेला हा गाथा आहे. पंढरपुरी वास्तव्याला आल्यावर गाथ्याची ही प्रत पंढरपूरचे साक्षात्कारी संत प्रल्हाद महाराज यांच्या वंशजांकडे होती आणि प्रत्यक्ष देवाच्या म्हणजे श्री विठ्ठलाच्या स्वप्नदृष्टांतानुसार, प्रल्हाद

महाराजांच्या वंशजांकडून प्रसाद म्हणून ही हस्तलिखित प्रत श्री. गंगूकाका शिरवळकरांना मिळाली. असा हा प्रतीच्या हस्तांतराचा इतिहास आहे. आणि त्यामुळे देव भक्तांच्या त्रिवेणी-संगमामुळे या प्रतीला श्रद्धेची जोड मिळाली असावी. हा श्रद्धेचा निकष असला तरी याहून भिन्न काही प्रत्यक्ष आधार सांगता येतात. अनेक फडकरी, संतसाहित्याचे अभ्यासक, वेदांताचे खंदे अधिकारी इत्यादींनी तुकारामांचे गाथे संपादून प्रकाशित केले आहेत. या अधिकारी अभ्यासकांनी ह.भ.प. गंगूकाकांचा गाथा आधारासाठी घेतलेला आहे श्री. माधव कृष्ण देशमुख आणि श्री. शंकर वामन दांडेकर यांनी तुकाराम महाराजांची गाथा' संपादित केली आहे. या गाथ्याच्या प्रस्तावनेत ते सांगतात.[२]

१) ''आम्ही मुळात ह. भ. प. गंगूकाकांचे पोथीचेच पाठ बहुतेक घेतले आहेत.'' ह.भ.प. गंगूकाकांची पोथी प्रमाण मानून क्षेपक अभंगांचा भाग तयार केला आहे.

२) त्र्यंबक हरी आवटे यांनी छापलेल्या गाथ्याच्या दर्शनी पृष्ठावर म्हटले आहे. 'ब्रह्मीभूत नाना महाराज साखरे व हरिभक्त बाबूराव हरी देवडीकर यांची हस्तलिखितें व पाठ यांवरून दुरुस्त करून ही गाथा तयार केली. (इ.स. १९२७)

३) ह.भ.प. शंकर महाराज खंदारकर हे पक्के वेदांती. त्यांनी 'श्री तुकाराम महाराज गाथा भाष्य''[४] या नावाने तुकारामांचा गाथा दोन भागात प्रकाशित केला (इ.स. १९६५) ते म्हणतात. ''... आणि ही संगती देवडीकर संपादित गाथा म्हणून जी प्रसिद्ध आहे त्यात विशेषत्वाने दिसून येते, म्हणून मी त्याच संहितेप्रमाणे भाष्य लिहिले आहे.'' (प्रस्ता. पृ. ३४)

४) ऐश्वर्याची वचनाक्षरे[५] या नावाने श्री संत तुकाराम महाराज गाथा ह.भ.प. बाबा महाराज सातारकरांनी संपादित करून प्रकाशित केला. (इ.स.१९९८) या गाथ्याच्या प्रस्तावनेत ते सांगतात. ''हा गाथा देवडीकर व इतर सांप्रदायिक गाथ्यांच्या आधारेच तयार केला आहे.'' (प्रकाशकीय पृ. १८)

या धावत्या आधारांच्या आधारानेही या गाथ्यासंबंधीची लोकमानसातील लोकप्रियता, अभ्यासकांची ओढ आणि वारकरी संप्रदायातील प्रामाण्यता दिसून यायला हरकत नाही. एवढा सुंदर ग्रंथ संपादित करणारे आणि संपादनास साहाय्यक होणारे श्री. देवडीकर व गंगूकाका यांचे थोडे चरित्र माहिती असणे आवश्यक आहे.

ह. भ. प. गंगूकाका शिरवळकर

वारकरी संप्रदायातील एक कर्तबगार व्यक्तिमत्त्व म्हणून त्यांची ओळख आहे. हे पंढरपुरातील मठपती होते. चंद्रभागेच्या काठावर कासार घाटाजवळ त्यांचा वाडा आहे.

नीरा नदीच्या काठी शिरवळ नावाचे गाव आहे. तिथे बाळाजीपंत नामक सदाचार संपन्न ऋग्वेदी ब्राह्मण राहत होते. प्रल्हादपंत क्षीरसागर हे त्यांच्या मूळ पुरुषाचे नाव होय. जनाबाई हे बाळाजीपंतांच्या पत्नीचे नाव. बरेच दिवस या दांपत्यास मूल झाले नाही, म्हणून ते दु:खी होते. एकदा एक संन्यासी त्यांच्या घरी आले आणि त्यांच्या आशीर्वादाने या दांपत्यास पुत्रप्राप्ती झाली. त्यात चार मुले व चार मुली होत्या. गंगूकाका हे सर्वात लहान होत.

बालपणापासून गंगूकाका विरक्त होते. त्यांचा भजनकीर्तनाकडे ओढा होता. बालपणीच त्यांचे एक कीर्तन भोरच्या राजवाड्यात झाले. ते कीर्तन ऐकून राजांनी त्यांचा सत्कार करण्याचे ठरविले होते. ही गोष्ट समजल्यावर गंगूकाका कोणाला न सांगताच पंढरपुरी राहायला आले.

गंगूकाकांच्या आईवडिलांनी गंगूकाकांच्या मनात नसताना त्यांचा विवाह केला. यशोदाबाई हे त्यांच्या पत्नीचे नाव होय. गंगूकाकांचे मन संसारात रमावे म्हणून त्यांच्या आईवडिलांनी खूप प्रयत्न केले. गंगूकाकांना घेऊन ते नरसोबाच्या वाडीला आले. तिथून ते मच्छिंदरगडला गेले. या ठिकाणी असताना काकांनी महाभारत, भागवत पुराण, वेद, उपनिषदे यांचा अभ्यास केला. तिथेच गायत्री पुरश्चरणही केले. नंतर काका पुन: पंढरपुरी आले. तिथे त्यांनी कीर्तन, भजन इ. मार्गांनी प्रबोधनाची पराकाष्ठा केली. ते संसारी होते पण त्यांची वृत्ती विरागी होती. अखरे इ.स. १८७० साली कार्तिक शुद्ध पंचमीला त्यांनी आपला देह सोडला. त्यांचा समाधी उत्सव आश्विनशुद्ध दशमीपासून कार्तिकीवारीपर्यंत साजरा होतो. ह.भ.प. धोंडोपंत दादा अत्रे, ह.भ.प. देवडीकर ही प्रख्यात मंडळी त्यांच्या शिष्यवर्गात होती.

वारकरी संप्रदायात गंगूकाकांना मोठा मान होता. आषाढी वारीच्या वेळी श्री ज्ञानदेवांच्या पालखीपुढे क्र.१३ ला त्यांची दिंडी असते. पालखीचा मुक्काम बाल्हेगावी असताना ज्येष्ठ वद्य १४ ला माऊलीपुढे कीर्तन करण्याचा आणि फलटणला जागराचा त्यांचा मान होता. कार्तिक वद्य १० ला आळंदीला श्री ज्ञानदेवांच्या मंडपात त्यांचे कीर्तन होत असे.

नामस्मरणात रमणारे डोळस मठपती म्हणून त्यांचे वर्णन केले तर ते चुकीचे ठरणार नाही. पंडितद्वयांनी ज्या चार हस्तलिखितांच्या आधारे तुकारामांच्या गाथा संपादित केला, त्यातले एक हस्तलिखित गंगूकाकाचे होते. पण हे हस्तलिखित

अर्वाचीन असल्याचे मत पंडितांनी त्यांच्या प्रस्तावनेत नमूद केले आहे. वास्तविक हे हस्तलिखित प्रल्हाद महाराज बडव्यांच्या वंशजांकडून प्रसाद म्हणून त्यांना मिळाले तेव्हा त्यांनी ते तत्कालीन मठपतींच्या नजरेखालून घातले होते. हा डोळसपणाचा भाग असावा. ही प्रत अर्वाचीन असल्याचे मत देताना पंडितांनी त्याची कारणमीमांसा मात्र केली नाही. उलट ह.भ.प. देवडीकरांनी तर यातील क्षेपकांचा विचार केला आणि या गाथ्यात न आढळणारे अभंग क्षेपक म्हणून सांगितले. त्यांनी क्षेपक म्हणून सांगितलेले अभंग पंडितांच्या या गाथ्यात आढळतात. मग अर्वाचीन गाथा कोणता असा प्रश्न निर्माण होतो. शिवाय हा गाथा तुकारामांच्या वंशजांकडून गंगूकाकांना मिळाला होता, हे विसरून चालणार नाही.

वै. बाबूराव हरी देवडीकर

वै. बाबूराव हरी देवडीकर यांचे पूर्वज नरसोपंत क्षीरसागर. हे मूळचे सातारा जिल्ह्यातील वाळवे अष्टे गावचे. नंतर ते देवडीला आले. बाबूरावांच्या आजोबांचे नाव बाळाजीपंत. हे विद्वान शास्त्री होते. त्यांना हरी व रावजी अशी दोन मुले होती. बाळाजीपंतांच्या घरात विठ्ठलाची वारी होती. ते दरवर्षी पंढरपुरी विठ्ठल मंदिरात भागवत पुराण सांगत असत. हरीबुवांच्या पत्नीचे नाव कोंडुजीजी तथा अंबाबाई असे होते. हेच बाबूरावांचे आईवडील होत. शके १७६० मध्ये मार्गशीर्ष शु. नवमीस बाबूरावांचा जन्म झाला. बाबूराव जन्मांध होते. त्यांची स्मरणशक्ती विलक्षण होती. ते जणू एकपाठी होते. त्यांच्या आजोबांनी बालपणीच त्यांच्याकडून अथर्वशीर्ष, विष्णुसहस्त्रनाम, गीता पाठ करून घेतली.

बाळाजीपंत प्रत्येक चातुर्मासात बाबूरावांना पंढरपुरी नेत असत. तिथेच बाबूरावांना भजनाची गोडी लागली. त्यांचा गळाही गोड होता. पंढरपुरातील संत गंगूकाका शिरवळकर यांच्याकडे ते भजनास जाऊ लागले. यातूनच बाबूरावांना गंगूकाकांचे प्रेम मिळाले, आणि ते गंगूकाकांचे शिष्य झाले. गंगूकाका पट्टीचे कीर्तनकार होते. त्यांच्या कीर्तनात बाबूराव अभंगाचे ध्रुवपद गात असत, आणि अभंगही म्हणत असत. बाबूरावांचे आजोबा वारल्यावर हरिभाऊंनी मुलाचा ओढा व अधिकार पाहून त्यांची पंढरीत राहण्याची व्यवस्था केली. या मुक्कामात त्यांनी संतसाहित्याचा अभ्यास केला. संत तुकारामांचे अभंग पाठ केले. कोणत्याही अभंगातील कोणताही चरण विचारला असता ते संपूर्ण अभंग म्हणून दाखवीत असत.

चातुर्मासातील पंढरीचा मुक्काम संपला म्हणजे ते आळंदीला ज्ञानदेवांच्या समाधी सोहळ्याला पायी जात असत. तिथून देहूला जात, तुकारामांचे दर्शन घेत आणि नंतर देवडीला जात. त्र्यंबकेश्वर, पैठण या त्यांच्या वाऱ्या कधी चुकल्या नाहीत.

शके १७९४ मध्ये बाबूरावांचे वडील निवर्तले. त्यानंतर आईच्या आग्रहाखातर त्यांनी श्रीधरपंत गंभीरे यांच्या यमुनाबाई नामक मुलीशी लग्न केले. त्यांना कृष्णाजी नामक मुलगा व सुभद्रा नामक मुलगी अशी दोन अपत्ये होती. पुढे १९०० साली यमुनाबाई वारल्यावर त्यांनी कायमच पंढरपुरी वास्तव्य केले.

बाबुराव आता थकले होते. आयुष्यभर कीर्तन, प्रवचनांच्या द्वारे त्यांनी गीतार्थाने विश्व भरले, आणि वारकरी संप्रदाय वाढविला. त्यांची वाणी रसाळ होती. जन्मभर अंधत्व सांभाळून त्यांनी केलेले प्रबोधनाचे काम मोठे आहे. इ.स. १९२४ च्या आषाढ महिन्यात फलटण मुक्कामी असताना, भर पावसात कीर्तनातील जागरणाचा मान त्यांनी उरकला. पण तब्येत बिघडली. औषधोपचारासाठी त्यांना पंढरपुरी आणले. पण त्यांची शुद्ध हरपली होती. अशा स्थितीत त्यांना गंगूकाकांच्या वाड्यात आणून त्यांचा देह काकांच्या पायऱ्याशेजारी ठेवला. गुरू सान्निध्यात त्यांनी देह सोडला. विष्णुपदावर गुरूच्या समाधी शेजारी त्यांची समाधी बांधली आहे.

कीर्तन-प्रवचनांच्या माध्यमातून वारकरी संप्रदायाचा प्रसार हे जसे त्यांनी मोठे काम केले, तसेच तुकारामांच्या गाथा संपादनाचे एक अलौकिक काम त्यांच्या हातून झाले. या गाथ्याच्या 'विनंती' मध्ये त्यांनी हा गाथा छापण्यामागची भूमिका, गाथ्यातील अभंगाचा क्रम, क्षेपक अभंग, कान्होबा, निळोबा, रामेश्वर भट यांचे अभंग इ. बाबींचा स्वच्छ खुलासा केलेला आहे. याशिवाय श्री. देवडीकरांनी तुकाराम गाथ्यातील १३९ विषय निवडून 'श्रीगाथा वेचे' या नावाचे पुस्तक तसेच कीर्तन मालिकेचे दोन भाग प्रसिद्ध केले. त्यात २५ कीर्तनांचा समावेश आहे. 'पंढरीचा वारकरी' या नावाचे त्यांचे एक स्वतंत्र पुस्तकही आहे. त्यांचा गाथा सोडून त्यांच्या नावावर असलेले इतर वाङ्मय मात्र, मला पाहायला मिळालेले नाही.

संपादकीय धोरण

स्फुट अभंगांच्या संहिता ग्रंथावर संपादकांचे हात फिरले तर ती संहिता एकरसी व्हायला खूप मदत होते. यासाठी कधी कधी संहितेचा अर्थ देणे, अभंगांच्या स्पष्टीकरणासाठी अर्थबोधक टीपा देणे, अभंगात आलेल्या विषयानुसार त्या त्या अर्थाचे अभंग मतभेदांच्या शक्यता गृहित धरूनही जवळ करणे, संहिता निर्मळ करण्यासाठी क्षेपकांचा, दुबार अभंगांचा विचार करणे यासारखी वाङ्मयीन महत्त्वाची कामे संपादकांना करावी लागतात. नेटका ग्रंथ तयार व्हावा, जो आकलनास सुलभ व्हावा हा त्यामागचा हेतू असतो. संत साहित्यातील अशा स्वरूपाचे ग्रंथ अनेक अभ्यासकांनी पूर्वी प्रकाशित केले आहेत. पण जसजसे दिवस जातात तसतसे निरनिराळे निकष पुढे येतात. नवीन साधने उपलब्ध होतात. या निकषांना नवोपलब्ध साधनांना

सामावून घेणे ही नंतरच्या संपादकांची जबाबदारी ठरते. श्री. देवडीकरांच्या गाथ्याचा अभ्यास करीत असताना जे थोडेफार प्रश्न समोर आले. ते अभ्यासकांसमोर मांडण्याचा अल्पसा प्रयत्न करीत आहे.

देवडीकर गाथा आणि सरकारी गाथा

देवडीकर गाथ्यांत ४०९२ अभंग आहेत. आणि सरकारी गाथ्यांत ४५२९ अभंग आहेत. सरकारी गाथ्यांतील ४५२९ अभंगाचा तपशील, त्या गाथ्याचे संपादक श्री. पु. मं. लाड यांनी आपल्या प्रस्तावनेच्या अखेरच्या भागात (परिच्छेद २८) दिला आहे. यावरून असे दिसते की, ४३७ अभंग सरकारी गाथ्यात अधिक आहेत. ही अधिक अभंगांची संख्या कळली तरी अभंग कोणते हे त्यावरून कळत नाही. त्यासाठी प्रत्यक्ष पाहणी करून जे अभंग सरकारी गाथ्यात अधिक आहेत आणि देवडीकर गाथ्यात नाहीत त्याची नोंद इथे केली आहे. यापूर्वी अशी नोंद कोणी केली असल्याचे पाहण्यात नाही. हे काम खूप कष्टाचे आणि दीर्घकाळाचे असल्यामुळे झाले नसावे. पण कोणीतरी हे करणे अत्यावश्यक आहे. त्यामुळे पुढच्या पिढ्यांच्या अभ्यासकांची सोय होणार आहे.

देवडीकर गाथ्याच्या प्रस्तावनेत म्हटले आहे की, ''या प्रतीत शेवटी अभंगांची वर्णानुक्रम सूची दिली आहे. त्यांत ज्या अभंगांचे मूळ सापडणार नाही ते अभंग क्षेपक आहेत असे समजावे.'' सरकारी गाथ्यात जे अभंग अधिक आहेत त्यातील क्षेपक अभंग कोणते हे देवडीकर गाथ्यातील विधानावरून निश्चित करणे सोपे होते. तसेच जोग गाथ्यात[१] (इ.स.१९०९) अखेरीला जे क्षेपक अभंग म्हणून स्वतंत्र छापले आहेत, त्यांची संख्या ४०७ इतकी आहे, त्याही अभंगांचा मेळ घालणे इथे सोपे होईल.

श्री. देवडीकरांचा गाथा ह.भ.प. गंगूकाकांच्या हस्तलिखितावरून छापला आहे. सरकारी गाथा छापताना ज्या चार हस्तलिखितांचा आधार घेतला त्यात श्री. गंगूकाकांचा एक गाथा आहे. म्हणून क्षेपकांचा विचार करताना सरकारी गाथ्याचा आधार घेतला.

पुढे अभंगांचे प्रथम चरण अकारविल्हे दिलेले आहेत. हे चरण सरकारी गाथ्यातील म्हणजे कै. पु. मं. लाड यांनी संपादित केलेल्या गाथ्यातील आहेत. प्रथम चरणापुढे पहिल्या रकान्यात जे क्रमांक दिले आहेत ते क्रमांक सरकारी गाथ्याचे समजावे. श्री. देवडीकरांच्या गाथ्यात हे अभंग मिळत नाहीत. त्यांना प्रस्तावनेत दिलेल्या सूचनेप्रमाणे हे अभंग क्षेपक मानायला हरकत नाही.

पुढील तक्त्यांतील क्षेपक अभंगापैकी काही अभंगांचा तपशील खाली दिल्याप्रमाणे वाचावा.

१. तुकया बंधू : क्र.१९, २९, ३१, ३६, ४१, ८९, ९९, ११२, १४५, १८४, १८८, १९५, २१७, २४२, २५८, २६१, २७१, २७९, २८०, २९३, ३११, ३२३, ३३०, ३७०, ३७८, ३८०, ३८७, ३९१, ४११, ४६४, ४७७

२. बंधु तुकयाचा : ६५

३. कान्हा म्हणे : २२३, ३२४, ४५०

४. तुकयाचा बांधव : २३३

देवडीकर गाथ्यातील क्षेपक अभंग

		सरकारी प्रत	देहूप्रत पंढरपूर	ग.कृ. प्रत	जोग प्रत
	अं अ				
१.	अंगी ज्वर तया	३०५	×	९६२	×
२.	अंधळें ते सांगे	३८०५	×	४४२२	×
३.	अखंड कर्मा कर्मप्रकाशक	६७४	×	×	×
४.	अखंड क्षीराब्धी भरिते	६७२	×	×	×
५.	अगा पंढरीच्या राया	४४४७	×	×	×
६.	अगा ये मधुसूदना	४४२३	×	×	×
७.	अग्निकुंडामाजी घातला	३०९४	×	१८८२	×
८.	अतित्याई देता जीव	४४६३	×	×	×
९.	अनंतजन्में जरी केल्या	३३५१	×	४४५७	×
१०.	अनंत जुगाचा देव्हारा	४६६	×	७४६	×
११.	अनंत लक्षणे वाणितां	४१०८	×	४१९३	×
१२.	अनाथाचा नाथ	४३४७	×	×	×
१३.	अनाथाचा सखा	४४९४	×	×	×
१४.	अपराध जाले जरी	४४१६	×	×	×
१५.	अरे कृष्णा आम्ही	४२३३	×	६००	×
१६.	अरे कृष्णा तुवा	४२३४	×	६०१	×
१७.	अर्थेविण पाठांतर	४२१२	×	४३०६	×

१८.	अवघाच अन्यायी	३२६९	×	×	×
१९.	अवघी तुज बाळे	३००१	१९६२	२००७	३६३१
२०.	अवघ्या कोल्ह्यांचे वर्म	४४५५	×	×	×
२१.	अवतार नामभेद	१५८०	×	८६८	×
२२.	असो आता काही	२९९०	×	१९९६	३६२०
२३.	अज्ञान हा देह	४३५५	×	४४२४	×
	आ				
२४.	आकारवंत मूर्ति	३३८८	×	४४५९	×
२५.	आणिक कोणापुढे वासू	४३३४	×	४४११	×
२६.	आतां आम्हा भय नाही	४१५३	४०३५	४२४१	×
२७.	आतां आम्हां हे चि काम	४१६८	×	×	×
२८.	आतां एक योग	१८८९	×	×	×
२९.	आतां कळों आले	३००५	१९६६	२०११	३६२५
३०.	आता काय खावें	३८८१	×	३९५५	२९९५
३१.	आता चुकले देशावर	३०२३	१९८४	२०२९	३६५३
३२.	आतां तरी माझी	४२८४	×	४३७१	अभंग नाही
३३.	आतां तुज मज	४०१८	×	४०९७	×
३४.	आतां तूं तयास	१९८४	३४२३	३४८९	३४९५
३५.	आतां धरितो पदरीं	३८३२	×	×	अभंग नाही
३६.	आतां न राहे	३०१४	१९७५	२०२०	३६४४
३७.	आतां नेम जाला	२२२८	×	×	×
३८.	आतां पोरा काय खासी	५६९	१०५७	१०८३	३४८६
३९.	आतां बरें जालें	४१८४	×	४२७६	×
४०.	आतां मोकलावें नव्हे	४४१४	×	×	×
४१.	आतां हे न सुटे	३०१७	१९७८	२०२३	३६४७
४२.	आतां हे विनवणी	१८९०	×	×	×
४३.	आधीं कां मज	४४१७	×	×	×
४४.	आधीं देह पाहता	४०२८	×	४१०६	×
४५.	आनंदाचा कंद	४३३७	×	४४१२	×
४६.	आपटा संबढ़ड	४४६९	×	×	अभंग नाही
४७.	आपुलिया ऐसें करी	४४५२	×	×	×

४८.	आपुली बुटबुट घ्यावी	४१२२	×	४२०८	×
४९.	आपुले वरदळ नेदा	४३९५	×	×	अभंग नाही
५०.	आपुल्या पोटासाठी	४११४	×	४२००	×
५१.	आमुचें दंडवत	४२७०	×	४२७०	×
५२.	आम्हां हें सकळ	४०९७	×	×	अभंग नाही
५३.	आम्हां हेंचि काम	३९६७	×	४०४२	×
५४.	आम्ही जातों आपुल्या	४४७१	×	४४८०	×
५५.	आम्ही जालों गावगुंड	४३५	×	४४८७	×
५६.	आम्ही भाग्याचे भाग्याचे	२९५५	×	२२३८	×
५७.	आम्ही रामाचे राऊत	४२९८	×	४३८९	×
५८.	आम्ही हरिचे हरिचे	३९८६	×	४४६५	×
५९.	आयुष्य वेचूनि कुटुंब	४१०७	×	४१९३	×
६०.	आलिया संसारी	४३०९	×	४३९१	×
६१.	आले सुरवर नानापक्षी	४३८७	×	×	×
६२.	आसावलें मन	४४८७	×	×	अभंग नाही
	उ				
६३.	उच्चारूं यासाठी	३५६९	×	×	×
६४.	उदार कृपाळ पतितपावना	४४०२	×	×	×
६५.	उदार कृपाळ सांगसी	३३६२	×	४४५५	×
६६.	उधानु काटीवरि चोपडुची	४३६२	×	×	×
६७.	उपजला प्राणी न राहे	४३५१	×	×	×
६८.	उभय भाग्यवंत	४४७४	×	×	×
६९.	उमा रमा एकी सरी	४२०५	×	४३००	×
	ए				
७०.	एक आतां तुम्ही करा	३५५९	×	×	अभंग नाही
७१.	एक ते गाढव	४२२०	×	४३१५	×
७२.	एक प्रेमगुज ऐकें	६७८	×	×	×
७३.	एकमेकीं घेती थडका	४३८८	×	×	×
७४.	एक म्हणती कृष्णा	४२४१	×	६०८	×
७५.	एक म्हणती मुखव:सी	४२४०	×	६०७	×

७६.	एकली वना चालली	४४००	×	×	×
७७.	एक वेळ तरी जाईन	४२०३	×	४२९८	×
	ऐ				
७८.	ऐक पांडुरंगा एक मात	६५६	८२३	८४५	४१०९
७९.	ऐ हैं सुख	१९८८	×	३४९३	३४९९
८०.	ऐसा मी अपार	४२४३	×	४३२७	×
८१.	ऐसा सर्व भाव तुज	४२९४	×	४३८१	×
८२.	ऐसी माझी वाणी	१८८७	×	×	×
८३.	ऐसें काय उणे	४२७४	×	४३६१	×
८४.	ॐ तत्सदिती सूत्राचे	४५०३	×	×	अभंग नाही
	ओ				
८५.	ओले मातीचा भरवसा	४०३१	×	४१०९	×
८६.	ओवाळूं आरती पंढरीराया	५०७	×	८७१	×
	क				
८७.	कइंचे कारण	३७४१	×	×	अभंग नाही
८८.	कटावरी कर कासया	४४१३	×	×	अभंग नाही
८९.	कनवाळ कृपाळ	३००४	३००४	२०१०	×
९०.	करणें न करणें	३७४०	३७२९	३८११	अभंग नाही
९१.	करितां विचार अवघें	१९८२	३४२१	३४८७	३४९३
९२.	करूनि उचित खेळें	३३३२	३२२	३३३२	अभंग नाही
९३.	करोनि स्नानविधि	४४२९	×	×	×
९४.	कलयुगामाजी थोर जाले	४१२१	×	४२०७	×
९५.	कवण दिस येईल कैसा	४३४४	×	×	×
९६.	कळे परि न सुटे गांठी	४०४४	×	४१००	×
	का				
९७.	कां रे दाटोन होता	४३९७	×	×	×
९८.	कां रे पुंडया	४४०४	×	×	×
९९.	कांहीं विपत्ती अपत्यां	३०११	१९७२	२०१७	३६४१
१००.	काम क्रोध अहंकार	३०२५	×	२०३३	२१९९

१०१.	काम क्रोध आड पडले	४४२१	×	×	×
१०२.	कामिनीसी जैसा आवडे	४५०२	×	×	×
१०३.	काय करूं आता	१९८५	×	३४९०	३४९६
१०४.	काय तुझी थोरी	२५५०	×	२३१४	×
१०५.	काय नेणों होता दावेदार	५६७	१०५५	१०८१	३४८४
१०६.	काय पाहतोसि कृपेच्या	४४४०	×	×	×
१०७.	काय फार जरी जालो	४०८५	×	४१६९	×
१०८.	काय बा करीशी	४३३२	×	४४०९	×
१०९.	काय मागें आम्ही	४२६६	×	×	×
११०.	काय या संतांचे मानूं	१७८	×	×	अभंग नाही
१११.	काय वांचोनियां जालो	३८२८	×	३९०२	अभंग नाही
११२.	काय सांगो हृषीकेशा	३००६	१९६७	२०१२	३६३६
११३.	काशीयात्रा पांच	४४२७	×	×	×
११४.	कासयासि व्यर्थ घातले	४४३२	×	×	×
	कि				
११५.	किडा अन्नाचे माणुस	४३४९	×	×	×
११६.	किती उपदेश करावा	४२८०	×	४३६७	अभंग नाही
११७.	किती एका दिवशीं	४१८३	×	४२७५	×
११८.	किती लाजिरवाणा	३९७९	×	×	×
११९.	कीर्तनाचा विकरा	४४१०	×	×	×
१२०.	कुरंगीपाडस चुकलेंले	४३८२	×	×	×
१२१.	कृपा करावी भगवंते	५१७	×	×	×
१२२.	कैसी करूं तुझी सेवा	४४२४	×	×	×
१२३.	कोटिजन्म पुण्यसाधन	४३५०	×	×	×
१२४.	कोठे गुंतलासी योगियांच्या	४०००	×	४०८०	×
१२५.	कोण तो उपाय	४४३६	×	×	×
१२६.	कोणा एकाचिया पोरें	४२७७	×	४३६४	अभंग नाही
१२७.	कोणा ही फेंडावे	४०७८	×	४१६२	×
१२८.	कोणी निंदा कोणी वंदा	४३११	×	४३९३	×
१२९.	कोपोनियां पिता बोले	३०९५	×	१८८३	×
१३०.	कोरडिया गोष्टी नावडती	४४५७	×	×	×

	ग				
१३१.	गणेश सारजा करिती	४४५८	×	×	×
१३२.	गरुडावरि बैसोनि येतो	४०७२	×	४१५६	×
१३३.	गव्हांच्या घुगऱ्या	४४५१	×	×	×
१३४.	गव्हाराचें ज्ञान अवघा	४२२३	×	४३१८	×
१३५.	गाबाळाचे ग्रंथीं कां रे	४०१५	×	४०९३	×
१३६.	गावलोकिकांही लावियेले	४१७७	×	४२६७	×
१३७.	गुरुचिया मुखें होईल	४४०७	×	×	×
१३८.	गुरु पादाग्रींचे जळ	३१०५	×	×	×
१३९.	गुळ सांडुनि गोडी घ्यावी	४२६९	×	४३५६	×
१४०.	गोणी आली घरा	५६८	१०५६	१०८२	३४८५
१४१.	गोपाळ प्रीतीनें कैसे	४२३७	×	६०४	×
१४२.	गोपाळांचें कैसें केलें	४२४२	×	६०९	×
१४३.	ग्रासोग्रासीं भाव	४५०१	×	×	×
	च				
१४४.	चरणीं नमन	४३४०	×	×	×
१४५.	चरफडें चरफड	२९९१	१९५२	१९९७	३६२१
१४६.	चला आळंदील जाऊं	४३३९	×	×	×
१४७.	चला वळूं गाई	४३८९	×	×	×
१४८.	चहुंकडूनियां येती	४२३५	×	६०४	×
१४९.	चाल माझ्या राघो	४६४	×	×	×
१५०.	चित्त गुंतलें प्रपंचे	४१८२	×	४२७४	×
	छ				
१५१.	छळी विष्णुदासा कोणी	३०३	×	९६०	×
	ज				
१५२.	जगीं ऐसा बाप व्हावा	३०७६	×	×	×
१५३.	जनाचिया मना जावे	४३१८	×	४३९६	×
१५४.	जन्मा आलिया गेलिया	४६५	×	×	×
१५५.	जन्मोजन्मींची संगत	४०८३	×	४१६७	×

१५६.	जन्मोजन्मीं दास	४०६७	×	४१५०	अभंग नाही
१५७.	जयजय म्हणा राम	४४८३	×	×	×
१५८.	जरि न भरे पोट	३९५४	×	४०२९	×
१५९.	जरी तुझा मज नसता	४२९०	×	४३५० दुबार ४७७	×
१६०.	जळो जळो तें गुरुपण	४४४६	×	×	×
१६१.	जागा घरटी फिरे	४१४६	×	४२३५	×
१६२.	जाता पंढरीच्या मागें	४०८६	×	४१७०	×
१६३.	जातीचा ब्राह्मण	३९६५	×	४०४०	×
१६४.	जालासि पंडित	४३९२	×	×	अभंग नाही
१६५.	जाली गाढवी दुधाळ	४४२६	×	×	×
१६६.	जालों आतां दास	४११६	×	×	अभंग नाही
१६७.	जिकडे पाहें तिकडे उभा	४४६८	×	×	२४७१
१६८.	जीवशिवाच्या मांडूनि	१७१	×	×	×
१६९.	जुनाट हें धन	४३७६	×	४४८५	×
१७०.	जे जे आळी केली	३८९०	×	३९६४	२५०५
१७१.	जेणें तुझी फास	४१११	×	४११६	×
१७२.	जो का निर्गुण निराकार	४३७५	×	४४८४	×
१७३.	ज्या जैसी आवडी	४३८६	×	×	×
१७४.	ज्याचे जैसें भावी मन	४४७३	×	×	×
१७५.	ज्यासी नावडे एकादशी	२८९१	×	२१७१	×
१७६.	ज्यासी विषयाचें ध्यान	२९६९	×	२२५२	×
	झ				
१७७.	झांकूनिया नेत्र काय	३९०६	×	३९८१	अभंग नाही
	ट				
१७८.	टिळा टोपी माळा	७८८	×	×	अभंग नाही
	ठ				
१७९.	ठाव देऊनियां राखे	४१५२	×	×	×
	ड				
१८०.	डळमळिला मेरू आणि	३०९६	×	१८८४	×

१८१.	डिवेना डसेना बुजेना	४३४२	×	×	×
१८२.	डोळियांचे दैव आजि	४४५९	×	×	×
	त				
१८३.	तपाचे सायास	२८५१	×	×	अभंग नाही
१८४.	तिहीं ताळी हेचि हाक	३०१८	१९७९	२०२४	३६४८
१८५.	तीर्थे फळती काळें	४२७२	×	४३५९	×
१८६.	तुका उतरला तुकीं	१६०७	×	१९९०	×
१८७.	तुज केलिया नव्हे	४२९३	×	४३८०	×
१८८.	तुज ते सवे आहे ठावें	३०१५	१९७६	२०२१	३६४५
१८९.	तुज मज ऐसी परी	३९९९	×	×	×
१९०.	तुज वांचून कोणा शरण	४४४४	×	×	×
१९१.	तुजविण चाड	४२९१	×	४३७८	×
१९२.	तुजवीण तीळभरी	४४२०	×	×	×
१९३.	तुझा म्हणविलों दास	४२६५	×	४३५१	×
१९४.	तुझिया नामाचा विसर	४००४	×	४०८४	×
१९५.	तुझिया पाळणा	३८७२	×	३९४५	अभंग नाही
१९६.	तुझी कीर्ती सांगो	४१३१	×	४२१८	×
१९७.	तुझी माझी आहे	४०२३	×	४१०१	×
१९८.	तुझीं वर्मे आम्हां	३०००	१९६१	२००६	३६३०
१९९.	तुझे नाम गाया न	४०१७	×	४०९५	×
२००.	तुझें नाम पंढरिनाथा	४२१६	×	४३११	×
२०१.	तुझे नाम माझे	४४७३	×	×	×
२०२.	तुझे नामें दिनानाथा	४३१२	×	४३९४	×
२०३.	तुझे पाय माझी काशी	४१६३	×	४२५४	×
२०४.	तुझे पाय माझें भाळ	४४७६	×	×	×
२०५.	तुझें प्रेम माझ्या	४०३७	×	४११६	×
२०६.	तुझे म्हणो आम्हां	४४५६	×	×	×
२०७.	तुझें रूप पाहतां	४४६४	×	×	×
२०८.	तुझें वर्म आम्हां	४१३८	×	४२२६	×
२०९.	तुटे मायाजाळ	३११३	×	×	×
२१०.	तुम्हां आम्हांसी दरूषण	३३५०	×	४४५६	×

२११.	तुम्हांपाशी आम्हीं	१८८८	×	×	×
२१२.	तुम्हा सांगतो कलयुग	४०३२	×	४११२	×
२१३.	तुम्ही गोपी बाळा	१७६	×	५९४	×
२१४.	तुम्ही साधुसंत	४४८१	×	×	×
२१५.	तुळसीवृंदावनीं उपजला	४४७८	×	×	×
२१६.	ते काय पवाडे नाहीं	४२३१	×	५९८	×
२१७.	तो चि प्रसंग आला	३०११	११८०	२०२५	३६४१
२१८.	त्रैलोकींचा नाथ	३१०१	×	२०९८	×
	द				
२१९.	दर्दुराचें पिलु म्हणे	३८९२	×	३९६६	×
२२०.	दामाजीपंताची रसद	४३५६	×	×	×
२२१.	दारिद्रानें विप्र पीडिला	४४९३	×	×	×
२२२.	दिवसा व्यापार चावटी	४२०७	×	४३०२	×
२२३.	दुःखे दुभागले	२९८८	११४९	१९९४	३६१८
२२४.	दुर्वासया स्वामी गुंतलो	३०९९	×	२०९६	×
२२५.	दुर्वासें निरोप आणिला	३१०३	×	२०९६	×
२२६.	देव आतां आम्हीं	४४०८	×	×	×
२२७.	देव गावा घ्यावा	४०३४	×	४१२१	×
२२८.	देव जडला जाइना	४१८८	×	४२८२	×
२२९.	देव घरी नाना सोंगें	४०६५	×	४१४८	×
२३०.	देवा ऐसा शिष्य देई	८११	×	×	×
२३१.	देवाचिये पायीं वेचों	३९८७	×	४०६६	×
२३२.	देवाची पूजा हे	३८५४	×	३९२८	अभंग नाही
२३३.	देवा तुज पें माझ्या	३०१२	११७३	२०१८	३६४२
२३४.	देवा बोले आतां बोला	४१९९	×	४२९४	×
२३५.	देवासीं पै भांडो	४४९९	×	×	×
२३६.	देवी आणि दैती सिंधू	३०८९	×	२०९२	×
२३७.	देहबुद्धि वसे	३३९९	३८१	३८१	२५३७
२३८.	देही असोनियां देव	४४८२	×	×	×
२३९.	दो दिवसांचा पाहुणा	४४७५	×	×	×
२४०.	दोष करूनि आम्ही	४०६३	×	४१४४	×

	ध				
२४१.	धडकला अग्नि आह्या	४२३२	×	५९९	×
२४२.	धदिं धदिं तुझ्या	२९९५	१९५६	२००१	अभंग नाही
२४३.	धन्य जालो हो संसारी	४३८३	×	×	×
२४४.	धन्य त्या गौळणी	१७५	×	५९३	×
२४५.	धन्य देहू गांव	७८९	×	१२३६	×
२४६.	धन्या आता काय करू	४३२५	×	४४६६	×
२४७.	धरिल्या देहाचे सार्थक	४००७	×	×	×
२४८.	धरोनियां फरश करीं	४३५८	×	४३५८	×
२४९.	धांवोनियां आलों पहावया	४१७६	४०४७	४२६६	×
२५०.	धिग तो दुर्जन	४०७१	×	४१५५	×
	न				
२५१.	न करवे धंदा	५७१	१०६०	१०८६	३४९०
२५२.	न कळे महिमा	४३६३	×	×	×
२५३.	नको धरूं आस	१९८६	३४२५	३४९१	३४९७
२५४.	नको येऊं लाजे	४३१९	×	×	×
२५५.	नको विद्या ययसा	४४६६	×	×	×
२५६.	न गमे न गमे	३२३७	×	४४५३	×
२५७.	न म्हणे वो आम्ही	४३४६	×	×	×
२५८.	न ये सोमसरी	२९९८	१९५९	२००४	३६२८
२५९.	नरदेह वांयां जाय	४३८०	×	×	×
२६०.	न लगावी दिठी	४०३९	×	४११८	×
२६१.	न लगे चिंता	२९९२	१९५३	१९९८	३६२३
२६२.	नव्हे निष्ठावंत तुज	४४२२	×	×	×
२६३.	नव्हे हें कवित्व	४३९८	×	×	×
२६४.	नागावूनि एकें	१९८३	३४२२	३४८८	३४९४
२६५.	नाम आहे जयापाशीं	४३५९	×	४४१५	×
२६६.	नाम तारक भवसिंधु	४०४१	×	×	×
२६७.	नामधारकासी नाही	३८२७	३८१३	३९०१	×
२६८.	नाम पावन पावन	४४८९	×	×	×
२६९.	नामाचा डांगोरा	४४९७	×	×	×

२७०.	नामाचें सामर्थ्य	३०९२	×	१८८०	×
२७१.	नाहीं घटिका म्हणसी	३००३	१९६४	२००९	३६३३
२७२.	नाहीं रिकामीक	४४९२	×	×	×
२७३.	नाहीं संतांशी शरण	४४९१	×	×	×
२७४.	नाहीं संसाराची चाड	४३९०	×	×	×
२७५.	नाहीं हित ठावे	३८४९	×	३९२१	अभंग नाही
२७६.	निंदक तो परउपकारी	४२०९	×	४३०३	×
२७७.	निजसेजेची अंतुरी	३९९१	×	४०७०	×
२७८.	निजो नेदी सकाळ वेळी	३२८७	१०५९	१०८५	३४८९
२७९.	निनांव हें तुला	३००२	१९६३	२००८	३६३२
२८०.	निसुर संसार करून	३००९	१९७०	२०१५	३६३९
२८१.	नीट पाट करूनि थाट	४६३	×	४३८७	×
२८२.	नीत सांडोनि अवनीत	४३१४	×	×	×
	प				
२८३.	पंचाग्निसाधन करूं	४४१९	×	×	×
२८४.	पंढरपुरीचे दैवत भजावे	४२७८	×	४३६५	×
२८५.	पंढरीचा वारकरी	४३८४	×	×	×
२८६.	पंढरीची वारी	४४८८	×	×	×
२८७.	पंढरी चोहटा	१९५	×	५७७	×
२८८.	पंढरी पावन जाले	४४११	×	×	×
२८९.	पंढरीस जाऊं म्हणती	४३५२	×	×	×
२९०.	पंधरा दिवसामाजी	४३५४	×	×	×
२९१.	पडली घोर रजनी	४४०१	×	×	×
२९२.	पडिलों बाहेरि	३५९१	×	३६५३	अभंग नाही
२९३.	पत्र उचटिलें प्रत्नें	३०२१	१९८२	२०२७	×
२९४.	पय दधि धृत	४३५३	×	×	×
२९५.	पर्वकाळी धर्म न करी	४२९६	×	४२२१	×
२९६.	पसरोनी मुखें	४३६९	×	×	×
२९७.	पहावया तुझा जरि	४२८८	×	४३७५	×
२९८.	पहावा नयनीं विठ्ठल	४४३०	×	×	×
२९९.	पक्षियाचे घरीं नाही	४४३३	×	×	×

३००.	पांडुरंगा आतां ऐका	३९८८	✕	४०६७	✕
३०१.	पांडुरंगा कृपाळुवा	४०९०	✕	४१७५	अभंग नाही
३०२.	पांडुरंगा तुझे काय वाणूं	३०९८	✕	२०९५	✕
३०३.	पाण्या निघाली गुजरी	४३१७	✕	✕	✕
३०४.	पाप ताप माझे	४४३८	✕	✕	✕
३०५.	पापाची वासना नको	४४०९	✕	✕	✕
३०६.	पापाची संचिते	४०५५	✕	४१३५	✕
३०७.	पापी तो नाठवी	४०२७	✕	४१०५	✕
३०८.	पाया जाला नारू	४३७८	✕	४४८८	✕
३०९.	पाया लावुनिया दोरी	३८३४	✕	३९०७	✕
३१०.	पिकल्या सेताचा	१९८१	३४२०	३४८६	३४९२
३११.	पूर्वी पूर्वजांची गती	३००८	१९६९	२०१४	३६३८
३१२.	पूर्वी बहुतांचे केले	४४३१	✕	✕	✕
३१३.	पोट लागले पाठींशीं	१५६९	✕	१९६७	✕
३१४.	पोरा लागलीसे चट	४१९८	✕	४२९३	अभंग नाही
३१५.	प्रगट व्हावें हे	४२८९	✕	४३७६	✕
३१६.	प्रथम नमन तुज	६०९	✕	७९४	✕
३१७.	प्रथमारंभी लंबोदर	६१०	✕	७९५	✕
३१८.	प्रपंचाची पीडा	४२११	✕	४३०५	✕
३१९.	प्रल्हादाकारणें नरसिंह	३०९१	✕	१८७९	✕
३२०.	प्रेम जडलें तुझे पायीं	४१६२	✕	४२५३	✕
	फ				
३२१.	फट्याचे बडबडे	४२०६	✕	४३०१	✕
	ब				
३२२.	बरवे दुकानीं बैसावें	४०५२	✕	४१३१	✕
३२३.	बरा जाणतोसी	३०३०	१९७१	२०१६	३६४०
३२४.	बरा रे निर्गुणा	२९९४	१९५५	२०००	३६२४
३२५.	बरे जालीयाचे अवघे	४४५३	✕	✕	✕
३२६.	बरे जालें गेले	५७०	✕	१०८४	३४८७
३२७.	बहु क्लेशी जालों	४२०२	✕	४२९७	✕

३२८.	बहुजन्मां शेवटीं	४४३५	×	×	×
३२९.	बहुत कृपाळु	३०९७	×	२०९४	×
३३०.	बहु बोलणें नये कामा	३०१६	१९७७	२०२२	३६४६
३३१.	बळी म्हणे आजि	३१००	×	२०९७	×
३३२.	बाईल चालिली माहेरा	४४७७	×	×	×
३३३.	बारा वर्षे बाळपण	४२४७	×	४३३१	×
३३४.	बा रे कृष्णा तुझे मुख	४२३९	×	६०६	×
३३५.	बा रे पांडुरंगा	४४१८	×	×	×
३३६.	बोलिले ते देवऋषी	३१०२	×	२०९९	×
३३७.	बोली मैंदाची बरवी	६०३	×	१११८	×
३३८.	बोले तैसा चाले	४३१६	×	४३१६	×
३३९.	बौध्य अवतार माझिया	४१६०	×	४२५०	×
३४०.	ब्रह्मयाचे बंद शंखासुरें	३०८८	×	२०९१	×
३४१.	ब्रह्मज्ञान जथें आहे	३८४७	×	३९१९	×
३४२.	ब्राह्मणा न कळे	४३७९	×	×	×
	भ				
३४३.	भक्तांची सांकडी	४००३	×	४०८२	×
३४४.	भक्तिऋण घेतसे माझें	४३२०	×	४३९७	×
३४५.	भक्तीचिया पोटीं	१५८२	×	×	×
३४६.	भक्तीवीण जिणें जळो	४४४३	×	×	×
३४७.	भरणी आली मुक्त पेठा	४५००	×	×	×
३४८.	भले लोक तुज	१९८७	३४२६	३४९२	३४९८
३४९.	भवाचिया संगे	४१४४	×	४२३४	अभंग नाही
३५०.	भाग्यालागीं लाचावले	४२२४	×	४३१९	×
३५१.	भाग्यासाटीं गुरु केला	४१९२	×	×	×
३५२.	भाते भरूनि हरिनामाचे	३९७५	×	४०५०	×
३५३.	भाव धरिला चरणीं	४०१६	×	४०९४	×
३५४.	भावभक्तिवादें करावें	४१२३	×	४२१०	×
३५५.	भीमातिरींचा नाटक	४३९६	×	×	×
३५६.	भीमातीरवासी	४४२५	×	×	×
३५७.	भुक्ति मुक्ति तुझें	२९९६	×	२००२	अभंग नाही

३५८.	भूत नावरे कोणासी	४३९४	×	×	×
३५९.	भोगियेल्या नारी	४४६०	×	×	×
३६०.	भोळे भक्त भाव	४०४९	×	४१२६	अभंग नाही
३६१.	भ्रतार अंगसंगे सुखाची	४१२०	×	×	×
	म				
३६२.	मजचि भोंवता केला	५६६	१०५४	१०८०	३४८८
३६३.	मज नाही कोठे उरला	३८४८	×	८६७	अभंग नाही
३६४.	मणि पडिला दाढेसी	४४८२	×	४३६९	×
३६५.	मन उताविळ	३३८६	×	४४५८	×
३६६.	मनीं भाव असे कांही	४१७९	×	४२७१	×
३६७.	मस्तकीं सहावे	४२१४	×	४३०९	×
३६८.	महाजी महादेवा	१५७९	८४५	८६७	×
३६९.	मागल्याची टाळाटाळी	४२२१	×	४३१६	अभंग नाही
३७०.	मागे असताशी कळला	३०१३	१९७४	२०१९	३६४३
३७१.	माझा घातपात	४१२७	×	४२१४	×
३७२.	माझिया जीवाचा मज	४०९३	×	४१७८	×
३७३.	माझिया तो जीवें	४२३०	×	×	×
३७४.	माझें कोण आहे	४४१५	×	×	×
३७५.	माझें परिसावें गाऱ्हाणें	४४०६	×	×	अभंग नाही
३७६.	माझें मागणें ते किती	४०८१	×	४१६५	३०७८
३७७.	माझें म्हणता याला	३०१	९३४	९५८	×
३७८.	माझ्या भावें केली जोडी	३०२२	१९८३	२०२८	३६५२
३७९.	माते लेकरांत भिन्न	३९५३	×	४०२६	अभंग नाही
३८०.	मायबाप निमाल्यावरी	३००७	१९६८	२०१३	३६३७
३८१.	मायबाप बंधु	४४३७	×	×	×
३८२.	मायबापें केवळ काशी	२९०६	×	२१८७	×
३८३.	मिथ्या आहे सर्व	४४५४	×	×	×
३८४.	मुंगी होऊनी साकर	२८९२	×	२१७३	×
३८५.	मुखें संती इंद्रियें जती	४१७५	×	×	×
३८६.	मुखें सांगे ब्रह्मज्ञान	४०२१	×	४०९९	×
३८७.	मुख्य आहे आम्हा	२९९७	१९५८	२००३	३६२७

३८८.	मुरुकुश दोन्ही मारिले	३१०४	×	२१०१	×
३८९.	मुसळाचे धनु नव्हे हो	४३२४	×	४४०१	×
३९०.	मूर्तिमंत देव नांदतो	४००६	×	४०८६	×
३९१.	मूळस्थान ज्याचें गोमतीचे	२९९३	१९५४	१९९९	३६२२
३९२.	म्हणऊनी लवलाहे	२५६१	×	×	अभंग नाही
३९३.	म्हणसी दावीन अवस्था	३३८७	×	×	×
३९४.	म्हणे विठ्ठल पाषाण	४३६६	×	४४७२	×
	य				
३९५.	यमधर्म आणिक ब्रह्मादिक	४२००	×	४२९५	×
३९६.	यमाचे हे पाश	४४९८	×	×	×
३९७.	यातिगुणें रूपें काय	३९९६	×	४०७५	×
३९८.	यासाटीं करितो	४१९७	×	४४६५	अभंग नाही
३९९.	येईं गे विठ्ठले	४४१२	×	×	×
४००.	येईल घरा देव	४४४२	×	×	×
४०१.	येऊनि संसारा काय	४३०१	×	४४४६	×
४०२.	ये गा महाविष्णु	४४३९	×	×	×
	र				
४०३.	राम कृष्ण गोविंद	४०१३	×	४०९१	×
४०४.	रामनाम हाचि मांडिला	४४३४	×	×	×
४०५.	रामनामाचे पवाडे	४४४१	×	×	×
४०६.	रामा अध्योध्येच्या राया	६८७	×	६८७	×
४०७.	रुचे सकळा मिष्टान्न	४१४५	×	×	अभंग नाही
४०८.	रोगिया मिष्टान्न	४१२५	×	४२१२	×
	ल				
४०९.	लटिका प्रपंच वांझेची	४३४५	×	४४३९	×
४१०.	लाडे भाकितो करुणा	४०९६	×	४१८१	×
४११.	लालुचाईसाटी	२९९९	१९६०	२००५	३६२९
४१२.	लेखी दुखण्यासमान	४४८६	×	×	×
४१३.	लोखंडाचे न पाहे दोष	४२९५	×	४३८३	अभंग नाही

	व				
४१४.	वर्णाश्रम करिसी चोख	७८२	×	१२२९	×
४१५.	वाटीभर विष दिले	३०९३	×	१८८१	×
४१६.	वाराणसीपर्यंत असों	१६०९	×	१९९२	×
४१७.	वासुदेवा दिनानाथा	६७५	×	×	×
४१८.	विटेवर समचरण	४४४८	×	×	×
४१९.	विठोबाचे पायीं जीव	४२०१	×	४२९६	×
४२०.	विठ्ठला रे तुझे वर्णिता	३२३८	×	४४५४	×
४२१.	विधवेसी एक सुत	४३६५	×	४४७१	×
४२२.	विरंचीने केलें ब्रह्मांड	१८८६	×	×	×
४२३.	वृंदावना केलें साकरेचें	४३२३	×	४४००	×
४२४.	वृद्धपणी आली जरा	४४६१	×	×	×
४२५.	वृद्धपणीं न पुसे कोणी	४४६२	×	×	×
४२६.	वेढा वेढा रे पंढरी	३९८९	×	४०६८	×
४२७.	वेद नेले शंखासुरे	३४१६	×	८९७	×
४२८.	वैभव तें राज्य संपत्ती टाकावी	४१७३	×	४२६३	×
	श				
४२९.	शास्त्रज्ञ हो ज्ञाते	४१५४	×	४२४३	×
४३०.	शिकवणे साटीं वाटते	४४८४	×	×	×
४३१.	शिव शक्ती आणि	४४८०	×	×	×
४३२.	शिष्या सांगे उपदेश	४४६७	×	×	×
४३३.	शेवटींची विनंती	४४०५	×	×	×
	श्र				
४३४.	श्रीमुख वोणवा गिळीत	४२३६	×	६०३	×
४३५.	श्रीराम सखा ऐसाधरी	४१६५	×	४२५६	×
४३६.	श्वानाचियापरी लोळे	३९९२	×	४०७१	×
	ष				
४३७.	षड्रसीं रांधिलें खापरीं	४३०५	×	४४४८	×

	स				
४३८.	संकल्पिला तुज सकळ	४०७५	×	४१५९	×
४३९.	संचित तैशी बुद्धी	४३८१	×	×	×
४४०.	संतचरणरज लागतां	४३६४	४१२७	४४६७	अभंग नाही
४४१.	संतजना माझी यावया	४२७३	×	४३६०	×
४४२.	संत पाऊलें साजिरीं	४१२८	×	४२१५	अभंग नाही
४४३.	संतांपायीं विन्मुख जाला	४२१७	×	४३१२	×
४४४.	संसार करिती मोठ्या	४२२२	×	४३१७	×
४४५.	संसारीं असता हरिनाम	४००९	×	४०८७	×
४४६.	संसारींचे ओझे पाहता	४३४३	×	४४१७	×
४४७.	सकळ तीर्थाहुनि	४४५०	×	×	×
४४८.	सकळतीर्थाहूनि	३९७४	×	४०४९	×
४४९.	सकळ हे माया	४४४९	×	×	×
४५०.	सख्यत्वासी गेलों करीत	२९८९	१९५०	१९९५	३६१९
४५१.	सदा सर्वकाळ अंतरी	२७८९	×	२५५३	×
४५२.	सद्गुरुचे चरणीं ठेविला	४३३५	×	×	×
४५३.	सद्गुरुनें मज आशीर्वाद	४३३६	×	×	×
४५४.	सद्गुरूवांचूनि प्रेतरूप वाणी	४३४१	×	×	×
४५५.	समर्थाचे सेवे बहु असे	४३०२	×	४४१९	×
४५६.	समश्रुळित असतां वाचा	३३६४	×	×	×
४५७.	समुद्र हा पिता	४१४३	×	४२३३	×
४५८.	सरे आम्हांपाशीं एक	३४५४	×	×	×
४५९.	सर्वापरी तुझे गुण गा	४१६६	×	४२५७	×
४६०.	सांग त्वा कोणासी	४२०४	४०६१	४२९९	×
४६१.	सांग पांडुरंग मज	४०८४	×	४१६८	×
४६२.	सांडियेला गर्भ	४५०४	×	×	×
४६३.	सांडियेले रूप विक्राळ	४२३८	×	६०५	×
४६४.	सांपडले जुने	३०२४	१९८५	२०३०	३६५४
४६५.	सांवळें सुंदर पाहे	४३९९	×	×	×
४६६.	साही शास्त्रां अति दुरी	३१०७	×	१५३०	×
४६७.	सुखी वाटे तुझे वर्णितां	६०७	×	११२२	×

४६८.	सेफीं हें ना तेंसें जाले	३९५८	×	४०३३	×
४६९.	सोइरे धाईरे दिल्या	३९९३	×	४०७२	×
४७०.	सोडियेल्या गाई नवलक्ष	४३८५	×	×	×
४७१.	स्त्रिया धन बा हें खोटे	४०२९	×	४१०७	×
४७२.	स्थिरावली वृत्ती	४१५९	×	४२४८	×
४७३.	स्वप्नींच्या व्यवहारा	४३९३	×	×	×
४७४.	स्वामिसेवा गोड	४२१५	×	४३१०	×
४७५.	स्वामीच्या सामर्थ्ये	४४९६	×	×	×
	ह				
४७६.	हरीविण जिणें	४३९१	×	×	×
४७७.	हळूहळू जाड	३०२०	१९८१	२०२६	३६५०
४७८.	हातपाय मिळोनि मेळा	४१७४	×	४२६४	×
४७९.	हाती धरिलियाची लाज	४४४५	×	×	×
४८०.	हिरण्याक्ष दैत्य मातला	३०९०	×	२०९३	×
४८१.	हिरा ठेवितां काळें गाहाण	४२१८	×	४३१३	×
४८२.	हीनवर बीजवर दोघी	४४९५	×	×	×
४८३.	हे चि मागणें विठाबाई	४४२८	×	×	×
४८४.	हे चि वेळ देवा	४३२२	×	४३९९	×
४८५.	हें तों टाळाटाळी	३९७८	×	×	अभंग नाही
४८६.	होईं आता माझ्या	४४८५	×	×	×
४८७.	होतें तैसें पायी केले	४१५८	×	४२४७	×
४८८.	क्षीराब्धिवासा शेषशयना	६७३	×	×	×

कोष्टकाचा निष्कर्ष

या कोष्टकावरून असे दिसते की देवडीकरांच्या गाथ्यात ४८८ अभंग नाहीत. म्हणजे त्यांच्या प्रस्तावनेच्या सूचनेवरून हे अभंग क्षेपक समजायला हरकत नाही. देवडीकर प्रत, पंढरपूरची देहू प्रत, आणि ग.कृ. प्रत या पंढरपूर परिसरातील प्रती आहेत. पण या प्रतींच्या अभंग संख्येत फरक पडताना दिसतो. देहूकर प्रतीत या अभंगातील काही अभंग आहेत. त्यांची संख्या ५८ इतकी आहे. म्हणजे हे अभंग (५८) देहू प्रतीत क्षेपक मानलेले नसावेत, नसावे म्हणण्याचे कारण असे की, पंढरपूर देहू प्रतीच्या संपादकांनी देवडीकरांप्रमाणे स्पष्ट भूमिका मांडलेली नाही. ग. कृ.

प्रतीच्या संदर्भातही हेच स्पष्टीकरण सांगावे लागते. देवडीकर प्रतीत जे अभंग नाहीत त्यातील ३०० अभंग ग. कृ. प्रतीत आहेत. हे वर दिलेल्या कोष्टकावरून सहज लक्षात येते. जोग महाराज प्रतीत क्षेपकासंबंधी स्पष्ट भूमिका आहे. त्यांनी क्षेपक अभंग स्वतंत्रपणे मांडून दाखविले आहेत. गंगूकाकांनी क्षेपक मानलेल्या ४८८ अभंगातील, जोगांनी क्षेपक मानलेल्या अभंगांची संख्या ३९१ आहे आणि क्षेपक न मानलेल्या अभंगांची संख्या ५४ आहे. (कोष्टकात जोग रकान्यात ज्या अभंगांपुढे आकडे टाकलेले आहेत ते अभंग जोगांनी क्षेपक मानले नाहीत.) यावरून असे म्हणता येईल की, या दोन प्रतींच्या मतात फारसा फरक नाही. केवळ ४३ अभंगांचा फरक आहे. जोग प्रतीच्या रकान्यात अभंग नाही अशी शब्दावली आहे. त्याचा अर्थ या प्रतीच्या स्वीकृत आणि क्षेपक संहितेत हे अभंग नाहीत. त्यांची संख्या ४३ इतकी आहे. एकूण ४८८ अभंगांचा हिशोब याप्रमाणे दाखविता येतो.

संत तुकाराम आणि तुकया बंधू यांचे एकत्रित अभंग

श्री. देवडीकर गाथ्याचा विचार करीत असताना तुकयाबंधूच्या अभंगांचा आवर्जून विचार केला पाहिजे. कारण या एकमेव गाथा संपादकांनी तुकयाबंधूचे काही अभंग स्वीकारलेले आहेत आणि काही अभंग क्षेपकात समाविष्ट केले आहेत. जे ४६ अभंग स्वीकारले आहेत त्यांचे क्रमांकही त्यांनी प्रस्तावनेत दिले आहेत. त्यामुळे ते अभंग पुन्हा देऊन पुनरुक्ती करण्याचे कारण नाही. नाकारलेले अभंग कोणत्या कारणासाठी क्षेपक ठरविले हे सांगण्याची जबाबदारी मात्र त्यांनी स्वीकारलेली नाही.

संत तुकाराम आणि तुकयाबंधू हे दोघे रक्ताच्या नात्याने सख्खे बंधू असले तरी ते भिन्न कवी आहेत हे विसरून चालणार नाही. म्हणून नेटक्या संपादन निकषात या उभय कवींची कविता एकत्रित छापणे योग्य आहे काय याचा विचार संपादकांनी केलेला नाही. श्री. देवडीकरांच्या गाथ्याप्रमाणेचे संत तुकारामांच्या अन्य गाथा संपादकांनी, याच मार्गाने वाटचाल केली आहे. कदाचित त्यामुळेच श्री. देवडीकर या मार्गाने गेले असावेत. या उभय कवींची कविता एकत्रित छापणाऱ्या काही संपादकांची केवळ नामावळी सांगितली तरी माझे खूप काम होणार आहे.

(१) माधव चंद्रोबा (इ.स. १८६८) (२) गणपत कृष्णाजी (इ.स. १८६७), (३) पंडिती गाथा (इ.स. १८६९, १८७३), (४) श्री. माडगांवकर गाथा (इ.स. १८८६), (५) श्री. सप्तऋषी मोतीवाले गाथा (इ.स. १८९६), (६) श्री. विष्णुबुवा जोग गाथा (इ.स. १९०९), (७) विष्णु नारायण गोडबोले गाथा (इ.स. १९१३) (८) तुकाराम बुवांचा अस्सल गाथा (इ.स. १९१९), (९) श्री. माळी गाथा, (१०)

श्री. देशमुख /दांडेकर गाथा (इ.स. १९२५), (११) ज्ञानेश्वर सोपान काका देहूकर गाथा पंढरपूर (१९६८), (१२) श्री. विठोबा - रखुमाई देवस्थान संस्थान, श्री क्षेत्र देहू प्रस्तावना सदानंद मोरे, दिलीप धोंडे (२०००)

तुकारामांच्या गाथ्यातच पण स्वतंत्रपणे तुकयाबंधूचे अभंग छापलेले गाथे पुढीलप्रमाणे आहेत. (१) श्री. तुकाराम तात्या पडवळ गाथा (१८९१) (२) श्री. विष्णुबोवा जोग, गुळवे गाथा (१९०१) (३) श्री. पणशीकर गाथा इ.स. १९०३ (४) नारो आप्पाजी गोडबोले गाथा (इ.स. १९०२) (५) ब्रह्मीभूत नाना महाराज साखरे गाथा (इ.स..१९०८) (६) समग्र तुकाराम डॉ. म.रा. जोशी गाथा (इ.स.२००७)

श्रीनिवृतीनाथ, ज्ञानदेवांचे अभंग आम्ही स्वतंत्रपणे छापले, संत नामदेव आणि त्यांच्या परिवारातील व्यक्तींचे वाङ्मय आम्ही निरनिराळे छापले, समर्थ रामदास आणि त्यांचे ज्येष्ठ बंधू रामी रामदास यांचे वाङ्मय स्वतंत्र छापले. मग हा न्याय तुकोबा आणि कान्होबा यांच्या कवितेला का लावू नये हा प्रश्न पडतो. या उभय कवींची कविता स्वतंत्रपणे छापण्याने त्यांच्या व्यक्तिमत्त्वाचा स्वतंत्र अभ्यास करणे सोपे होणार आहे आणि अशा प्रकारच्या नोंदी करणे वाङ्मयाच्या इतिहासाच्या हिताचे आहे. इथून पुढे प्रकाशित होणाऱ्या गाथांचा असा विचार झाला तरी पुष्कळ आहे.

श्री. विष्णुबुवा जोग आणि श्री. गुळवे यांनी इ.स. १९०१ मध्ये संपादित केलेल्या गाथ्यांत तुकयाबंधूचे आणि तुकाराम यांचे अभंग निरनिराळे छापले आहेत, पण इ.स. १९०९ साली. ह.भ.प. जोग महाराजांनी संत तुकारामांचा जो सार्थ गाथा संपादित केला त्यात मात्र, या उभय कविता एकत्रित छापल्या आहेत. हे असे का घडले हे मात्र सांगता येत नाही. शिवाय संपादकांनी तसा खुलासाही केलेला नाही. इ.स. १९०१ व १९०९ च्या गाथ्याचे आधार भिन्न भिन्न होते म्हणून असे झाले का? केवळ अंदाज करण्यापलीकडे कोणताही मार्ग नाही.

क्षेपकांची संभाव्य कारणमीमांसा

संतांच्या निर्मळ वाणीचा आस्वाद घेण्यासाठी क्षेपक अभंगांचा विचार करणे क्रमप्राप्त असते. श्री. देवडीकर गाथ्यातील क्षेपक अभंग बाजूला काढून दाखविले असले तरी त्या अभंगांवर क्षेपक हा शिक्का मारताना, त्यांच्या बहुविध कारणांकडे लक्ष पुरवावे लागते. प्रत्येक गाथ्यांच्या वेळी निरनिराळी कारणे असतील असे फारसे संभवत नाही. एकच कारण अनेक गाथ्यातील अभंगांसाठी पुरेसे असते. या कारणांमध्ये प्रामुख्याने कविमुद्रा, शैली कालविपर्यास, अनुवादित अभंग, संख्या संकेत, एकच नामधारी अनेक कवी. इ. अनेक प्रकार संभवू शकतात. आतापर्यंत माझ्या संत तुकारामांच्या गाथ्यावरील लेखांमध्ये क्षेपकांच्या कारणांचा थोडाफार

विचार झालेला आहे. शिवाय तुकारामांच्या प्रकाशित गाथ्यातील क्षेपक विचार असाही एक सर्वसमावेशक स्वतंत्र लेख लिहिला आहे. त्यामुळे प्रत्येक लेखाच्या वेळी या कारणांची विस्ताराने चर्चा करण्याने पुनरुक्तीचा दोष स्वीकारावा लागतो. तो टाळण्यासाठी त्या त्या गाथ्यातील थोडी उदाहरणे दिली आहेत. ही उदाहरणे देत असताना सरकारी गाथ्यातील अभंगांचा प्रथम चरण त्याचा क्रमांक व संभवनीय कारण दिले आहे.

मुद्रा

१) प्रथम चरण	**क्र.**	**मुद्रा**
१) पंढरी चोहटा मांडियेला खेळ	१९५	तुकयाचा दास
२) नीट पाट करूनि थाट।	४६३	तुकादास
३) कृपा करावी भगवंते।	५१७	तुका तुका
४) धन्य देहूं गाव...।	७८९	दास तुका
५) नाही संतांशी शरण।	४४९१	तुका

२) एकाच अभंगात भिन्न प्रतीत भिन्न मुद्रा

अनंत जुगाचा देव्हारा

सरकारी प्रत	**मुद्राभेद**
क्र. ७४६	तुकें
ग.कृ.प्रत	
क्र. ४६६	तुका

३) पाठभेद

१) करणें न करणें वारले जेथें। (स.प्रत.३७४०)
जातो तेणें पंथे संतसंगे।।१।।
करणे न करणे वारियेलें जेथें। (ग.प्र. ३८११)
जातो नणें पंथें सादावीत ।।१।।

२) ऐसा मी अपार पार नाही अंत (अ.प्र. ४२४३)
ऐसा मी पामर पार नाही अंत। (ग.कृ. ४३२७)

३) अनंत जन्में जरी केल्या तपरासी। (स.प्र. ३३५१)
तरी हा न पवसी म्हणे देह।।
अनंत जन्म जरी केल्या तपराशी। (ग. कृ. ४४५७)
तरी हा न पवसी ब्राह्मण देह।।१।।

पंडिती वळण

अभंगाचे पंडिती वळण हे क्षेपकाचे एक कारण ठरू शकते. कवीचे भावविश्व, व्यक्तिमत्त्व, शेकडो अभंगांची शैली इ. अनेक कारणे पंडिती वळणामागे दडलेली असतात. तुकारामांसारखे भक्तकवी पंडिती घाटाचे अभंग लिहिण्यात रस घेतील असे वाटत नाही. नमुन्यासाठी एक अभंग सांगितला तरी सिद्धांताच्या स्पष्टीकरणाला पुरेसा आहे.

पय दधि घृत आणि नवनीत।
तैसें दृश्यजाल एकपणें।।१।। धृ.।।
कनकाचे पाहीं अलंकार केले।
कनकत्वा आले एकपणें।।
मृत्तिकेचे घट जाले नानापरी।
मृत्तिका अवधारीं एकपणें।।२।।
तुका म्हणे एक एक ते अनेक।
अनेकत्वीं एक एकपणा।।३।। (सर. गाथा. अ.क्र. ४३५३)

श्री. देवडीकरांच्या गाथ्यात याच कारणामुळे हा अभंग क्षेपक मानला असावा.

अनुवादित सुभाषिते

संस्कृत सुभाषितांचे अनुवाद करणे हे पंडिती वळणाचेच एक अंग आहे आणि म्हणूनच अशा प्रकारचे अभंग संत तुकाराम रचतील असे मानायला मन तयार होणार नाही.

समुद्र हा पिता बंधु हा चंद्रमा। (सर.गा. अ.क्र. ४१४३)

हा असाच अनुवादित अभंग आहे. म्हणून हा अभंग श्री. देवडीकरांनी क्षेपक मानला असावा.

अशा प्रकारे अनेक क्षेपक अभंगाची सोदाहरण चर्चा पंडिती गाथा, पडवळ गाथा या लेखांमधून केली आहे. त्यामुळे पुनरुक्ती टाळण्यासाठी हा विषय इथेच थांबवितो.

नवोपलब्ध साधने

संत तुकारामांच्या प्रकाशित गाथ्यांचा अभ्यास ही माझी लेखमाला सुरू असतानाच, मराठी वाङ्मयाच्या सर्वांगीण अभ्यासाचा ध्यास असलेले मराठी संशोधन पत्रिकेचे डोळस संपादक डॉ. प्रदीप कर्णिक यांनी; संत तुकारामांच्या पंडिती गाथ्यासंबंधीचा १५० वर्षांपूर्वीचा एक पत्रव्यवहार प्रकाशित केला. (जुलै ते सप्टें. २०१४, वर्ष ६१, अंक ४) हा पत्रव्यवहार मुळात इंग्रजीमधला असून त्याचे मराठी

रूपांतर श्री. एकनाथ पाटील यांनी केले आहे. प्रस्तुतचा पत्रव्यवहार हा डॉ. अलेक्झांडर ग्रँट, श्री. शंकर पांडुरंग पंडित आणि इंदुप्रकाश मुद्रणालयाचे चालक जनार्दन सखाराम गाडगीळ यांच्यातील असून, त्यात गाथेची आधारप्रत ठरविणे, आधारासाठी घेतलेल्या अन्य प्रतींवरून पाठनिश्चिती करणे, इ. शास्त्रीय बाबींचा धोरणात्मक विचार झालेला आहे. पंढरपूरचे एक मठपती श्री. गंगूकाका शिरवळकरांच्या गाथेचाही यात बराच ऊहापोह आहे. तो डावलून पुढे जाणे म्हणजे वाङ्मय इतिहासाच्या नव्याने ज्ञात होणाऱ्या पायऱ्या गाळणे होय. हे घडू नये म्हणून या पत्रप्रपंचावर विहंगम दृष्टी टाकली आहे.

पंडिती गाथ्याचे चार आधार आहेत. (१) श्री. त्रिंबक कासाराची तळेगाव प्रत, (२) देहू प्रत, (३) कडूसच्या मवाळ घराण्यातील प्रत, आणि (४) गंगूकाका शिरवळकरांची चौथी प्रत होय. या प्रकाशित झालेल्या पत्रव्यवहारावरून (३ जुलै १८६७) हे स्पष्टपणे समजले की, गंगूकाकांची प्रत मुख्य आधार प्रत म्हणून निश्चित केली आहे. या पत्रात म्हटले आहे की, ''पंढरपूर येथे उपलब्ध असलेल्या हस्तलिखित प्रतींमध्ये अवलंब केलेला अभंगांचा क्रम नव्या मुद्रित आवृत्तीत कायम ठेवला आहे. कारण तुलनात्मक दृष्ट्या तोच क्रम सर्वोत्तम आहे.

प्रत्येक अभंगाची पडताळणी देहू, तळेगाव आणि इतर हस्तलिखित प्रतींमधील अभंगांशी करण्यात आली आहे. बहुसंख्य हस्तलिखित प्रतींमधील पाठांना पसंती देऊन ते पाठ मुद्रणाधीन संहितेमध्ये समाविष्ट करण्यात आले असून, अस्वीकृत पाठांना तळटिपांमध्ये स्थान देण्यात आले आहे.'' (म. सं. प. पृ. २०)

नंतर २ ऑगस्ट १८६७च्या पत्रावरून असे दिसते की, या धोरणात बदल झालेला आहे. जो बदल दिसतो तो असा ''जरी काही ठिकाणी (अभंगाच्या) मांडणीच्या दृष्टीने अन्य दोन हस्तलीखित प्रतींपेक्षा पंढरपुरी हस्तलिखित प्रत उजवी असली तरी काही बाबतीत सदर दोन हस्तलिखित प्रती निर्णायकपणे उच्च कोटीच्या आहेत. परिणामत: पंढरपुरी हस्तलिखित प्रत आधारभूत मानून पुढे जाण्याचा बेत रद्द करण्यात आला आहे.'' (म.सं. प. पृ.२१) यावरून पंढरपूर प्रतीचे प्रामाण्य रद्द केले असे दिसून येते. पण हे बदल कोणत्या निकषाद्वारे केले हे मात्र सांगता येत नाही. इ.स. १८६९ साली प्रकाशित झालेल्या तथा या गाथ्याच्या पहिल्या भागतील चिकित्सक प्रस्तावनेवरून हे निकष ध्यानात येतात. या प्रस्तावनेत म्हटले आहे की, "It is very recent and the original Abhangas are here and there found moderinzed in it. It is, in general, less accurate than the other two mas." हे हस्तलिखित खूपच अलीकडचे असून, त्यामध्ये आधुनिकता दिसते. सर्वसाधारणपणे पंढरपूर हस्तलिखित हे इतर दोन हस्तलिखितांपेक्षा कमी तंतोतंत

आहे. (म.सं.प.पृ. १३) शिवाय आणखी एक महत्त्वाचा शेरा दिला आहे, तो असा "The Pandharpura Ms may be rgarded to belong to a different family" पंढरपूरचे हस्तलिखित वेगळ्या कुळातील जाणवते. प्रस्तावनेतील हे विधान पटकन मान्य होत नाही. कारण गंगूकाकांना ही प्रत कशी मिळाली त्याचा इतिहास थोडा निराळा आहे. इ.स. १९१३ साली गंगूकाकांची ही प्रत श्री. देवडीकरांनी प्रकाशित केली आहे. त्या ग्रंथाच्या प्रस्तावनेत हा इतिहास सांगितला आहे. प्रस्तुत लेखाच्या प्रारंभी हा दिलाही आहे. त्यामुळे तो पुन्हा विस्ताराने न सांगता संक्षेपाने सांगतो. संत तुकारामांचे पणतू महादेव आबाजी गोसावी यांनी देहूवरून पंढरपूरी वास्तव्याला येताना ही आणली. ही प्रत पंढरपूरचे संत प्रल्हाद महाराज बडवे यांच्याकडे होती आणि स्वप्नसाक्षात्कारून ती गंगूकाकांना मिळाली, असे इतिहास सांगत असताना, गंगूकाकांची प्रत भिन्न कुळातील कशी मानायची? केवळ प्रतीच्या हस्तांतरांनी कुळ भिन्न ठरते असे वाटत नाही.

प्रश्न समीक्षाशास्त्राचा

एखाद्या प्रतीच्या चिकित्सक आवृत्तीसाठी अनेक हस्तलिखित वा मुद्रित प्रती एकत्रित केल्या जातात. नंतर कालक्रमानुसार वा अन्य गुणवैशिष्ट्यांच्या आधारे प्रमुख आधार प्रत म्हणून प्रतीची निवड केली जाते. पण हा क्रमही बदलू शकतो. असाच प्रकार गंगूकाका प्रतीसंबंधी घडलेला आहे. प्रथम तिला प्रमुख प्रतीचे स्थान दिले गेले. नंतर तिला अर्वाचीन ठरविले. अन्य आधार प्रतीच्या तुलनेत ती कमी तंतोतंत असे सांगितले आणि तिचे ते स्थान दूर केले. हा सारा घटनाक्रम नुकत्याच प्रसिद्ध झालेल्या पत्रव्यवहारावरून स्पष्ट होतो. असे असताना अर्वाचीन ठरविली गेलेली, अन्य प्रतींच्या तुलनेत कमी तंतोतंत असलेली प्रत शास्त्रपूत चिकित्सेसाठी वापरणे समीक्षाशास्त्राला धरून सुसंगत होईल का? आणि वापरली गेल्यास तो सोईचा स्वीकार एवढाच अर्थ ठरेल. पंडिती गाथ्यात एकूण ४६०७ अभंग असून त्यातील ''चारी वेद ज्याची कीर्ती वाखाणिती'' असा बालक्रीडेचा अखेरचा अभंग आहे. या अभंगापर्यंतच्या चिकित्सेसाठी गंगूकाकाप्रतीचा वापर केला आहे. या अभंगावर टीप देताना पंडिती प्रतीत म्हटले आहे की, तळेगाव व पंढरपूर या दोन्ही प्रतीत हा अभंग नाही, फक्त देहूच्या प्रतीत आहे. अभ्यासकांनी समीक्षाशास्त्राचा पाठ म्हणून याचा विचार करावा, असे म्हणावे लागते.

लोकगंगेने ही समीक्षा पद्धती नाकारलेली आहे, असे म्हणायला हरकत नाही. कारण भागवत संप्रदायात गंगूकाकांच्या प्रतीला आजही सर्वाधिक मान मिळताना दिसतो. त्याचे प्रत्यंतर या ग्रंथास प्रमाण मानून असे अनेक गाथे प्रकाशित झालेले आहेत. या

प्रतीला प्रमाण मानून, प्रकाशित झालेल्या गाथ्यांची एक नामावळीच या लेखाच्या प्रारंभी मी दिलेली आहे. समीक्षेवर श्रद्धेने मात केल्याचे हे उत्तम उदाहरण आहे.

संदर्भ

१) श्री तुकाराम महाराजांची सांप्रदायिक गाथा, संपा. श्री. बाबुराव हरी देवडीकर, इ.स. १९१३

२) तुकाराम महाराजांची गाथा, संपा. (१) श्री. माधव कृष्ण देशमुख (२) श्री. शंकर वामन दांडेकर. पाहा – प्रस्ता. इ.स. १९२५

३) श्री तुकाराम महाराजांची गाथा, त्र्यंबक हरी आवटे, इ.स. १९२७

४) श्री तुकाराम महाराज गाथाभाष्य, प्रस्तावना पृ. ३४, इ.स. १९६५

५) ऐश्वर्याची वचनाक्षरे, श्रीसंत तुकाराम महाराज गाथा, संपा. ह. भ. प. बाबा महासराज सातारकर, प्रस्ता. पृ. १८ इ. स. १९९८

६) वारकरी संप्रदायाचा उदय व विकास, पृ.२६३, ले. भा. पं. बहिरट, श्री. भालेराव, इ.स. १९७२

७) श्री. तुकारामबाबांच्या अभंगांची गाथा, संपा. पु. मं. लाड, इ. स. १९५५

८) पाहा क्र. १ प्रस्तावना

९) सार्थ श्री तुकारामाची गाथा, संपा. विष्णुबुवा जोग महाराज

१०) मराठी संशोधन पत्रिका, संपा. डॉ. प्रदीप कर्णिक, जुलै ते सप्टेंबर, इ.स. २०१४ वर्ष ६१, अंक ४

१०

संत तुकारामांच्या प्रकाशित गाथ्यातील क्षेपक विचार

क्षेपकाच्या दोषापासून संस्कृत भाषाही सुटलेली नाही. ब्राह्मण वर्गाच्या पाठांतराच्या विशिष्ट पद्धतीमुळे वेद या दोषापासून मुक्त राहिले. पण रामायण, महाभारतासारखी प्राचीन महाकाव्ये यातून सुटली नाहीत. बडोद्यातून रामायणाची चिकित्सक आवृत्ती निघाली. फादर कामिल बुल्के यांनी 'राम-कथा' ग्रंथात वाल्मिकी रामायणाचा उदीच्य पाठ, गौडीय पाठ, पश्चिमोत्तदीय पाठ आणि दाक्षिणात्य पाठ यांचा विचार करून त्यातील क्षेपकांची नोंद केली आहे. या ग्रंथाच्या आठव्या प्रकरणात तर त्यांनी रामायणातील क्षेपकांचा स्वतंत्र विचार केला आहे. शिवाय प्रत्येक कांडातील विश्लेषणात बारकाईने क्षेपकांचा तपशील दिला आहे. हा तपशील देत असताना त्यांनी क्षेपकांच्या संभाव्य कारणांची चर्चा केली आहे, हे विशेष आहे. ही कारणमीमांसा करीत असताना त्यांनी भारतीय व अभारतीय अभ्यासकांच्या सर्व मतांची दखल घेऊन जिज्ञासूंची सोय केली.

पुण्यातील भांडारकर प्राच्यविद्या संशोधन मंदिराच्यावतीने अनेक दशकांच्या कालावधीनंतर महाभारताची बहुमान्य संशोधित आवृत्ती प्रकाशित झाली. तरीही या प्रकारच्या प्रयत्नातून ही महाकाव्ये पूर्णपणे निर्दोष झाली, असे छाती ठोकपणे कोणी सांगू शकणार नाही. महाभारताचे वास्तव दर्शन या ग्रंथात स्वामी वरदानंद भारती (पूर्वाश्रमींचे श्री अनंतराव आठवले) यांनी या आवृत्तीमधील काही त्रुटी दाखविल्या आहेत. परंतु जगातील सर्व अभ्यासकांना ही आवृत्ती गुणदोषांसह आवडली आहे. पं. वासुदेवशरण अग्रवाल यांच्यासारख्या जगन्मान्य पंडितांनी याच आवृत्तीच्या आधारे 'भारत सावित्री'सारखा श्रेष्ठ ग्रंथ निर्माण केला आहे.

संस्कृत भाषेच्या तुलनेने मराठी भाषा अलीकडची आहे. ज्ञानेश्वरीसारखे सुंदर महाकाव्य या भाषेने दिले आहे. पण हे काव्यही क्षेपकाच्या दोषातून सुटले नाही. ज्ञानेश्वरीतील क्षेपकांचे दोष दूर करण्याचा प्रयत्न करणारे संत एकनाथ हे आद्य संशोधक आहेत. अपपाठांनी बध्द झालेली ज्ञानेश्वरी कोणत्या प्रकारांनी शुद्ध केली हे मात्र त्यांनी सांगितले नाही.

ग्रंथ पूर्वीच अतिशुद्ध।
परी पाठांतरी शुद्ध अबध्द।
तो शोधोनियां एवंविद्य।
प्रतिशुद्ध सिद्ध ज्ञानेश्वरी।।

यानंतर त्यांचे निवेदन असे आहे की, जो कोणी ज्ञानदेवांच्या पाठात आपली ओवी घुसडेल त्यांनी अमृताच्या ताटात नरोटी ठेवली आहे, असे समजावे. महाभागवत नाथांचा हा सांगावा समाजाच्या पचनी पडला असे दिसत नाही.

नाथांच्या नंतर १२५-१५० वर्षातच गोपाळाश्रम नावाचे साधु होऊन गेले. पंढरपूर हे त्यांचे मूळ गाव होय. गोपाळाश्रमांना पुन्हा हेच काम करावे लागले. आपल्या कामाची दिशा सांगताना गोपाळाश्रम म्हणतात -

ग्रंथ आधीच बहु चांगला।
परि लिहिणारीं भिन्न केला।
तो प्रति मेळउनि शोधिला।
पाठ घातला पूर्वीचा।।

यावरून संत नाथांच्या पुढे एक पाऊल गोपाळाश्रमांनी टाकले होते, असे दिसते. ज्ञानेश्वरीचे असे अनेक अभ्यासक होऊन गेले आहेत. गोविंदबरवा, निरंजन रघुनाथ ही त्यातीलच काही नावे आहेत. ज्ञानदेवीचे संपादक श्री. रा. वि. माडगांवकर, श्री. रा. ग. हर्षे, डॉ. म. रा. जोशी, डॉ. बनहट्टी, श्री. पां. ना. कुलकर्णी, प्रा. रामदास डांगे ही काही अलीकडच्या अभ्यासकांची श्रेय नामावली आहे.

ज्ञानेश्वरीप्रमाणे ज्ञानदेवांचे अभंगही अपपाठातून सुटले नाहीत. ज्ञानेश्वरदर्शन खंड १ मध्ये प्रा. गजेंद्र गडकरांनी (इ.स. १९३४) आणि ह. भ. प. विनायक महाराज साखरे यांनी आपल्या सार्थ गाथ्याच्या प्रस्तावनेत काही अभंग ज्ञानदेवांचे वाटत नाहीत म्हणून बाद ठरविले आहेत. श्री. ज्ञानदेवांचा सार्थ चिकित्सक गाथा (संपा. डॉ. कानडे, नगरकर इ.स. १९९५) या ग्रंथात ज्ञानदेवांच्या अभंगांचा आजवरचा अभ्यास (पृ. २०-२३) या शीर्षकाखाली अनेक अभ्यासकांची क्षेपकासंबंधीची मते नोंदविली आहेत.

संत नामदेवांचा गाथा तर या प्रकारच्या दोषात आघाडीवर आहे, असे वाटते. मराठी वाङ्मयाचे रसाळ भाष्यकार कै. ल. रा. पांगारकर मराठी वाङ्मयाचा इतिहास खंड १ (पृ.५५३) मध्ये म्हणतात की, नामदेवरायाचे सुमारे २५०० अभंग छापले आहेत, पण त्यात आपल्या नामदेवरायाचे अभंग चार-पाचशे असतील. बाकीचे अभंग दुसऱ्या नामदेवांचे असतील.

श्री.नामदेवांच्या चिकित्सक अध्ययनाचा अत्यल्प सारांश संत नामदेवांचा सार्थ चिकित्सक गाथा (संपा. डॉ. कानडे, श्री. नगरकर) या ग्रंथात दिला आहे. (पाहा प्रस्ता. पृ. ७-१०) जवळ जवळ १५ अभ्यासकांची या संदर्भातील मते इथे देऊन अभ्यासकांची सोय करण्याचा प्रयत्न केला आहे. जिज्ञासूंनी ती पहावीत अशी इच्छा आहे.

या पार्श्वभूमीच्या आधारावरच आपण संतश्रेष्ठ तुकारामांच्या अभंगांचा विचार करणारा आहोत. हा विचार करण्यामागे अभंगवाणीची तोडमोड करावी, कोणाच्या भावना दुखवाव्या असा हेतू मुळीच नाही. संतांची शुद्धवाणी आपल्याला ऐकायला व वाचायला मिळावी, त्यातील किटाळ दूर करावे आणि बावनकशी वाणी अभ्यासकांसमोर ठेवण्याचा प्रयत्न करावा हा त्यातील हेतू आहे. मूळ अभंग शोधण्याची खटपट आहे. शक्यतोवर मूळाजवळ जाण्याची धडपड आहे. तुकारामांचे शब्द आपल्याला हवे आहेत. संत तुकारामांचे आजवर सुमारे २५ गाथे प्रकाशित झाले आहेत आणि एकाही गाथ्यातील अभंगसंख्या सारखी नाही. ४५०० अभंगांपासून ९००० अभंगांपर्यंत ही संख्या मिळते. शिवाय संहितेतही एकवाक्यता दिसत नाही. त्यांचा आपल्या मर्यादेत शोध घेणे हाच येथे प्रयत्न आहे.

संत तुकारामांच्या गाथा प्रकाशनाला प्रारंभ होऊन १५० वर्षाहून अधिक काळ लोटला आहे. पण चिकित्सक गाथेचे बव्हंशी सर्व निकष लावून तुकाराम गाथा आजतागायत प्रकाशित झाला नाही. हे विधान करीत असताना पंडितद्वयांनी केलेले काम मजसमोर नाही, असे मात्र कोणी समजू नये. पंडितांच्या या गाथ्यात पाठभेदापलीकडे जाऊन चिकित्सेचे अन्य निकष सांभाळले आहेत असे वाटत नाही. पाठभेदांची चर्चा म्हणजे चिकित्सेचे सर्वस्व नव्हे. पण ज्या काळात हे काम झाले तेही खूप चांगले आहे, असे म्हटले पाहिजे. आजतागायत सरकारी पातळीवरूनही पंडिती गाथेच्याच पुनर्मुद्रित आवृत्त्या निघाल्या आहेत.

ह.भ. प. वै. गंगूतात्या शिरवळकर हे माझ्या समजुतीने संत तुकारामांच्या गाथ्याचे पहिले डोळस अभ्यासक आहेत. इ.स.१८६९ मध्ये पंडितांच्या गाथ्याचा पहिला भाग प्रकाशित झाला. या भागाला एक उत्तम आणि विस्तृत इंग्रजी प्रस्तावना आहे. या प्रस्तावनेचा उत्तम मराठी अनुवाद महाराष्ट्र सरकारने काढलेल्या (इ.स. १९५३)

गाथ्यात पाहायला मिळतो. इथे गंगूतात्यांच्या गाथ्यासंबंधी म्हटले आहे की, "पंढरपुरातील एका मठाचे अधिपती गंगूतात्या यांनी ही प्रत शुद्ध केली होती. व इतर मठाधिपतींकडून ती आणखी शुद्ध करून घेतली होती." याचा सरळ अर्थ असा होतो की, इ.स. १८६९च्या पूर्वीच त्यांनी हे काम पूर्ण केले होते. त्यांनी हे काम केव्हा पूर्ण केले याचेही अनुमान आपल्याला देवडीकरांच्या गाथ्यावरुन लावता येते. देवडीकरांच्या गाथ्याची पहिली आवृत्ती इ.स. १९१३ला प्रकाशित झाली आहे. या गाथ्याच्या प्रस्तावनेत म्हटले आहे की, सुमारे ८०-८५ वर्षांपूर्वी प्रल्हाद महाराजांच्या वंशजांनी ही प्रत गंगूतात्यांच्या स्वाधीन केली. म्हणजे सुमारे इ.स. १८३३ नंतर त्यांनी या कामाला प्रारंभ केला. देवडीकरांनी इ.स. १९१३मध्ये गंगूतात्या शिरवळकरांनी तयार केलेला गाथा प्रकाशित केला. हा गाथा इ.स. १८५४ मध्ये सिद्ध होता असे डॉ. म. रा. जोशी यांचे मत आहे. (पाहा समग्र तुकाराम प्रस्ता. पृ. ४०) संत तुकारामांच्या गाथ्याचा या प्रकारचा अभ्यास करणाऱ्यांमध्ये याहून प्राचीन कोणी अभ्यासक माझ्या वाचनात आले नाहीत. अर्थात ही माझी मर्यादा आहे, हे सांगितले पाहिजे.

अभ्यासकांच्या सोयीसाठी मी आणखी एका प्राचीन गाथ्याचा ओझरता उल्लेख करणार आहे. श्री. माधव चंद्रोबा डुकले यांचा हा गाथा होय. हा गाथा सर्वसंग्रह मासिकातून क्रमश: इ.स. १८६६ साली प्रकाशित झाला. गाथा स्वरूपात प्रकाशित झालेला हा पहिलाच गाथा शिळाछाप असून मुंबईहून प्रकाशित झाला आहे. हा गाथा वरवर जरी चाळला तरी अनेक ठिकाणी भिन्न पाठ दिलेले आढळतात. टीपाही आहेत. काही ठिकाणी शब्दार्थही दिले आहेत. भिन्न पाठ देतांना डुकल्यांनी कोणत्या अन्य संहिता पाहिल्या हे मात्र दिले नाही. तरीही चिकित्सक अभ्यासाचे त्यांचे श्रेय त्यांना दिले पाहिजे.

ह.भ. प. गंगूतात्यांनी इतर मठाधिपतींकडून ती आणखी शुद्ध करवून घेतली याचा अर्थ त्या शुद्धीकरणात क्षेपकांसंबंधीचा विचार त्यात असणार हे मी जे विधान करीत आहे, त्याला आधार आहे, श्री. देवडीकर गाथ्याच्या पहिल्या आवृत्तीच्या प्रस्तावनेचा (इ.स. १९१३). या प्रस्तावनेत म्हटले आहे की, "या गाथेत अभंगांचा जो क्रम दिला आहे, त्या क्रमाने अद्याप कोणीही गाथा छापलेली नाही. आजपर्यंत छापलेल्या गाथ्यात साडे चार हजार, पाच हजार, नऊ हजार असे अभंग आहेत. पण त्यातील काही अभंग क्षेपक आहेत. या प्रतींत क्षेपक अभंग घातलेले नाहीत. श्री. तुकोबारायांचे अभंग चाळीसशें ब्याण्णव आहेत. सालुमालु या नावाचे हरिदास म्हणविणारे कोणी त्या काळी होते, त्यांनी कवित्व केले, त्यांत काही वाक्ये तुकाराम महाराजांची व काही आपली घालून श्री तुकोबारायांचे अभंग म्हणून केले, त्या अभंगास क्षेपक

असे म्हणतात. असे कवित्व करणारे सालुमालु यांचा धिक्कार श्री तुकाराम महाराजांनी ज्या अभंगात केला आहे, ते आठ अभंग या प्रतीत छापलेले आहेत. या प्रतीत शेवटी अभंगाची वर्णानुक्रम सूचि दिली आहे, त्यात ज्या अभंगांचे मूळ सापडणार नाही ते अभंग क्षेपक आहेत असे समजावे.''

याचा मतितार्थ इतकाच आहे की, श्री. देवडीकर गाथ्याच्या सूचीत नसणारे अभंग हे क्षेपक अभंग होत. शिवाय सालुमालुसारख्या व्यक्तीने केलेले अभंग हेही क्षेपकच होत.

श्री. देवडीकरांच्या गाथ्यातील क्षेपकांसंबंधीचा हा विचार ह. भ. प. सोनोपंत दांडेकर व देशमुख यांना मान्य आहे, असे म्हणावे लागते. त्यांनी इ.स. १९२५ मध्ये संपादित करून प्रकाशित केलेल्या तुकारामगाथ्याच्या प्रस्तावनेत म्हटले आहे की, ''या नंतर तिसरी गोष्ट म्हणजे क्षेपकातील वर्गीकरणाची. या वर्गीकरणावरूनच आमचा साधारणत: क्षेपक म्हणून समजले जाणाऱ्या अभंगांविषयी काय समज आहे, तो उघड होणार आहे. श्री. तुकोबाराय यांचे सर्व अभंग मूळ स्वरूपात उपलब्ध नसल्यामुळे क्षेपक कोणाचे आहेत व कोणाचे नाहीत हे ठरविण्याचे काम अवघड होऊन बसले आहे. ह.भ.प. गंगूतात्या यांची पोथी प्रमाण धरून क्षेपक अभंगांचा भाग तयार केला आहे. पण क्षेपकांतील काही अभंग रा. भावे यांनी छापलेल्या अस्सल गाथ्यांत आढळतात, व काही पंढरपूर येथील माळ्याच्या प्रतीत सापडतात. म्हणून क्षेपक समजले जाणारे पण या दोन पोथ्यात सापडणारे, असे अभंग क्षेपकातच निरनिराळे दिले आहेत व सरतेशेवटी ज्यास काहीच आधार सापडलेला नाही अशा केवळ अभंगांचा एक निराळा वर्ग करून ते दिले आहेत.''

या गाथ्यात क्षेपक विभागात जे वर्गीकरण आले आहे, त्याचा आपल्याला हवा असणारा भाग पुढीलप्रमाणे आहे.

संताजी तेली जगनाडे यांचे वहीबरहुकूम रा. भावे यांनी छापलेल्या अस्सल गाथ्यात आढळून येणारे अभंग

१.	राम हरे राम हरे राम हरे : रघुराज हे रे।।	अभंग क्र. ४१५७
२.	नामाचिया बळे कैवल्य साधन।	४१५८
३.	नाही यैसें गाठी पुन्ये।	४१५९
४.	जे या घाले ब्रह्मानंदे।	४१६०
५.	कर्मभुमी उत्तम ठाव।	४१६१
६.	माझा दंड पाया पडणें।	४१६२

७. नाहीं कोठे अधिकार।   ४१६३
८. नी जों नलाहे सकाळ वेळी।   ४१६४
९. लेववीला तैसा शोभे अळंकार।   ४१६५
१०. आठ प्रहर माता।   ४१६६
११. अवघाच अन्यायी।   ४१६७
१२. अवघ्या कोल्ह्यांचे वर्म अंडी।   ४१६८

श्री. भावे यांनी छापलेल्या अस्सल गाथ्यात व पंढरपूर येथील माळ्याचे प्रतीत
सापडणारे अभंग.

१. छळी विष्णुदासा कोणी।   ४१६९
२. धन्य देहू गाव।   ४१७०
३. माझें म्हणता याला।   ४१७१

एकूण पंढरपूर येथील माळी गाथ्यात ४०९ आणि ह.भ. प. विष्णुबोवा जोग
गाथ्यात ४०७ अभंग क्षेपक म्हणून दिले आहेत. यावरून असे दिसते की, केवळ दोन
अभंग श्री. दांडेकर, श्री. देशमुख गाथ्यात अधिक आहेत.

क्षेपक अभंगांसंबंधी लिहिताना वा आपला निर्णय सांगताना श्री देशमुख,
दांडेकरांनी भावे संपादित अस्सल गाथ्याचा प्रश्न उपस्थित करून क्षेपक अभंगांच्या
संदर्भात एक पाऊल पुढे टाकले आहे. यावरून असे समजायला हरकत नाही की,
श्री. भावे व माळी यांच्या गाथ्यातील यात आलेले अभंग क्षेपक नाहीत. श्री. देशमुख
दांडेकरांनी या उभय गाथ्यातील व माळ्याचे गाथ्यातील अभंगांची संख्या या आधी
दिली आहे.

श्री. देशमुख-दांडेकरांच्या पूर्वी श्री. जोग व गुळवे यांनी इ.स. १९०७
साली एक गाथा संपादित केला आहे. पण या आवृत्तीत त्यांनी क्षेपकांसंबंधी
काहीच विचार मांडलेला नाही. पण त्यानंतर इ.स. १९०९ मध्ये त्यांनी एकट्यानेच
जो सार्थ गाथा प्रकाशित केला त्याच्या अखेरीला क्षेपक अभंग म्हणून स्वतंत्र
प्रकरण दिले आहे. त्यांची संख्या ४०७ इतकी आहे. त्यांनी या अभंगांचा अर्थ
दिलेला नाही. श्री. देशमुख दांडेकरांच्या गाथ्यातही क्षेपक अभंगांची संख्या अशीच
आहे.

ब्रह्मीभूत श्री नाना महाराज साखरे यांनी इ.स. १९०८ साली प्रकाशित
केलेल्या गाथ्याच्या सातव्या भागात ''खालील अभंग काही सांप्रदायिक फडात
म्हणतात व काही म्हणत नाहीत.'' अशी टीप देऊन जे अभंग दिले आहेत त्यात व
श्री जोग महाराजांच्या क्षेपक अभंगात फार मोठे अंतर आहे, असे दिसत नाही.

याचा अर्थ श्री. साखरे महाराजांनाही हे अभंग क्षेपक वाटतात. पण यात थोडा फरक करावा वाटतो. श्री. जोग महाराजांचे सर्वच्या सर्व अभंग साखरे गाथ्यात स्वीकारलेले नाहीत. श्री. जोगांच्या गाथ्यातील ४०७ अभंगांपैकी ३७ अभंग साखरे गाथ्यात स्वीकृत संहितेत आहेत. श्री. साखरे महाराजांनी आणखी थोडा बारकावा दाखविला आहे. श्री. जोग गाथ्यातील सहा अभंग साखरे महाराजांनी भिन्नपाठ म्हणून क्षेपक मानलेले दिसतात. भिन्नपाठ म्हणजे अभंगांच्या प्रारंभीच्या चरणात फरक असणे, अभंगातील चरणांची संख्या कमी अधिक असणे, चरण खालीवर असणे. हे भिन्नपाठ दर्शविणारे अभंग कोणत्या संहितेतून घेतले याची मात्र त्यांनी नोंद केलेली नाही. असाच काहीसा प्रकार श्री. वा. ल. पणशीकरांच्या गाथ्यात दिसून येतो. हा गाथा इ.स. १९०३ साली निर्णयसागरने प्रकाशित केला आहे. म्हणजे विष्णुबुवा जोगांच्या आधी सुमारे ६ वर्षे हा गाथा प्रकाशित केला असून या गाथ्याच्या शेवटी ते स्वतंत्र छापले आहेत. त्यांचे क्रमांक ४१४८ ते ४५४६ असे आहेत. याचा अर्थ पणशीकरांनी ३९८ अभंग क्षेपक मानले आहेत. श्री. जोगांच्या गाथ्यातील अभंगांची आणि या गाथ्यातील अभंगांची तुलना केली असता असे दिसते की, जोगांनी क्षेपक मानलेले ३४ अभंग पणशीकरांनी क्षेपक मानलेले नाहीत, हा महत्त्वाचा फरक आहे. पणशीकरांचा मूळ गाथा फारच दुर्मिळ झाला असल्याने जोगांनी क्षेपक मानलेले कोणते अभंग पणशीकरांनी क्षेपक मानलेले नाहीत. ते पुढे मांडून दाखवितो. यात अभंगांचा प्रथम चरण देऊन नंतर त्याचा क्रमांक दिला आहे.

१.	अतित्याई देंत्या जीव	क्र.	३३१९
२.	आतां आम्हां हेंचि काम	क्र.	१५५७
३.	उच्चारुं यासाठी	क्र.	१४४७
४.	कळे परि न सुटे	क्र.	२८१२
५.	कामिनीसी जैसा	क्र.	३०६६
६.	काय मागें आम्ही	क्र.	६३७
७.	कां रे पुंड्या	क्र.	२३४६
८.	कोठें देवा बोलों	क्र.	७६९
९.	ग्रासोग्रासी भाव	क्र.	३३२१
१०.	चालिती आड वाटा	क्र.	३१५५
११.	चला वळूं गाई	क्र.	१६९
१२.	जेणें तुझीं कास	क्र.	१३७३

१३.	तुज मज ऐसी परी	क्र. ३५०५
१४.	दिवाळखोर नारायण	क्र. ३३७९
१५.	देवासी पै भांडो	क्र. ९८६
१६.	धन्य देहू गाव	क्र. १८११
१७.	धांवोनियां आलो	क्र. १६३४
१८.	धिग् तो दुर्जन	क्र. २८५१
१९.	नको येऊं लाजे	क्र. ३४४९
२०.	न लागावी दिठी	क्र. १६३७
२१.	पडली घोर रजनी	क्र. १९३०
२२.	पैल आली आगी	क्र. २०१
२३.	भक्तीचिया पोटी	क्र. ३८६३
२४.	महाजी महादेवा	क्र. ३८६५
२५.	मुसळाचें धनु	क्र. २६०९
२६.	येईल घरा देव	क्र. ३०४२
२७.	वर्णाश्रम करिसी चोख	क्र. २०६०
२८.	वेद नेले शंखासुरे	क्र. ८२२
२९.	श्रीराम सखा ऐसा	क्र. ३४३९
३०.	संसार करितो	क्र. २७६८
३१.	स्थिरावली वृत्ती	क्र. ३५४७
३२.	स्वामी तूं ही कैसा	क्र. ८
३३.	स्वप्नींचे धन	क्र. २६७३
३४.	स्वामीसेवा गोड	क्र. १५३४

निष्कर्ष

श्री. जोगांनी क्षेपक मानलेले ३४ अभंग श्री. पणशीकरांनी क्षेपक मानलेले नाहीत.

क्षेपक अभंग कोणाकोणाच्या गाथ्यात आहेत याचे एक धावत दर्शन आपण घेतले. पण ही सांप्रदायिक मंडळी, मठाधिपती कोणत्या अभंगांना क्षेपक मानतात, त्याची कारणे कोणती सांगतात याचा शोध घेण्यापूर्वी क्षेपक अंभग म्हणजे काय या विचाराचा थोडा मागोवा घेणे आवश्यक आहे. माझ्या समजुतीने मूळ कर्त्याची रचना नसणे म्हणजे क्षेपक होय. क्षेपक अभंगांची निर्मिती कधी बोधपूर्वक तर कधी अबोधपूर्वक होते. बोधपूर्वक झालेल्या अभंगांचे उत्तम उदाहरण म्हणजे महाराजांच्या

गाथ्यातील सालोमालोचे अभंग होत. सालोमालो नामक कोणी एक हरिदास होता. तो तुकारामांच्या अभंगात आपले काही शब्द घालून ते अभंग स्वत:चे म्हणून सांगत असे. महाराजांनी या प्रकारच्या वृत्तीचा कडाडून निषेध केलो आहे. ते सांगतात असे करणे म्हणजे दुधात विष कालवणे, तोंडीची मोठी बांधलेली विहीर तोडून मशीद बांधणे, मूर्ख स्त्रीने ताकात लोणी घोटून लोण्याचा नाश करणे किंवा माती बुक्का म्हणून विकण्यासारखे आहे. हे करणे म्हणजे पोकळ ज्ञानाची बढाई मिरविणे होय. एकूण या प्रकारची रचना महाराजांना आवडत नाही हे स्पष्ट होते. बोधपूर्वक केलेले हे अभंग क्षेपकाच्या स्पष्टीकरणासाठी पुरे आहेत. (पाहा. सरकारी गाथा अ. क्र. २३७१-२३७८) एवढ्यावरच या विषयाचा उपसंहार होणार नाही हे मला पूर्ण ठाऊक आहे. जाणती मंडळी नाथांच्या भावार्थ रामायणाचे आणि कृष्णदयार्ण यांच्या हरिवरदेचे उदाहरण मजपुढे ठेवतील, कारण भावार्थ रामायणाचे एकूण २९७ अध्याय आहेत. यातील पहिले १७२ अध्याय नाथांचे आणि पुढचे १२५ अध्याय गावबाचे आहेत. ओवीसंख्येच्या भाषेत सांगायचे तर रामायणात सुमारे ४०,००० ओव्या असून त्यातील २५,००० ओव्या नाथांच्या हातच्या आहेत. आणि पुढच्या १५,००० ओव्यांची रचना गावबाची आहे. अशीच स्थिती कृष्णदयार्णव विरचित हरिवरदेची आहे. हरिवरदा हा ग्रंथातील ८७ व्या अध्यायातील २३ श्लोकांवरील टीका पूर्ण झाल्यावर दयार्णव समाधिस्थ झाले. पुढची टीका त्यांचे शिष्य श्री. उत्तम श्लोकांनी पुरी केली. पण या उभय कवींच्या उर्वरित टीका क्षेपक समजता येणार नाहीत. कारण नाथांच्या व दयार्णवांच्या अनुज्ञेने व आशीर्वादाने टीका पुऱ्या झाल्या आहेत. (पहा महाराष्ट्र सारस्वत आ. ५वी पृ. ७६८-७६९, हरिवरदा अ. ८८-३७-३८)

अबोधपूर्ण क्षेपक अभंगांचा भाग उत्तरकालीन संग्राहकांच्या संकलनाच्या वेळी निर्माण होत असावा. संग्रहकर्ते मुद्रा पाहून अभंग एकत्रित करतात. पण एकच नाममुद्रा असणाऱ्या भिन्न कवींची जाण त्यांना असतेच असे नाही. त्यातून ही भिन्नता निर्माण होते. नाहीतर संतांचे हे वाङ्मय क्षेपक दोषापासून मुक्त झाले असते. अर्थात अबोधपूर्ण अभंगांचा हा भाग संपादकीय क्षेत्रातील आहे. त्यांनी हा नीरक्षीर विवेक केला पाहिजे.

संपादकांनी आपल्या या कामाकडे कानाडोळा केला तर अनवस्था प्रसंग निर्माण होतो. याचे एक उत्तम उदाहरण म्हणून डॉ. द. वा. पटवर्धनांच्या 'अभंग तुक्याचे' चिकित्सात्मक अभ्यास या ग्रंथांचे सांगता येईल. डॉ. पटवर्धन आपल्या ग्रंथात म्हणतात, "तुकारामांच्या गाथेत तुक्या बंधुचे... अभंग मात्र केवळ क्षेपक आहेत, हे उघड आहे." (पृ. १२४) त्यांनी तुकया बंधूच्या एकूण ९३ अभंगांचे

क्रमांकही दिले आहेत. आपल्याला तुकयाबंधूचे चरित्र माहीत आहे. तुकारामांचे व त्यांचे नातेही माहीत आहे. त्यांच्या रचनांसंबंधी आमच्या मनात काही किंतू नाही. असे असताना त्यांच्या अभंगांची गणना क्षेपकात करावी, हे मनाला पटत नाही. संपादकांनी त्यांचे गाथ्यात विखुरलेले अभंग एकत्रित केले तर त्या अभंगांवर क्षेपक त्वाचा शिक्का मारता येणार नाही. गाथेच्या काही संपादकांनी हा मार्ग आचरून दाखविला आहे. त्यांची काही नावे अशी –

१) श्री. तुकाराम तात्या पडवळ गाथा (इ.स. १८९१), २) श्री. विष्णुबुवा जोग, पडवळ गाथा (इ.स. १९०१) ३) श्री. बा. ल. पणशीकर गाथा (इ.स. १९०३) ४) नारो आप्पाजी गोडबोले गाथा (इ.स. १९०२) ५) ब्र. भू. नाना महाराज साखरे गाथा (इ.स. १९०८) ६) समग्र तुकाराम संपा. डॉ. म. रा. जोशी (इ.स. २००७)

क्षेपक अभंगांचे निकष

ह.भ.प. जोग महाराजांना अस्सल गाथ्याचे संपादक श्री. वि. ल. भावे यांनी क्षेपकत्वाचा दंडक काय मानावा असेही विचारले, यावर बुवा म्हणाले, ‘‘दंडक असा काही सांगता येणार नाही. हा अभिमानाचा प्रश्न आहे. आमच्या फडात हे अभंग आम्ही क्षेपक मानतो.’’ (अस्सल गाथा प्रस्तावना पृ.२)

ह. भ. प. नाना महाराज साखरे यांनी याहून फारसे निराळी उत्तर दिले नाही. काही फडातून हे अभंग म्हणतात आणि काही फडातून हे अभंग म्हणत नाहीत. हे उत्तरही फडाला प्राधान्य दिल्यासारखेच आहे.

देशमुख दांडेकरांनी ह. भ. प. गंगूतात्यांचा गाथा प्रमाण मानून क्षेपक विचार सांगितला. म्हणजे त्यांनीही गंगूकाकांच्या गाथ्यात नसणारे अभंग हे क्षेपक अभंग होत असे सूत्र सांगितले आहे.

वामन विष्णु गोडबोले पंढरपूर यांनी काढलेल्या तुकाराम महाराज गाथ्याच्या प्रस्तावनेत म्हटले आहे की, ‘‘आम्ही ह.भ.प. देहूकर भाऊसाहेब महाराज व ह. भ. प. बेलापूरकर भागवत बुवा यांचेकडील महाराजांच्या मूळ हस्तलिखित अस्सल प्रतीवरून तपासून व मूळ प्रतीत नसलेले परंतु छापखान्याचे चुकीमुळे दुबार झालेले व प्रतीचे बाहेर महाराजांचे नावावर असे क्षेपक म्हणून अभंग छापले गेले होते, ते भागवत बुवांचे विचार कमी करून अस्सल मूळ प्रतीत जे ४१४२ अभंग आहेत त्यांची ही आवृत्ती छापून प्रसिद्ध केली आहे.’’ इथेही मठाधिपती हाच मानदंड मानलेला दिसतो.

फडांच्या विचारांचे प्राधान्य, मठाधिपतींचा आध्यात्मिक अधिकार इ. बाबी

जाणून हा क्षेपकांचा विचार झालेला दिसतो. पण हा विचार काही अभ्यासकांना मान्य नाही हे दिसून येते. श्री. बाबाजी गणेश परांजपे आपल्या श्री. तुकोबारायांचे अभंग या ग्रंथात म्हणतात, ''संताजींनी पुष्कळशा भजनात व कीर्तनात टाळकरी म्हणून अभंग म्हटले होते. तेव्हा त्याच्या गाथ्यात आज क्षेपक म्हणून गणले जातात अशा अभंगापैकी अभंग आले तर ते क्षेपक अभंग निवडणाऱ्यांची चूक आहे, असे खुशाल समजावे.'' (प्रस्ता. पृ.२०) सारांश इतकाच की, संताजीच्या वहीतील अभंगास केव्हाही कोणासही क्षेपक मानता येणार नाही. श्री. वा. सी. बेंद्रे यांचे मत पुढे देत आहे. हे मत पाहिल्यावर श्री. बेंद्रे यांचा राग कोणावर आहे हे न सांगताही समजणारे आहे. श्री. बेंद्रे म्हणतात, ''काहींनी प्रक्षिप्त या विक्षिप्तपणे दिलेल्या मथळ्याखाली मनास आले ते अभंग निवडले'' (संत तुकाराम पृ. १२८). श्री. वा. सी. बेंद्रे आणखी म्हणतात, ''कित्येकांनी व्यक्तिश: मनाला पटते याच अहंकारी वृत्तीने कवित्वाची गाळागाळी केली'' (पृ.१२८) उगाचच असे वाटते की, हे मत ब्र.भू. साखरे महाराजांना उद्देशून नाही ना?

फडाच्या कुंपणाआत असलेले अभंग हे क्षेपक नाहीत आणि त्याबाहेरचे अभंग हे क्षेपक असा हा मार्ग दिसतो. थोडे स्पष्टच सांगायचे झाल्यास असे म्हणता म्हणता येईल की, वाङ्मयाला वाङ्मयबाह्य मूल्ये मोठ्या प्रमाणात लावली गेली आहेत. ज्या काळात ही मूल्ये लावली गेली त्याच काळात वाङ्मयीन निकषांचा विचार केला जात होता असेही दिसून येते. परंतु काही अभ्यासकांनी या विचारांकडे दुर्लक्ष केले किंवा हे विचार त्यांच्यापर्यंत पोहोचलेच नाहीत असे दिसते. माझ्या या म्हणण्याच्या पुष्टीकरणासाठी एक उदाहरण सांगतो. इ. स. १८९६ साली श्री. रा. वि. माडगांवकरांचा एक गाथा प्रकाशित झाला. त्या गाथ्याला त्यांनी लिहिलेले ४७ पानी चरित्र जोडले आहे. संत तुकारामांचे सदेह स्वर्गारोहण असा त्यात विषय आहे. त्याची चर्चा करताना श्री. माडगांवकर लिहितात, ''असेही म्हणतात की, तुकोबा ईशस्तवन करीत करीत चंद्रभागेत उतरले आणि गुप्त झाले. निबंधमालेत (अंक ५६ व ५८) या संबंधाचे गाथेत नाहीत असे अभंग छापले आहेत. परंतु या अभंगांची सरणी, त्यातील शब्दयोजना व विचार यांचे तुकारामाच्या इतर कवितेशी फारच अल्प साम्य असल्यामुळे ते दुसऱ्या कोणीतरी केलेले असावेत असा संशय उत्पन्न होण्यासारखा आहे व ती उक्ति असा आधार धरून त्यांच्यावरून कोणतेही अनुमान काढवत नाही.'' (पृ.४३)

माझ्या मनाला वाङ्मयीन मूल्यांचा ओढा असला तरी, सांप्रदायिकांच्या विचारांना काहीच मूल्य नाही असेही मानायला माझे मन तयार होत नाही. या भक्तमंडळींचे उभे आयुष्य या साहित्याच्या सहवासात गेले आहे. त्यांना अंतरंग अधिकार त्यांच्या

अध्ययनाने प्राप्त झाला आहे. या सांप्रदायिकांनी क्षेपक अभंग बाजूला काढले, पण त्यांची कारणमीमांसा केली नाही या कारणास्तव या संतपंगतीत आलेले पाहुणे कोण हे त्यांना समजत नसेल असे म्हणणे थोडे अतिरेकाचे होईल. त्यांनी कारणमीमांसा केली नसली तरी त्यांचे काम आपल्यासमोर आहे. त्यातून आपल्याला कारणे शोधायची आहेत. सर्वच कारणे बरोबर ठरतील असे निश्चितपणे सांगता येत नसले तरी सर्व कारणे चुकीची ठरतील. असेही सांगता येणार नाही.

क्षेपक कारणे

मुद्रा : माझ्या अध्ययनाच्या मर्यादेनुसार क्षेपकाची काही कारणे सांगण्याचा मी प्रयत्न करणार आहे. याचा पहिला प्रयत्न मी पंडिती गाथा आणि पडवळ गाथा यांच्या परिचय लेखातून करून दिला आहे. यातला सर्वात पहिला मार्ग म्हणजे त्यांनी क्षेपक मानलेल्या अभंगांच्या मुद्रा पाहणे. या मुद्रा पाहू जाता काही धक्कादायक निष्कर्ष हाती येतात. उदा.

तुज मज ऐसी परी।
जैसे तरंग सागरीं।।

या चरणाने प्रारंभ होणाऱ्या अभंगास मुद्राच नाही (अ.क्र. ६९) शिवाय हा अभंग साखरे गाथ्यातील प्रक्षिप्त भागातही आढळत नाही. तसेच अ.क्र. २७३ ची मुद्रा 'तुका पांडुरंग' अशी आहे. वाङ्मयाच्या अभ्यासकांना तुका पांडुरंग कोण हे सांगण्याची आवश्यकता नाही, असे वाटते. 'दास तुका' या मुद्रेने येणाऱ्या अभंगांची संख्या २३२, २३४, २४९, २७१, ३५५ इतकी आहे (सरकारी प्रत). दास तुकाची थोडी माहिती श्री. वा.सी. बेंद्रे यांनी 'तुकाराम चरित्रा'त दिली आहे. "तुकोबांचा ज्येष्ठ शाखेतील खापरपणतु वासुदेवबाबा गोसावी यांचा मुलगा दासबाबा याने 'दासतुका' म्हणून काही अभंग केलेले आढळतात. हा दास तुका इ.स. १८४०मध्ये मेला." धन्य देहू गाव पुण्यभूमि ठाव। या प्रसिद्ध अभंगाची मुद्रा दास तुका आहे, हे अभ्यासकांनी ध्यानी घ्यावे. आणि हा अभंग सर्वत्र क्षेपक म्हणूनच गणला जातो. या अभंगाला क्षेपक म्हणताना मुद्रा या निकषाशिवाय अन्य काही निकष सांगता येतात. या अभंगात देहूला क्षेत्र म्हटले आहे. संत तुकारामांपूर्वी हे गाव भूगोलाच्या भूमीला सर्वज्ञात तरी होते का याचा विचार प्रथम केला पाहिजे, म्हणजे मग देहूला क्षेत्र हा महिमा, माहात्म्य केव्हा प्राप्त झाले हे आपणास सहज समजणारे आहे. प्रत्येक अभंगांची चर्चा करणे केवळ अशक्य आहे आणि त्याची आवश्यकता नाही. शलाकादर्शन पुरे आहे.

मुद्रा बदल

अभंग संकलनाच्या क्षेत्रातील श्री. तुकाराम तात्या पडवळ संपादित तुकारामांचा गाथा एक चमत्कार आहे. या गाथ्यात मुद्रा बदलून नामदेवांचे, एकनाथांचे अनेक अभंग तुकारामांच्या नावावर आहेत. हा बदल जाणीवपूर्वक आहे की, भक्तिपोटी आहे, हे मात्र सांगता येत नाही. पण याचा परिणाम एकच सांगता येतो की, हे अभंग देहूकर तुकारामांचे नाहीत. नाथांच्या अभंगाचे उदाहरण सांगून माझा मुद्दा स्पष्ट करतो. स्वर्गातले अमृत नासले आहे. ते शुद्ध करण्यासाठी सर्व देव पंढरीतील चोखोबांच्या घरी आलेले आहेत. चोखोबांनी ते अमृत शुद्ध केले. या अर्थाचे नाथांचे ८ अभंग आहेत. (आ.क्र. ३६७७-३६८४ स.सं.गा. २) नमुन्यासाठी उभय संतांचे एकएक अभंग सांगतो.

संत एकनाथांचा अभंग

चोख्याचे अंगणी बैसल्या पंगती।
स्त्री ते वाढिती चोखियाची।।१।।
अमृताचे ताट इंद्रे पुढे केले।
शुद्ध पाहिजे केलें नारायणा।।२।।
तेव्हां देवराव पाचारी चोखियासी।
शुद्ध अमृतासी करी वेगी।।३।।
चोखामेळा म्हणे काय हे अमृत।
नामापुढे मात काय याची।।४।।
अमृताचें ताट घेऊन आला इंद्र।
हे तु गा पवित्र करी वेगीं।।५।।
चोखियाची स्त्री चोखा दोघेजण।
शुद्ध अमृत तेणें केलें देखा।।६।।
चोखियाच्या घरीं शुद्ध होय अमृत।
एका जनार्दनीं मात काय सांगू।।७।।

(स.सं.गा. खं. २ एकनाथांचे अभंग क्र. ३६८२)

संत तुकारामांचा अभंग

चोख्याचे अंगणी बैसल्या पंगती।
स्त्री ही वाढिती चोखियाची।।१।।
अमृताचे ताट इंद्रे पुढे गेले।
शुद्ध जे पाहिजे केलें देवा।।२।।

तेव्हा नारायण पाचारी चोख्यासी।
शुद्ध अमृतासीं करी वेगें।।३।।
चोखा म्हणे देवा काय हे अमृत।
नामापुढे मात काय याची।।४।।
अमृताचें ताट घेऊनि आला इंद्र।
यासीं तूं पवित्र करी आतां।।५।।
चोखियाची स्त्री ही चोखामेळा आपुण।
शुद्ध अंगोळीनें अमृत केलें।।६।।
चोखियाचे घरीं शुद्ध झाले अमृत।
तुका म्हणे मात काय सांगों।।७।।

(सं.तु.गा. अ. क्र.८२१०)

हा मुद्रा बदलण्याचा प्रकार केवळ चोखोबा पुरताच मर्यादीत आहे, असे समजण्याचे कारण नाही. या सिद्धांताला बळकटी आणण्यासाठी संहिता न देता केवळ संदर्भ सांगतो. नाथांनी रुक्मांगदाचे चरित्र सांगितले आहे. (पाहा अ.क्र. ३३६७-१३८४) पण हेच चरित्र केवळ मुद्रा बदलून तुकारामांच्या पडवळ गाथ्यात येते. (पाहा अ.क्र. ८१४७-८१५८)

आत्मगौरव

अभंग क्षेपक ठरविण्यास मुद्रा या निकषाशिवाय अन्यही काही निकष आहेत. त्यात अभंगातून आढळणारा आत्मगौरव हा एक भाग आहे. ''संतकृपा झाली'' हा बहुचर्चित अभंग याच प्रकारात मोडणारा आहे. बहुतेक सर्व अभ्यासक हा अभंग क्षेपक मानायला तयार नाहीत. सौ. शालिनी जावडेकरांनी आपल्या बहेणाबाईंचा गाथा या ग्रंथात सर्व अभ्यासकांच्या मतांचे दाखले दिले आहेत. तुका आकाशाएवढा असे स्वत: तुकारामच म्हणतात, 'धन्य आम्ही तुका देखियेला' असा आत्मगौरव ते करतात तर मग या अभंगात तुका झालासे कळस' असे म्हणायला काय हरकत आहे? असा विचार ही मंडळी करतात. पण श्री ज्ञानदेवांच्या सान्निध्यात, नामदेवांच्या समोर, एकनाथ जवळ असतांना तुकाराम आपण भागवत धर्ममंदिराचे कळस झालो असे म्हणतील काय? पायीची वहाण पायीबरी असे तुकोबांचे नम्रतेचे उद्गार या विचारापासून दूर करता येणार नाहीत एवढेच माझे सांगणे आहे.

विचार मर्यादा

प्रत्येक व्यक्तीची एक मर्यादा असते. लिखाणाची एक शैली असते. काही

झाले तरी ही मंडळी आपली मर्यादा ओलांडत नसतात. संत तुकाराम फटकळ म्हणून परिचित आहेत. प्रसंगी ते रागाने बोलतील. पण कुणाच्या विनाशाचा, वाटोळयाचा विचार सांगतील हे संभवत नाही. म्हणजेच ते शापवाणीच्या रुपात आपले विचार मांडणार नाहीत. शिवी देण्यामागे रागाची भूमिका असते. शाप देण्यामागे वाटोळ्याची इच्छा असते. तुका म्हणे मुद्रेचा पण शाप सदृश वाणीने भरलेला एक अभंग ह.भ.प. जोग महाराजांनी क्षेपक मानला आहेत. श्री. नाना महाराज साखरेही याला क्षेपकच मानतात. प्रत्यक्ष अभंग पुढे ठेवतो म्हणजे अधिक भाष्याची गरज पडणार नाही.

म्हणे विठ्ठल पाषाण।
त्याच्या तोंडावरी वाहाण।।१।।
नको नको त्याचे दर्शन।
गलितकुष्ट भरो वाचे।।२।।
शाळीग्रामासि म्हणे धोंडा।
किडे पडोत त्याच्या त्वांडा।।३।।
भावी सद्गुरु मनुष्य।
त्याचें खंडो का आयुष्य।।४।।
हरिभक्ताच्या करी चेष्टा।
त्याचे तोंडी पडो विष्ठा।।५।।
तुका म्हणे किती ऐकों।
कोठवरी मर्यादा राखो।।६।।

(अ. क्र. ४३६६ सरकारी गाथा)

अमृताहून गोड शब्द बोलणाऱ्या संत नामदेवांच्या एका अभंगाने भाषा सभ्यतेची मर्यादा ओलांडली आहे. म्हणून हा अभंग नामदेवांचा नसला पाहिजे असे वाटते. मग हाच न्याय व्यक्तित्व सांभाळून तुकारामांच्या अभंगांना का लावू नये.

नामदेवांचा अभंग असा

एकादशी दिनीं खाईल जो अन्न।
सूकर होऊनि येईल जन्मा।।१।।
एकादशी दिनीं कराल जो भोग।
त्यासी मातासंग घडतसे।।२।।
एकादशी दिनी खेळेल सोंगटी।

काळ हाणील खुंटी गुदस्थानी।।३।।
रजस्त्री शोणित सेविल्या समान।
तांबुल चर्वण करील जो।।४।।
नामा म्हणे नाहीं माझ्याकडे दोष।
पुराणीं हें व्यासवाक्य आहे।।५।।

(सं. ना. सा. चि.गा. अस्वीकृत अ.क्र. २३३)

अनुवादित अभंग

''समुद्र हा पिता बंधु हा चंद्रमा।''

हा तुका म्हणे मुद्रेचा पण क्षेपकात गणला जाणारा अभंग आहे. (अ.क्र. ६) माझ्या समजुतीने हा अभंग म्हणजे शंखान्योक्ती या श्लोकाचा अनुवाद आहे. ही अन्योक्ती संभाजी महाराजकृत बुधभूषण ग्रंथात आली आहे. (पाहा अन्योक्ती प्र. १ श्लो. १५६).

'सुभाषित रत्न भाण्डागारम्' ग्रंथातही याचे अस्तित्व आढळते. पण तिथे त्याचा मूळ पत्ता दिलेला नाही. शार्ङ्धर पद्धतीत प्रस्तुतचा श्लोक (क्र. १११७) आहे. ''तातः क्षीरानिधिः स्वसा जलाधिजा भ्राता सुरेश द्रुमः' असा या श्लोकाचा प्रारंभ आहे. श्लोकाच्या अनुवादात तुकाराम रमतील का? हा एकच विचार हा अभंग क्षेपक ठरविण्यास पुरेसा आहे.

आणखी एका अभंगाचे उदाहरण देतो. हा अभंगही श्री. देशमुख-दांडेकर गाथ्यात (अ.क्र.४३४८), साखरे गाथ्यात (४३१६)जोग गाथ्यात (२७५) क्षेपक म्हणून सांगितला आहे तो अभंग असा -

मणि पडिला दाढेसी मकर तोंडी।
सुखें हस्तेचि काढवेल प्रौढीं।।१।।
परि मूर्खांचे चित्त बोधवेना।
दुधें कुर्मीच्या पालवेल सेना।।२।।
सकळ पृथ्वी हिंडता कदाचित।
ससीसिंगाची प्राप्त होय तेथे।।३।।
अति प्रयत्ने गाळिता वाळुवेतें।
दिव्य तेलाची प्राप्त होय तेथे।।४।।
अति क्रोधें खवळला फणी पाहीं।
धरूं येतो मस्तकीं पुष्पप्रायी।।५।।

पहा ब्रह्मानदेचि एकी हेळा।
महापातकी तो तुका मुक्त केला।।६।।

या अभंगाचे मूळ सांगताना अभ्यासक म्हणतात, की भर्तृहरीच्या नीतिशतकातील -

प्रसहय मणिमुद्धवेन्यकरवक्त्र दंष्ट्रङ् कुरात्
समुद्रमपि सन्तरेत प्रचलदुर्मिमाला कुलम्।।
भुजङ्गमपि कोपितं शिरसि पुष्पवत्धारयेत्।।
न तु प्रतिनिविष्टमूर्खजन चित्तमाराधयेत्।।४।।
आणि
लभेत सिकतासु तैलअपि यत्नतः पडियत्।
पिबेच्च मृगतृष्णिकासु सलिलं पिपासर्दितः।।
कदाचिदपि पर्याच्छशविषाणमासादयेत्।।
न तु प्रतितिविष्ट मूर्खजन चितामाराधयेत्।।५।।

या दोन श्लोकांचा हा तुकारामकृत अनुवाद असावा. माझे स्नेही डॉ. मु. श्री. कानडे यांनी तुकारामाच्या संहितेसंबंधी मुंबईहून निघणाऱ्या युगबोध नावाच्या वार्षिकासाठी (इ.स. १९९७) एक लेख लिहिला आहे. त्यात त्यांनी हे दाखवून दिले आहे की, प्रस्तुतचा अभंग तुकारामांचा नसावा. कारण त्यावर वामन पंडिताच्या श्लोकाचा अमिट प्रभाव दिसून येतो. वामन पंडिताचे श्लोक दिले म्हणजे अधिक भाष्य करण्याची आवश्यकता उरत नाही.

बळाने काढं ये मणिमकर दाढेत दडला।
तरूं ये की आपोनिधी बहुत उर्मी गवसिला।।
महासर्पतें ही सुमसम धरूं ये निजशिरीं।
परंतु मुर्खांचे ह्दय धरवेना पळभरी।
प्रयत्नें वाळूचे कण रगडितां तेलही गळे।
तृष्यार्ताची तृष्णा मृगजल पिऊनी हि वितळे।।
सशाचेंही लाधे विपिन फिरतां शृंगहि जरी।
परंतु मुर्खांचे ह्दय धरवेना पळभरी।।५।।

तुकारामांची शैली जाणणाऱ्या अभ्यासकांच्या मनात ही शैली तुकारामांची नाही, ही खात्री पटते. या प्रकारची उसनवारी तुकाराम करणार नाहीत याची खात्री आहे.

संख्यासंकेत

क्षेपक अभंग जाणण्याचा संख्यासंकेत हा एक चांगला निकष आहे. श्री. जनार्दन सखाराम गाडगीळ यांनी पंडिती गाथ्याच्या १ल्या भागाला एक तुकाराम चरित्र जोडले आहे. (इ.स. १८६९). या चरित्रात त्यांनी तुकारामांची अभंग संख्या सांगणारा 'तुका' मुद्रेचा एक अभंग दिला आहे. या अभंगावर भाष्य करताना त्यांनी म्हटले आहे की, ''हा अभंग तुकारामाच्या कोणी एखाद्या भक्ताने केला असावा. त्याच्या शेवटच्या चरणात 'तुका' असे पद नेहमीच्या शैलीप्रमाणे आहे. तरी तो आम्ही जमविलेल्या गाथ्याच्या कोणत्याही प्रसिद्ध वा अप्रसिद्ध पुस्तकात आढळत नाही. यास्तव तो तुकारामाचा नव्हे असे दिसते.'' (मराठी प्रस्तावना पृ.५)

हा अभंग असा -

वेदाचे अभंग केले श्रुतिपर।
द्वादशसहस्त्र संहितेचे।।१।।
निरुक्त निघंट आणि ब्रह्मसूत्र।
अवतार सहस्त्र उपग्रंथ।।२।।
अभंग ते कोटी भक्तिपर केले।
ज्ञानपर केले तितुकेचि।।३।।
पंचाहत्तर लक्ष वैराग्य वर्णिले।
नाम ते गाईलें तितुकेचि।।४।।
साठी लक्ष केला बोधक जनासी।
वर्णिलें रुपासी तितुकेचि।।५।।
द्वादशसहस्त्र आत्मबोध केला।
अनुभव घेतला एक सर्व।।६।।
चौतीस सहस्त्र लक्ष कोटी पाच।
सांगोनियां साच तुका गेला।।७।।

या अभंगातून तुकारामांनी अभंगांच्या विषयांचे वर्गीकरण केले आहे. वेदपर अभंग, भक्तीपर अभंग, ज्ञानपर अभंग इ.असे वर्गीकरण करणारे तुकाराम कोणत्या काळात होऊन गेले? अम्लान् कविता लिहिणारे तुकाराम संपादकाचे हे काम करतील का? यावरून हा अभंग तुकामुद्राधारी असला तरी देहूकर तुकारामाचा नव्हे, हे समजते. आम्ही आमच्या श्रीज्ञानदेवांचा सार्थ चिकित्सक गाथ्यातही या निकषाचा विचार केला आहे.

तुकारामांचे संस्कृत अध्ययन

अनुवादित अभंग, संख्या संकेत इ. विषय तुकारामांच्या संस्कृत अध्ययनाशी थोडेफार निगडित आहेत. म्हणून याचा थोडा विचार केला पाहिजे. मी माझ्या 'संत तुकारामांचा अभ्यास' या ग्रंथात याचा विस्ताराने विचारा केला आहे (पृ.१०-२९) कै. पु. मं. लाड यांचे मत सांगतो. कै. लाड लिहितात, "पुराणातील आख्याने व भक्तांची चरित्रे ह्यांची माहिती आणि संस्कृत सुभाषितांची ओळख पुराणिकांनी व कीर्तनकारांनी त्याला करून दिली असेल. इतकेच नव्हे तर गीता भागवताचे त्याला वारंवार श्रवण घडले असले पाहिजे." (तु.च. पृ. ५५-५६) कै. लाड याच ग्रंथात आणखी एका ठिकाणी म्हणतात, "तुकाराम श्रुतीचे पठण करू शकला नाही तरी बहुश्रुत बनला. संस्कृत विद्या त्याला लाभली नाही तरी अभिजात वाङ्मयाच्या श्रवणानें त्याला सुसंस्कृत केले. कै. लोकमान्य टिळकांनीही तुकारामांच्या संस्कृत अध्यनासंबंधी गीता रहस्यात व्यक्त केलेले मत विचारात घेतले पाहिजे. ते लिहितात, "तुकारामबुवांचे अध्यात्मज्ञान उपनिषदादि ग्रंथाच्या अध्ययनाने त्यास प्राप्त झालेले नव्हते, हे कोणासहि सांगावयास नको." (गी.र. पृ.४१०) अनुवादित अभंग, संख्या संकेत हे क्षेपक अभंगांच्या निर्मितीला कसे हातभार लावतात हे यावरून कळून येईल.

अन्य निकष

ऐतिहासिक पुरुषांच्या संबंधातील अभंग, कालविपर्यास, अभंगातील चरणांची भिन्न भिन्न संख्या इ. अनेक कारणांनी क्षेपकांची निर्मिती होत असते. या सर्व निकषांची चर्चा मी पंडिती गाथा, पडवळ गाथा यांच्यावरील चर्चेच्या वेळी आणि इतर लेखातूनही केली आहे, म्हणून हे विषय मी इथे वगळले आहेत.

समारोप

एकंदरीत विद्यापीठाच्या पातळीवरील अभ्यासक तुकारामांच्या शुद्ध वाणीचा शोध घेताना दिसतात तसे सांप्रदायिक मंडळीही आपापल्या पातळीवर तुकारामांच्या अभंगातील भेसळ दूर करण्याचा प्रयत्न करीत होते असे स्पष्ट दिसून येते. सांप्रदायिकांनी आपले निकष स्पष्टपणे बोलून दाखविले नाहीत इतकेच. पण त्यांचे निष्कर्षही अचूक ठरतात हे आपण आतापर्यंत पाहिले आहे. क्षेपक अभंगासंबंधी झाला एवढा विचार पुरेसा वाटतो. वाट मळलेली असली की प्रवास सुखकर होतो. क्षेपकांचा विचार करणाऱ्या मंडळींना थोडी तरी सुखाने वाटचाल करण्यास हे विचार मागदर्शक ठरले तरी आनंद आहे. तुकारामांच्याच शब्दांत सांगायचे तर-

करविली तैशी केली कटकट।
वाकडी की नीट देव जाणे।।१।।
कोणा कारणें हें झालेसे निर्माण।
देवाचे कारण देव जाणे।।२।।
तुका म्हणे मी या अभिमाना वेगळा।
घालूनि गोपाळा भार असे।।३।।

(सरकारी गाथा अ.क्र. २३४६)

अल्पपरिचय

श्री. रा. शं. नगरकर
(१९३३-२०१६)

जन्म	इ.स. १९३३ पंढरपूर, जि. सोलापूर. प्राथमिक व माध्यमिक शिक्षण पंढरपूर येथे. महाविद्यालयीन व माध्यमिक शिक्षण पुण्यात, स. प. महाविद्यालयातून इ. स. १९५९ साली बी.ए. राष्ट्रभाषा कोविद पंढरपूर येथे. भारतीय संस्कृतिकोशात उपसंपादक म्हणून २९ वर्षे काम केले. इ. स. १९९३ मध्ये निवृत्त. इ.स. १९७५-१९९१ ज्ञानेश्वर त्रैमासिक संपादक, पुणे विद्यापीठाच्या एम.फिल. परीक्षेचे परीक्षक.
ग्रंथसंपदा	एकूण २८ ग्रंथ १) भागवत महापुराण आणि ज्ञानेश्वरी २) संत तुकारामांचा अभ्यास ३) गृहदेवता (संस्कृतीची प्रतीके)
चिकित्सक गाथा	(डॉ. मु. श्री. कानडे यांच्या सहकार्याने) १) श्री ज्ञानदेवांचा सार्थ चिकित्सक गाथा २) संत नामदेवांचा सार्थ चिकित्सक गाथा
शब्दकोश	(डॉ. मु. श्री. कानडे यांच्या सहकार्याने) १) श्री नामदेवगाथा शब्दार्थ संदर्भकोश २) श्री एकनाथ भागवत शब्दार्थ संदर्भकोश ३) श्री तुकाराम गाथा शब्दार्थ संदर्भकोश ४) श्री समर्थ रामदास वाङ्मय शब्दार्थ संदर्भकोश

सुभाषित कोश	१) संत सुभाषित कोश
	मिळालेले पुरस्कार : १) साहित्य दरवळ मंच-'गौरव शब्द कलेचा' १०.११.२०१२
	२) पुणे नगर वाचन मंदिर-'संत वाङ्मय विषयक ग्रंथ', २०१२
	३) महाराष्ट्र ग्रंथोत्तेजक संस्था, २९.१०.२०१२
	४) मुंबई विद्यापीठ (मराठी विभाग) संशोधक पुरस्कार, (कै.प्रा.अ.का. प्रियोळकर स्मृतिप्रीत्यर्थ) २७.२.२०१६
व्याख्याने पुरस्कार व मान्यता	पुणे विद्यापीठ, मुंबई विद्यापीठ, गोवा विद्यापीठ, नागपूर विद्यापीठ
	१) भागवत महापुराण व ज्ञानेश्वरी ग्रंथाला महाराष्ट्र शासनाचे पारितोषिक
	२) श्री ज्ञानदेवांचा सार्थ चिकित्सक गाथा ज्ञानप्रबोधिनीचे पारितोषिक
	३) संत तुकाराम गाथा शब्दार्थ संदर्भकोश डॉ. प्र. न. जोशी ग्रंथश्रेष्ठता पारितोषिक
	४) संत तुकारामांचा अभ्यास, नगरवाचन मंदिर, पुणे
	५) महाराष्ट्र साहित्य परिषद कोशकार्यासाठी श्री. हणमंते पारितोषिक
	६) श्री एकनाथी भागवत कोश – महाराष्ट्र ग्रंथोत्तेजक पारितोषिक
	७) कांची कामकोटी शंकराचार्यांकडून अवतार महोत्सव पुरस्कार आणि 'लेखारत्न' पदवी